*Светлой памяти моих учителей —
Дмитрия Алексеевича Ольдерогге,
Тамары Леонидовны Тютрюмовой,
Андрея Алексеевича Жукова —
посвящаю*

Федеральное государственное бюджетное учреждение науки
Институт Африки Российской академии наук
Federal state budjet organization of science
Insitute for African studies of Russian academy of science

Г. А. БАЛАШОВА
G. A. BALASHOVA

# ЛИТЕРАТУРА ЭФИОПИИ
(на амхарском языке).
ХРЕСТОМАТИЯ

# ETHIOPIAN LITERATURE
(in amharic).
CHRESTOMATHY

የኢትዮጵያ ልብ:ወለድ ሥነ:ጽሑፍ የንባብ :
መጽሐፍ

MEABOOKS Inc.
Lac-Beauport, Quebec
2016

Originally published by Institute for African Studies of the Russian Academy of Sciences in 2014.

This reprint edition by Meabooks Inc., Africana publishers and booksellers.

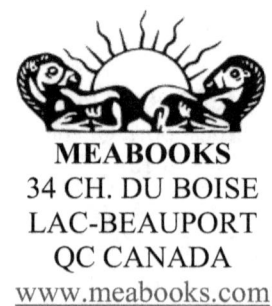

MEABOOKS
34 CH. DU BOISE
LAC-BEAUPORT
QC CANADA
www.meabooks.com

ББК 85.334.3: (6 Эфи)
Б 20

Ответственный редактор:
*заведующий Центром исследований стран Северной Африки и Африканского Рога, к. э. н. А. А. Ткаченко*
Рецензенты:
*профессор, д. филол. н. **Н. А. Добронравин**,*
*профессор, д. филол. н. **Н. В. Громова***

Г. А. Балашова
Б 20 **Литература Эфиопии (на амхарском языке). Хрестоматия.** – М.: Федеральное государственное бюджетное учреждение науки Институт Африки Российской академии наук, 2014. – ИПП ООО «Ладога». – 224 с..
ISBN 978–5–986–35–7

Хрестоматия предназначена для студентов 2-4-х курсов бакалавриата, изучающих амхарский язык в качестве основного восточного/ африканского языка.

В Хрестоматию включены образцы произведений современных авторов, начиная с 1908 г. — первой художественной повести Афэуорка Гэбре Ийесуса — вплоть до произведений начала 2000-х годов, продолживших развитие амхароязычной художественной литературы в разных жанрах. Хрестоматия снабжена филологическим комментарием на амхарском, русском и английском языках, содержащих как объяснения лексико-грамматического характера, так и страноведческих реалий. Приведены также краткие биографии писателей. Учебное пособие рассчитано на студентов, магистрантов и всех, интересующихся Эфиопией. Художественную литературу Эфиопии можно по праву назвать молодой, хотя она и покоится на основании, заложенном в глубокой древности. Ее главным достоинством является обращение к конкретному человеку во всем богатстве его духовных проявлений и взаимосвязях с окружающим миром. И в этом залог ее успешного развития в будущем.

ББК 85.334.3: (6 Эфи)

*На передней стороне обложки – Святые Максимус и Думатеос из рукописи 14–15 вв. (Северная Эфиопия); на задней – Счастливого Рождества!*

978-1-988391-02-1
(Canadian print edition)

978-1-988391-03-8
(Canadian e-book edition)

© Г. А. Балашова, 2014
© Федеральное государственное бюджетное учреждение науки Институт Африки РАН, 2014

Editors-in-Chief:
Dr. A. A. Tkachenko, Head of the Research center of Northern Africa and Horn of Africa
Reviewers:
Dr. N. A. Dobronravin, Professor, Dr. Lett. (Philology)
Dr. N. V. Gromova, Professor, Dr. Lett. (Philology)

G. A. Balashova
Ethiopian literature (in amharic). Chrestomathy
ISBN 978-5-986-35-7

The Reader is designed for B.A. students majoring in the Amharic language. It includes sample works of modern writers starting with the first story by Afewerk Ghebre Jesus written in 1908 up to the writings of the early 2000s, which continue Amharic literature in various genres. The Chrestomathy is supplemented with linguistic and cultural comments of lexical, grammatical and ethno-cultural nature. Short biographies of the writers are included.

The textbook is intended for students, Masters of Arts and all those interested in Ethiopia. Ethiopian literature is justly considered young, though it is based on a very old cultural foundation. Its major benefit is the focus on an individual person displaying moral integrity and unity with the environment. That is why we belive in its succesful development in future.

*Cover illustrations:*
*Front – SS Maximus and Dumateos from the manuscript of 14-early 15 century (Norths Ethiopia); back – Merry Christmas!*

978-1-988391-02-1
(Canadian print edition)

978-1-988391-03-8
(Canadian e-book edition)

© G. A. Balashova, 2014
© Federal state budjet organization of science Insitute for African studies of Russian academy of science

# ВВЕДЕНИЕ

«Литература Эфиопии (на ахмарском языке). ХРЕСТОМАТИЯ» представляет собой учебное пособие, состоящее из 17 образцов художественной прозы Эфиопии разных авторов и соответствующего филологического комментария к ним на амхарском, русском и английском языках. Следует отметить, что в отечественной и зарубежной африканистике имеется только две хрестоматии, выпущенные весьма давно — «Хрестоматия» Тютрюмовой Т.Л. (1960, ЛГУ) и сравнительно небольшая по объему «CHRESTOMATHY» английского исследователя Э. Уллендорфа, которую лишь с некоторой натяжкой можно отнести к этому жанру. Ни в российской эфиопистике, ни в зарубежной до сих пор нет аналога этой работе, крайне важной для овладения одним из главных литературных языков Эфиопии — ахмарском.
Известно, что вплоть до начала 20-го в. литература Эиопии носила исключительно религиозный характер и была написана на староэфиопском языке геэз. В «Хрестоматии» представлены образцы текстов, начиная с основателя художественной литературы на ахмарском языке — Афэворка Гэбре Ийесуса («История, рожденная сердцем», Рим, 1908) и до произведений, написанных в начале 2000-х гг. на современном ахмарском языке. Годы издания приведены по эфиопскому календарю с отставанием от григорианского на 7–8 лет в зависимости от месяца. Место издания, за исключением особо оговоренных случаев — Аддис-Абеба.

Развитие художестенной амхароязычной литературы Эфиопии можно разделить на 3 основных периода: 1908–1935 гг.— становление новых форм, освоение новых жанров; 1941–1974 гг.— наиболее плодотворный период, в котором ярко проявились просветительские тенденции, так называемый «послевоенный» период (1935–1941 — война с фашистской Италией, окончившаяся победой Эфиопии), а также начало «дореволюционного периода». С 1974 г.— по настоящее время — постреволюционное творчество, закончившееся в начале 21 в. развитием англоязычной литературы.

В подборе образцов современной художественной прозы Эфиопии на ахмарском языке автор опирался не только на оригиналы текстов (порой труднодоступных), но также и на материалы, собранные в течение многолетней работы в Эфиопии (1969–1971 гг., 1977–1980 гг.), в ходе комплексной российско-эфиопской научной экспедиции (1991–1992 гг.), российской экспедиции (сентябрь 2006, проект № 06-01-03215е, грант РГНФ, руководитель — Балашова Г. А.). Неоднократные беседы и интервью с известными литераторами и драматургами (Бырхану Зэрихуном, Гетачеу Абди, Аяльнехом Мулату, Цэггайе Гэбре Мэдхином и др.), прфессорско-преподавательским составом филологического факультета Аддис Абебского университета дали автору неоценимые материалы для исследования. Автор работы является также постоянным представителем РФ в Международном Организационном Комитете по эфиопским исследованиям и участвовала во всех международных конференциях, проводимых как в Эиопии, так и за ее пределами.

В истории Эфиопии немало страниц, связанных с социально-экономическими событиями и, потому в «Хрестоматию» вошли как произведения идеологического характера, поддерживающие свержение монархии и строительство «эфиопского социализма», например, Бырхану Зэрихуна, так и произведения, резко критикующие верхние эшелоны власти в тот же самый период (например, Бэалю Гырма «Оромай»). Писатель не побоялся изданием столь острого романа выступить в защиту своих убеждений, за что и поплатился жизнью — в 1984 г. он был убит в одной из тюрем Аддис-Абебы.

Два последних образца текстов (из Бэалю Гырма и Адама Рета) не содержат комментариев, так как предполагается, что студенты к концу обучения сами смогут разобраться в тонкостях языка. Хрестоматия рассчитана на чтение, перевод и осмысление текста студентами 2—4-го курсов отделения амхарской филилогии и истории, а также зарубежных амхаристов, для которых комментарии были переведены на английский язык.

Хрестоматия богато иллюстрирована портретами наиболее известных эфиопских литераторов, также представлены интересные в художественном отношении обложки книг писателей. Все это может привлечь (по мнению автора) студентов к более глубокому изучению проблем эфиопской художественной амхароязычной литературы.

Учебник прошел апробацию в студенческих группах отделения эфиопской филологии кафедры африканистики Санкт-Петербургского государственного университета, а также амхаристов-филологов и историков Института стран Азии и Африки МГУ им. М. В. Ломоносова и уже давно используется в учебном процессе.

Автор Хрестоматии выражает благодарность коллективу Центра исследований стран Северной Африки и Африканского Рога Института Африки РАН, а также коллективу кафедры африканистики Института Стран Азии и Африки МГУ им. М. В. Ломоносова за обсуждение текста и структуры учебника. Особую благодарность автор выражает рецензентам за замечания и предложения, высказанные при обсуждении данного пособия.

За помощь в подготовке Хрестоматии, а также в компьютерном наборе амхароязычных текстов автор также выражает благодарность Р. Янборисовой, Я. Алиеву и Бэлетэ Ышете.

# INTRODUCTION

"Ethiopian Literature (in Amharic). Chrestomathy" is a textbook containing seventeen samples of Ethiopian literary prose by various authors supplemented by a philological and cultural commentary in Amharic, Russian and English. It is noteworthy that there exist only two rather outdated readers used in African studies, "Chrestomathy" by T.Tyutryumova (Leningrad State University Publishing House, 1960, Russian) and a relatively small piece by the English scholar, E.Ullendorf "Chrestomathy", which can hardly be called a reader. Neither Russian nor Western Ethiopian scholarship possesses a work similar to the present Reader, truly important for students of Amharic -one of the major literary languages of Ethiopia.

Ethiopian literature is known to have been of exclusively religious nature up to the early XX century and was written in Gezz-old Ethiopian language. Literature in Amharic started with Afewerk Ghebre Jesus, whose" Story Born at Heart" (1908, Rome) opens the Chrestomathy which goes through to the early 2000s, to works written in present-day Amharic. Publication dates are given according to the Ethiopian calendar, seven or eight years (depending on the month) behind Gregorian calendar. The pieces were published in Addis Ababa, except those specifically mentioned.

Introduction

Ethiopian literature in Amharic falls into three main periods: 1908–35 — the rise of new forms and new genres; 1941–74 — the most productive period with distinct enlightenment tendencies, the so called "post-war" period (1935–41 are the years of the war with fascist Italy in which Ethiopia gained a victory), including the beginning of the "pre-revolutionary" period. Starting with 1974 and to date is post-revolutionary writing that has developed into English language literature.

In selecting literary texts for the Chrestomathy the author has drawn on original texts (often hard to get hold of) and also on materials collected during the many years of research in Ethiopia (1969–71, 1977–80), in the course of the joint Russian-Ethiopian research expedition (1991–92), Russian expedition (September 2006, project № 06-01-03215e, Grant of Russian State Research Fund RGNF, coordinator Galina Balashova). The author had talks and interviews with well-known writers and play-wrights, such as Berhanu Zeryahun, Getacheu Abdi, Ayalneh Mulatu, Tsegaiye Gebre Madhin and others, with teaching staff of Addis Ababa faculty of philology which have given invaluable material for research. Galina Balashova is a permanent Russian Federation representative in the International Organising Committee on Ethiopian Studies and has taken part in all international conferences in Ethiopia and other countries.

Ethiopian history has many episodes of social and economic changes so the Chrestomathy contains works ideological in nature supporting the overthrow of the ruling monarchy and the building of "Ethiopian socialism", such as Berhanu Zeryahun, as well as strongly criticising the leaders of the same period (Bealiu Girma "Oromai" for example). The latter writer took the risk publishing such a controversial novel to defend his political views, which caused his death — in 1984 he was killed in one of Addis Ababa's prisons.

Two last texts (excerpts from Bealiu Girma and Adam Reta) are not supplied with commentaries because students of the final year are supposed to understand the language without help. The Chrestomathy is aimed at students of the second-fourth years at the University department of Amharic philology

11

and history, expected to read, translate and comprehend the texts; foreign students of Amharic may use the commentary translated into English

The text book is generously illustrated with portraits of the most prominent Ethiopian literary people, and with attractive book covers. All this will help draw students to the serious study of Ethiopian Amharlic literature.

The Chrestomathy had the approbation among the students of the department of the Ethiopian philology at the Oriental faculty of Saint-Petersburg University as well as among the amharists- the students-philologists and historians of the Institute of Asia and Africa studies at the Moscow State University and have been used much time in the studying process.

The author of the textbook is very grateful to the collective of the Centre for investigation of the northern Arabian countries and the Horn of Africa of the Institute for African studies RAS as well as to the colleagues of the Institute of Asia and Africa studies Moscow State University by M. V. Lomonosov for the discussion of the texts and structure of the book. Special thanks the author addresses to the rewiewers of the work for their critical notes and wishes.

The author is also grateful for the assistance in processing the textbook and its typesetting to R.Yanborisova, Ya. Aliev and Belete Eshete.

# АФЭУОРК ГЭБРЭ ИЙЕСУС (1868–1947)

Афеуорк Гэбрэ Ийесус — эфиопский писатель, ученый, государственный деятель. Образование получил в Италии, окончил Академию изящных искусств в Турине. По возвращении на родину занимал ответственные посты в правительстве: торговый посланник в США, начальник императорской таможни, представитель Эфиопии в Италии.

Опубликовал в Италии лингвистические работы: «Итало-амхарский разговорник» (1905), «Грамматика амхарского языка» (1905), «Глагол в амхарском языке» (1905) и др. А. Г. И. стал основоположником совр. художественной литературы на амхарском языке, написав историческую повесть «История, рожденная сердцем» (1908); следующие издания под названием «Тобья», «Тобья и Вахед»). Это произведение А. Г. И. оказало исключительное воздействие на дальнейшую судьбу национальной словесности, став началом развития нового подлинно художественного этапа литературы Эфиопии.

Афэуорк – автор остро-обличительного эссе на французском языке «Путеводитель путешественника по Абиссинии» («Guide du voyageur en Abyssinie"; издан в Риме в 1908), первой написанной эфиопом биографии негуса «Император Менелик II» (1909) и нескольких сборников стихотворений на религиозные темы.

*(Все даты приведены по григорианскому календарю)*

# AFEWERK GHEBRE JESUS
# (1868-1947)

Afewerk is an Ethiopian writer, scholar and a political figure, who was educated in Italy and graduated the Turin Academy of Fine Arts. On return to his country he was employed at important governmental positions, such as trade representative in the USA, head of the Imperial Customs, and Ethiopian representative in Italy. It was in Italy that he published his linguistic works, "Italian — Amharic Phrase-Book" (1905), "The Verb in Amharic" (1905) and others.

Afewerk Ghebre Jesus became one of the founders of modern literature in the Amharic language when he published the short historical novel "A Story Born at Heart" (1908) (titled "Tobia" and "Tobia and Wahed" in later editions). This story had a profound influence upon the ways of national belles-lettres; it was the beginning of a truly artistic period in the literature of Ethiopia.

Afewerk Ghebre Jesus is the author of «Guide du voyageur en Abyssinie" — apoignant invective essay written in French and published in 1908 in Rome; he was the first Ethiopian to write a biography of the Negus "The Emperor Menelik II" (1909).

*(The dates are given in accordance with the Gregorian calendar)*

Обложка повести «Вымышленная история» Афэуорка Гэбрэ
Ийесуса (Рим, 1908)
Afewerk Gebre Jesus "History born by heart" (1908, Rome)

## ልብ፡ወለድ፡ታሪክ። ከአፈወርቅ፡ገብረ፡ኢየሱስ።
## (ገጽ ፩-፰ ፤ ፲፩-፲፪ ።) 1908 (greg. cal., григ. календ.)

ያ ተማርኮ የቀረው ደጃዝማችም አረመኒው አገሩን እንደ ተመለሰ በማረከው ሰው እጅ ተሸጠ። ማራኪው ሰው ግን ሲማርከውም ሲሸጠውም ትልቅ ሰው መሆኑን ሳያውቅ እንዲአው እንደማንም ሰው ነው የሸጠው። ያነኑ መከረኛ ደጃዝማች የገዛ አረመኒ ግን ቁመቱን ዛላውን አምሮ ባየ ጊዜ ማለፊያ ብርቱ ባሪአ አገኘሁ ሲል ደስ አለውና ብርቱ ብርቱ ስራ እያዘዘ እንደለጓሚ እሣር ያሳጭደው እንደቋሚ እንጨት ያስፈልጠው እንደጐረዶማገን ድንኳን ያስጭነው ተራዳ ያሸከመው ጀመር። እሱ ግን ያልለመደወ ነገር ነወና ከዚህ ሁሉ ሥራ አንድ የሚሆንለት ነገር አጣ። ሣር ልጨድ ቢል የለሰለሰው የጨዋ ልጅ እጁ እንደሸንኮርት ተላጠ። ብርጭቆ ብርሌ በሚጨብጥበት በነበረው እጣቱ ምሳር ቢጨብጥበት ጉብር አወጣ። ያም ሆን ያም ሆን ያው የጥንት ደጃዝማች የዛሬው ባሪአ አዲስ ጌታው እንዳይቈጣው ምናልባትም ባልተወለደ አንጀቱ እንዳይገርፈው እየተገጠጠ ሥራውን አልሁህ አልሁህ ይል ጀመር። ነገር ግን ያኰረሰው እጁ ጭራሹን ተሞሸለቀ። ተራዳ የሚሸከምበት ጫንቃውም አጕርበ የነበረው ሁሉ ተገሸለጠና የማይሆንለት ሆነ። ጌታው ግን ለሥራ ተለገመ መስሎት ይቆጣውና ለመግረፍ ያንገራግረወ ጀመረ። ይሄው አዲስ ገብ ባሪያ ግን እንግዲህ የምታረገውን አድርገኝ እንጂ ተችሎኝ የምሰራልህ ነገር አላገኝም አለና ጫንቃውንም እጁንም አሳየው።

ያም አረመኒው ጌታው ባየው ጊዜ እውነትም መስራት እንዳይሆንለት አየና የጨዋ ልጅ ነወ ይሆን ብሎ ጠረጠረ። በይህ የተነሳ የማረከውን ሰው ፤ የሸጥከልኝ ባሪአ ስትማርከው ምን ለብሶ አገኘኸው ብሎ ጠየቀ። ያም ሰው ብዙ ጌጥ ነበረው ገፍፌ ብሸጠው ብዙ ወርቅ አመጣልኝ አለና ነገረው።

እሄን አዲስ ወሬ በሰማ ጊዜ ያ የገዛው አረመኒ ደስ አለውና ያዝያን ደጃዝማች ነገር ትልቅ ሰው መሆኑን አወቀና መቸም ስራው ታልጠቀመኝ ብሎ ገንዘብ ያተርፍበት ዘንድ ፈለገ። ከዚህ በኋላ ጠራና እንዲህ አለው ፤ አንተ ካፊር አለው ፤ አንተ ካፊር እኔ ተማረከህ ሰው ብዙ ገንዘብ አፍስሸ ገዛሁህ አሁን የፈቀደኝን ብሰራህ ይቻለኛል ነገር ግን ታሳዝነኛለህ። አሁንም ከዘመዶችህ ላክና እልፍ ወቄት ወርቅ አስመጥተህ ስጠኝና አገርህን እንድትሄድ እለቅሀለሁ ብሎ ነገረው። ያ ደጃዝማች ግን እንኳን አገሩ ጠፍቶ ንጉሡ ሙቶ ከብቱ ተዘርፎ በሬወ ላሙ ተነድቶ እሄም ባይሆን ታገሩ በጌትነቱ ሳለ ለጀግና መስጠት ለደሀ መርጠብ ለተራበ ማብላት ለታረዘ ማልበስ እንጂ ገንዘቡን ወደኋላ ማረግ ለነገ ማለት አያውቅም ነበርና ፤ የምከፍለውም የለኝ ደሀ ነኝ እንደ ወደድህ አድርገኝ ብሎ መለሰለት።

የዚሁ ደጃዝማች ሎሌዎቹ ሁሉ አብረውት ሲዋጉ ከዚአው ተፈቱ አልቀዋል ንጉሡም ሙቷል አንድ ደጋፊ አንድ ተስፋ ታገሩ አልነበረውም። ብቻ ተቤቱ ምሽቱና መንታ የተወለዱ ሁለት ልጆች አንድ ወንድ አንድ እሴት ልጆች ነበሩት። እነዚሁ ልገሮች የዚያን ጊዜ አሥራ ስድስት ዓመት ሁኖአቸው ነበር። ሁለቱም ልጆቹ እጅግ ያማሩ እጅግ የተዋቡ ነበሩ። መንታ ስለሆኑ ሁለቱም መልካቸው አንድ አካል አንድ አምሳል ሁኖ ላይን ያሳስቱ ነበረ። ታለባበሳቸው በቀር ወንዱም ገና ጢም አላቀነቀነም ነበርና ሌላ ምንም የሚለያዩበት ነገር አልነበረም።

ለነዚሁ ልጆቹና ለምሽቱ ፊት እሱን ሞተ ብለው አርዳተዋቸው ተማርኮ ነበር ኋላ ግን ታንድ ወዳንዱ ሲል እሄው አባታቸው ተማርኮ ተሸጦ ኑሮ ያው የገዛው አረመኒ እልፍ ወቄት ወርቅ አምጣና ልልቀቅህ አለው ሲባል ወሬው ደረሰላቸው። ምንም ባለመሞቱ ደስ

ቢላቸው ወዲህም እንደባሪአ በመሸጡ ወዲህም ስጥተው የሚ ያስለቅቁበት ገንዘብ በማጣታቸው እንደገና ይላቀሱ ጀመር። ንጉሡ ሙቶ አገር ጠፍቶ እነሱ ለራሳቸው ደህይተው ወዴት ገንዘብ ይገኝ ምን ስጥተው ያድኑት። እንዲአው መጨነቅ ብቻ ሆነባቸው። ልጅዮው ዋህድ ልሂድና ባባቴ ፈንታ እኔው ባሪያ ልሁንና አባቴ አገሩን እንዲመለስ ላድርግ ቢል እናቲቱ ያው አረመኒ ሁለቱንም ይዞ ያስቀርብኛል ብላ ፈርታ አለቀው አለች። በመጨረሻም ግን እናቲቱና እነዚያ መንቶች ዋህድና ጦቢያ እንዲህ ብለው ተማከሩ። ወንዱ ልጇዋ ወህድ የጌታ አድሮ ደመውዝን እያመጣ ሊአጠራቅም ሴቲቱ ጦቢያ ግን እንጨት ለቅማ ውሀ ቀድታ የሚበሉትን እያሰናዳች ልታቀርብ ቤተሰቡን ሎሌውን ገረዱን የሚሰጡት ገንዘብ የለምና ሊአሰናብቱ አሰቡና ተማከሩ።

እውነትን ነው የሞያ ተፈትሎ የሎሌነት ደመውዝ ተቀብሎ እልፍ ወቄት ወርቅ ለማጠራቀም ተረት ነው። ነገር ግን ምን ያደርጉ የቀራቸው ነገር እሄ ብቻ ነው ሌላ የሚቻላቸው ነገር አልነበረም። ከዚህ ወዲአ እናቲቱ ቶሎ ቶሎ ትፈትል ጀመር። ዋህድም እየዞረ የሚአደርለት ጌታ ይፈልግ ጀመረ። ጦብያም እያንጐራጐረች እንጨቷን ትለቅም ውሀዋን ትቀዳ ቅጠላ ቅጠሉን ትለቅም ጀመር። ምግባቸውም ቅጠል ብቻ ሆነ። የምግባቸው ነገር በጦብያ በኩል ተከተተ። እሷ አሎማውን እህል ገቡን ማገጡን ትሰበስባለች። አሞጪም አይቀር እንዲህ እንዲህ ያለውን ስራስሩን ቅጠላቅጠሉን እያጠራቀመች እያበሰለች አቅርባ አንድነት ተጠራቅመው አባታቸውን እናቲቱም ባሏን እያሰቡ እየተከዙ መበላላት ሆነ። በማግስቱ ሁሉም እየስራቸው ይሰማራሉ።

ወንዱ ልጅ ግን ዋህድ ገና የሚአድርለት ጌታ አላገኝም ነበርና ሲፈልግ ወሬ ሲጠይቅ ሲጠያየቅ ታንድ ትልቅ ከተማ ደረሰ። ተዚያ ከተማ ዳር ተመስክ ላይ መደበሩን መትቶ

ወገኑን አስማርቶ የሰፈረ ነጋዴ አየና ከዚያው ለመሄድ ፊቱን ወደ መደበሩ አቀና።

ያው ሀብታም ነጋዴም እያዘነ የዋህድን ታሪክ አስተውሎ አዳመጠና ሲጨርስ እኔ ጉዳይ አለብኝና ወደድንኳኔ እመለሳለሁ አንተም ወደቤትህ ተመለስ እግዚአብሔር ይሁንህ አለና ነጋዴ መቸም ለምናልባት ከጁ ገንዘብ አይለይምና ይዞት የነበረውን ገንዘብ እስተቀረጢቱ ተጁ ላይ ጣለለት። ሳይለያዩ በፊት ግን ያው ሀብታም ለዋህድ ያባትህ ስም ምን ነው የገዛውስ አረመኒ ማን ይባላል ያለበት አገር ወዴት ነው አለና ጠየቀ። ዋህድም ያን ቀረጢት ወርቅ እንደሞላበት በጁ እንደያዘ ደስ ብሎት ከንፈሩም እየተንቀጠቀጠ አንደበቱም እየተርበደበደ ያባቱንም ስም የገዛውን አረመኒ ስሙን እስተቦታው እስከምልክቱ ነገረውና ሁለቱም ተለያዩና እየሰፈራቸው ሄዱ።

ዋህድ ግን ያላሰበውን ሲሳይ በድንገት ሲአገኝ ጊዜ እጅግ ደስ አለውና እንኳን የዚያን ለጋስ ስሙንና አገሩን ለመጠየቅ እግዚአብሔር ይስጥህ ሊለው አላደረሰውም እንዲአው ወደ ቤቱ ከነፈ።

## Филологический комментарий. Philological commentary. የፊሎሎጂ ማስረጃ።

| | | | |
|---|---|---|---|
| 1 | እልፍ ወቄት ወርቅ | 1.Очень много золота | A great lot of gold |
| 2 | ዛዛለ | 2.Крепкое телосложение | Strong body-build |
| 3 | አምሮ | 3.Интеллигентность, ум | Intelligence |
| 4 | እንደጎረደማን ድንኳን እስጫነ | 4.Как раба заставить носить шатер | How to make a slave carry a tent |
| 5 | ከዚህ ሁሉ ስራ አንድ የሚሆንለት ነገር አጣ | 5.Для него не было подходящей работы | There was no suitable work for him |
| 6 | ጉብር አወጣ= አጎበረ | 6.Натереть мозоли | To make blisters |
| 7 | ያም ሆነ ያም ሆነ | 7.Так или иначе | Anyway |
| 8 | ባልተወለደ አንጀት ገረፈ | 8.Жестоко избить плетьми | To whip cruelly |
| 9 | ያኮረሰው እጅ ተሞሸለቀ | 9.Кожа полопалась на покрытой мозолями руке | Skin cracked on the blistered hands |
| 10 | መግረፍ አንገራገረ | 10. Попытаться избить плетьми | To try to whip with cat-o'-nine-tails |
| 11 | ገፈረ | 11.Захватить в плен | To capture |
| 12 | ካፊር | 12.Язычник, неверующий (презр.) | Heathen, pagan, infidel |
| 13 | አፈለሸ | 13.Платить деньги | Pay money |
| 14 | የሞያ ተፈተለ | 14.Прясть профессионально | To spin |
| 15 | አሉማው እህል ጉብ ማገጥ | 15.Ростки зерна, трава клевера | Corn sprout, grass and clover shoots |
| 16 | ሟጨጨ | 16.Быть перезрелым | Over-ripe |
| 17 | ሲሳይ | 17.Удача | Luck |
| 18 | ከነፈ | 18.Очень торопиться | To be in haste |
| 19 | አረመኔ = አረመኔ | 19.Зд. Варвар. Язычник, дикий | (Here) Heathen, savage |
| 20 | አገሩን እንደ ተመለሰ | 20.Как только он вернулся в страну | Hardly had he returned to the country |
| 21 | ሲማርከውም ሲሸጠውም ትልቅ ሰው መሆኑን ሳያውቅ | 21.Ни когда он брал его в плен, ни когда продавал, не зная, что он влиятельный человек | Neither when he captured him, nor when he sold him not knowing he was of noble birth… |
| 22 | እጣቱ ምሳር ቢጨብጥበት ጉብር አወጣ | 22.Работая топором, он натер мозоли | 22 He got blisters working with an axe |

| | | | |
|---|---|---|---|
| 23 | በይህ የተነሣ | 23. Поэтому, по этой причине. Глагол…**ተነሣ…** «вставать» в форме относительного перфекта в сочетании с союзами… или …передает значение причины и является предложно-послеложной конструкцией. | 23,…. for that reason. The verb …**ተነሣ**.. "to get up" in the relative perfect form in combination with the conjunction … or …. renders causative meaning and acts as a prepositional-postpositional construction |
| 24 | ብሸጠው ብዙ ወርቅ አመጣልኝ | 24.Продав его, я получил много золота | 24 Through selling him I got a lot of gold |
| 25 | ገንዘብ ያተርፍበት ዘንድ | 25.Чтобы выручить деньги - имперфект в сочетании с союзом **…ዘንድ…** является одним из способов передачи придаточного предложения цели или обстоятельств цели. На русский язык обычно переводится «чтобы + глагол в инфинитиве», иногда «чтобы» опускается. | 25 To get some money – Imperfect verbal form in combination with the conjunction …**ዘንድ…** is one of the means of rendering a clause of purpose or a modifier of purpose. In translation to Russian the structure usually corresponds to "чтобы + Infinitive", with "чтобы" sometimes omitted. |
| 26 | ሴቲቱ ጦቢያ | 26. эта девушка по имени Тобья – сокращенная разговорная форма (соответствует «Эфиопия» | 26…. – this girl named Tobia – a short colloquial name for "Ethiopia" |
| 27 | ሳይለያዩ በፊት | 27.до того как они расстались | 27…. before they parted |
| 28 | ሎሌውን ገረዱን ሊአሰናብቱ አሰቡ | 28. они решили рассчитать своих слуг… | 28… - they decided to discharge their servants |
| 29 | ምንም ባላምቱ ደስ ቢላቸው | 29. хотя они обрадовались тому, что он не умер…. Один из способов передачи уступительного придаточного предложения – сочетание **ምንም..** и союза ..**ቢ**.. и имперфекта смыслового глагола | 29… - though they were happy that he had not died… One of the ways of rendering a clause of concession is a combination of …**ምንም..** with the conjunction **..ቢ**… and Imperfective notional verb |

# ХЫРУЙ УОЛЬДЭ СЕЛАССИЕ
# (1878–1938)

Хыруй Уольдэ Селассие — эфиопский писатель-просветитель, общественный и государственный деятель. Писал на амхарском языке. Получил церковное образование. Находился на государственной службе. Х.У.С. считается классиком амхарской литературы. Диапазон творчества Х.У.С. широк — он автор свыше 15 произведений различных жанров: повестей, назидательных поэм, описаний путешествий в Иерусалим, Японию, Европу, впервые составил ценное библиографическое пособие по эфиопской литературе «Каталог книг на геэз и амхарском языках, имеющихся в Эфиопии» (1911, 2 изд. 1927–28), издал сборник похоронных песен с подробным комментарием. Историческое прошлое Эфиопии нашло отражение в таких произведениях Х.У.С. как «Император Иоханныс и Мэтэма», «Исторические личности прошлого и настоящего». Одним из наиболее популярных произведений Х. стала его философско-религиозная повесть о характере и поведении человека «Мое сердце — мой друг» (1923), в которой утверждается важность христианского вероучения как руководства в жизни.

Автор известных бытовых романов «Брак Бырханэ и Цыйон Могаса» (1930–31) и «Новый мир» (1932–33), которые стали наиболее значительным явлением в прозе Эфиопии, позволяющим считать Х.У.С. основоположником жанра бытового романа.

*(Даты приведены по григорианскому календарю)*

# HERUY WOLDE SELASSIE
# (1878-1938)

Heruy Wolde Selassie was an Ethiopian writer of Enlightenment, a public and political figure, who wrote in Ahmaric. After a clerical education he was in public service. Heruy Wolde Selassie is rightfully acclaimed as a classic of Amharic literature; his wide artistic spectre includes 15 works of various genres, stories, didactic poems, description of travels to Jerusalem, Japan, and Europe, a bibliographic handbook on Ethiopian literature "A Catalogue of Books in Ge'ez and Amharic to be found in Ethiopia" (1911; second edition in 1927-28) and a collection of burial lore with a detailed commentary. Ethiopian history is reflected in such works of Heruy Wolde Selassie as "The Emperor Iohannas and Metema", "Historical Personalities of the Past and Present". One of his most popular works is a short religious and philosophical novel about human nature and behaviour "My Heart is My Friend" (1923), which advocates the significance of Christian faith for life-guidance.

Heruy Wolde Selassie is the author of "Berhane and Tsaion Mogas's Marriage" (1930-31) and "The New World", novels of social problems that became prominent phenomena of Ethiopian prose, which makes Heruy Wolde Selassie the founder of social genre in novel writing.

*(The dates are given in accordance with the Gregorian calendar)*

## ወዳጄ፡ልቤ። ከኅሩይ፡ወልደ፡ሥላሴ።
## ምዕራፍ ፳። ስለ ትልቅ ሐዘን። (1915)

በዚያም ወራት አንድ ቀን ከቀትር በኋላ ባንድ ስፍራ ተቀምጬ አንገቴን ከጉልበቴ ጋራ እያስታገልሁ አዝን ጀመርሁ።

ወዳጄ ልቤም ወደኔ ቀርቦ ምነው ዛሬ እንዲህ አድርገህ አዝነሃል አለኝ።

ወደ አዳራሹ ውስጥ በገባሁ ጊዜ የውኃ መቅጃ ባለመያዜ እየተናደድሁ ነው አልሁት።

ተጠምተሃልን አለኝ።

መጠማትስ አልተጠማሁም ፤ ነገር ግን ውኃ መቅጃ በነበረኝ እኔም በብዙ እጠጣ ነበር ፤ ደግሞ በመቅጃው ይገኝበት እወጣ ነበር አልሁት።

አንተን ካልጠማህ ለማን ብለህ ይህን ዐሰብህ አለኝ። ሞኝ ነህን ፤ አሁን ባልጠማ ሌላ ቀን መጠማቴ ይቀራልን ደግ ሞስ ስንቱ ጎረቤቶቼ በውኃ ጥም ይተላለቁ ይመስልሃል። ከዚያ ከውኃ ቀድቼ በነበረ ይህን ጊዜ አንዳንድ ጉንጭ ሙሉ አቀምሳቸው ነበርሁ። ዘነጋኸውን ያ ባለጠጋ ዘመዳችን ንጉሡ አስጠርቶት በሔደ ጊዜ ስለ በረሃው ጽናት ውኃ ጥም ይዞት አንድ ጠብታ ውኃ የሚያቀምሰኝ ሰው ባገኝሁ እያለ ሲያለቅስ ወድቆ አልቀረምን። ሉቃስ ፲፮ ፡ ፳፬።

የዚህ ነገር ትዝ እያለኝ ብዙ አዘንሁ አልሁት።

ወዳጄ ልቤም ይህን ስነግረው ስቅቅ ብሎ አለቀሰ፤ ዕንባቹም በጉንጩ ይወርዱ ጀመሩ።

ወዳጄ ልቤ ሆይ ፤ ስለ ምን ታለቅሳለህ ፤ አሁን በነገርሁህ ነገር ነውን ወይስ ሌላ ነገር ትዝ ብሎህ ነው አልሁት ።

ሌላ ነገር ትዝ ብሎኝ አይደለም። ነገር ግን የባለጠጋውን ነገር ብታነሣ የወደቀበት ስፍራ ትዝ አለኝና ነው። ያንን ስፍራ በሩቅ ቆሜ አይቼዋለሁ አለኝ።

እንዴት ያለ ነው አልሁት።

ስፍራውም እጅግ በረሃና ጐድጓዳ ስለ ሆነ ፤ መሬቱ እንደ እሳት ይግላል። የፀሐይ ሙቀት ሲፋጅ ፀሐይ ቦታዋን ለቃ (ትታ) የወረደች ይመስላል።

ዳግመኛ የምድር አራዊት ሁሉ እባብም ፤ ዘንዶም ጊንጥም በየመንገዱ ዳር ተጋድመው የሰውን እግር ይጠብቃሉ።

በዚያ መንገድ የሚሔዱ ሰዎች ሁሉ ምላሳቸው በውኃ ጥም ይታሠራል። ጥርሳቸውንም ያፋጫሉ። ወዲያም ወዲህም ቢመለከቱ አይዟችሁ የሚል አንድ ሰው ስንኳ አያገኙም። መዝ ፵፱ ፲-፰።

በስተ ላይ ወገን ጥቂቶች መንደሮች ይታያሉ ። ነገር ግን በዙሪያቸው እልም ያለ ገደል ነው። ሰውስ ይቅርና አሞራ ስንኳ አያልፍበትም። ኢዮብ ፳፰ ፲።

እግር ክፉ ነውና ምናልባት የኛም መንገድ ባለጠጋው በሔደበት የሆነ እንደ ሆነ ፤ እንዴት እንሆናለን ብዬ ያዘንሁበት ምክንያት ይህ ነው አለኝ።

በእውነትም ይህ ነገር እጅግ የሚያሳዝን ነው።

ነገር ግን ንጉሡ ባስጠራን ጊዜ የክርስቶስ ሞት የሚባለውን ካርታ ያገኘን እንደ ሆነ ያንን እያየን ደጋ ደጋውን እንሔዳለን።

ትልቁስ ጭንቀት የክርስቶስ ሞት የሚባለውን ካርታ ያላገኘን እንደ ሆነ ነው። ካርታውንም ካላገኘን ወደ አንዱ ፈረፈር ወድቀን እንቀራለን እንጂ ያ ባለጠጋ የሔደበትን በረሃ እንዘልቃለን ብለን አናስብም አልሁት።

እውነት ነው ፤ ግን ለሁሉም ነገር የተቀደሰ ፈቃዱ ይሁንልን አሜን አለኝ። ይህንም ተነጋግረን መንገዳችንን ለመሄድ ጀመርን።

ምዕራፍ ፡ ፳፲። ስለ ፡ ፍቅር ፡ ምክር።

ከፍቅርም ተሰነባብቼ ጥቂት መንገድ ከሔድኩ በኋላ ፍቅር እንደ ገና ሲጣራ ሰማሁና ዘወር ብል ምርኵዙን ይዞ እንክል እንክል ሲል አየሁት።

እኔም ድምጤን ከፍ አድርጌ ኧረ ምን ሆነሃል ብለው ጥቂት ጉዳይ ረስቻለሁና አንድ ጊዜ መለስ በል አለኝ።

እኔም በቶሎ ተመልሼ አሁን ባሁን ምን ጕዳይ አገኘህ አልኩት።

ትንሽ ምክር ልምከርህ ብዬ ነው አለኝ።

ወዳጄ ሆይ። እግዚአብሔር ያስብልህ።

እንደምን ያለ ምክር ትመክረኛለህ አልሁት።

ከሰው ጋራ አትጣላ ፤ ሰውን ስለ ሃይማኖቱና ስለ ምግባሩ አትንቀፈው። እርሱም ያንተን ሃይማኖትና ያንተን ምግባር ይነቅፈዋልና። ሮሜ ፡ ፫ ፡ ፳።

ክፉ ለተናገረህ ክፉ አትመልስ። ፩ ፡ ጴጥ ፡ ፫ ፡ ፱።

ጥበቡን እሻት ፤ ታገኛታለህም። ምሳ ፡ ፪ ፡ ፩-፯።

ከቅዱስ መጽሐፍ ባልተገኘ በማይረባ ነገር አትከራከር። ፪ ፡ ጢሞ ፡ ፪ ፡ ፳፫።

ከሁሉ ጋራ ተፋቀር። ፩ ፡ ጴጥሮስ ፡ ፬ ፡ ፰።

እውነቱን በሐሰት አትለውጥ። ዕብ ፡ ፲ ፡ ፳፮።

ከሚያለቅስ ጋራ አልቅስ ፤ ደስ ከሚለው ጋራ ደስ ይበልህ። ሮሜ ፡ ፲፪ ፡ ፲፭።

ከሁሉ የሚበልጥ እግዚአብሔርን ፤ ሞትንና መቃብርን ፤ መንግሥተ ሰማያትንና ኵነኔን ሁል ጊዜ አስባቸው አለኝ።

ሁሉም ይሆናል ፤ ነገር ግን ከሁሉ ጋራ ተፋቀር ስላልከው ነገር በሃይማኖት የማይመስሉኝ ፤ በምግባር የማይተባበሩኝ ብዙ ሰዎች አሉ። እነዚያን ሁሉ መውደድ እንደምን ይሆንልኛል አልሁት።

ይህንስ የሚያስረዳ ነገር ከቅዱስ መጽሐፍ ክፍል ላንብብልህ ብሎ ሊያነብ ጀመረ። መንግሥተ ሰማያት በርሻው መልካም

ዘር የዘራ ሰውን ትመስላለች ፤ ሰዎቹም በተኙ ጊዜ ጸላቱ መጣ።

እንክርዳድም በስንዴው መካከል ዘርቶ ሔደ።

ስንዴውም በበቀለና ባፈራ ጊዜ በዚያ እንክርዳድ ደግሞ ታየ።

የባለቤቱም አገልጋዮች መጥተው ጌታችን ሆይ በርሻህ መካከል መልካም ዘር ዘርተህ አልነበረምን እንክርዳዱ ከወዴት መጣ አሉት።

እርሱ ግን ጸላት ሰው ይህን አደረገ አላቸው ፤ ሔደን ብንለቅመው ትወዳለህን አሉት።

እርሱ ግን እንክርዳዱን ስትለቅሙ ስንዴውን ትነቅሉብኛላችሁ ፤ አይሆንም ተዋቸው እስከ መከር ድረስ ባንድ ያደጉ። በመከርም ወራት አጫጆችን እንክርዳዱን ቀድማችሁ ሰብስቡ። እንዲቃጠልም በየነዶ እሠሩት ፤ ስንዴዬን ግን በጐተራዬ አከማቹ እላቸዋለሁ አላቸው። ማቴ ፲፫ ፡ ፳፬-፴።

ደግሞም ይህን የመሰለ ቃል ከቅዱስ መጽሐፍ በብዙ ክፍል ይገኛል አለኝ። ፩ ቆሮ. ፱ ፡ ፯። ማቴ. ፯ ፡ ፵፬-፵፯።

ወዳጄ ፍቅር ሆይ መልካም ምክር መከረኸኛል። ግን ይህን ሁሉ ለማድረግ የእኔ ፈቃድ ብቻ አይበቃኝምና የጌታዬ የተቀደሰ ፈቃዱ ይሁንልኝ አልሁት።

ይህስ እውነት ነገር ነው። አሁንም በደህና ስንብት።

ድንገት ወደ እኔ የሚመጣ ሰው ያገኘህ እንደሆነ ሰላምታ እንድትልክብኝ አለኝ።

ካገኘሁማ ምን ከፋኝ ፤ ነገር ግን መጣላት የሚባል አውሬ ተነሥቶ መንገድ አላፊውን ሁሉ ሊፈጀው ነው። ስለዚህ ወዳንተ የሚመጣ ሰው መገኘቱን እንጃ ብዬው መንገዴን ሔድሁ። ፍቅርም እያዘገመ ወደ ጐጆው ተመለሰ።

ወዳጄ ልቤም ወደ እኔ ቀርቦ በምሥራቅ አገር ካየናቸው ሰዎች ሁሉ እንደ ፍቅር ያለ መልካም ሰው የለም አለኝ።

ኧረ መቼ አየኸውና ከርሱ ጋራ አንድ ወር ብትቀመጥ ዓለምን ከነክብሩ አታስበውም ነበር አልሁት።

| Филологический комментарий. Philological commentary. የፊሎሎጂ ማስረጃ። | | | |
|---|---|---|---|
| 1 | ሰውስ ይቅርና አሞራ ስንኳ አያልፍበትም | 1.Какое там человек, даже хищная птица не появляется там - застывшая конструкция, ይቅርናስ ስንኳ…… Переводится «какое там…даже» | 1-Not only a man – but also a vulture can hardly appear there. The set phrase is translated as " not only… but also" |
| 2 | በውኃ ጥም ተላለቀ | 2.Умирать от жажды | 2-Die of thirst |
| 3 | አንዳንድ ጉንጭ ሙሉ አቀመሰ | 3.Дать на пробу несколько кусочков чего-либо | 3-Give a few bits to taste |
| 4 | በረሃው ጽናት ውኃ ጥም ይዞት | 4.Сильная жажда, которую человек испытывает в пустыне | 4-Severe thirst that a man suffers in the desert |
| 5 | ስቅቅ አለ | 5.Быть подавленным горем | 5-To be in distress |
| 6 | ፀሐይ ቦታዋን ለቃ(ትታ) ወረደች | 6.Солнце садилось | 6-The sun was setting |
| 7 | ምላስ በውኃ ጥም ይታሠራል | 7.Во рту пересохло от жажды | 7-The mouth was dry with thirst |
| 8 | አይዟችሁ የሚል አንድ ሰው | 8.Человек, оказывающий поддержку кому-либо | 8-A man helping somebody |
| 9 | እልም ያለ ገደል | 9.Безлюдная пустыня | 9-Uninhabited desert |
| 10 | የክርስቶስ ሞት የሚባለውን ካርታ | 10.Распятие (дословно: рисунок под названием «Смерть Христа») | 10-Crucifix (literally: a drawing entitled "Death of Christ") |
| 11 | ፈረፈር | 11.Зд. Глубокий овраг. Пропасть | 11-(Here) Deep ravine, abyss |
| 12 | የተቀደሰ ፈቃዱ ይሁንልን አሜን | 12.Да поможет нам Бог, Аминь! | 12-God help us! Amen! |
| 13 | መቅጃ ባለመያዜ እየተናደድሁ ነው | 13.Я расстроен, потому что не взял черпак… 1) Имя действия в сочетании с предлогом ..በ..и притяжательным местоименным суффиксом играет роль придаточного предложения причины. 2) Союз «እየ» употребляется в сочетании с простым перфектом и в конструкции с глаголом-связкой «быть» в настоящем времени..ነው..передает длительность действия в настоящем времени. | 13-I am upset because I have not taken the ladle 1) The noun of action in combination with a preposition ..በ..and possessive pronominal suffix functions as a clause of reason. 2) The conjunction «እየ» in combination with the Simple Perfect and in the construction with Present be-link ..ነው.. denotes an action in progress in the present |

| | | | |
|---|---|---|---|
| 14 | መጠማትስ አልተጠማሁም | 14.Ну, если говорить о жажде, то пить я не хочу… частица..ስ.. в повествовательном предложении переводится «однако», «а ведь», «что касается». В вопрос. предл. – «а». | 14-Well, speaking of thirst, I am not thirsty … The particle ..ስ..in a statement is translated as "though", "as for", "speaking about". In a question it denotes adversative connection |
| 15 | መቅጃ በነበረኝ እኔም በብዙ እጠጣ ነበር ፥ ደግሞ በመቅጃው ይገበት እወጣ ነበር | 15. Если бы у меня был черпак, я бы и сам напился воды и с собою бы принес | 15-If I had a ladle I would drink the water myself and take along with me… |
| 16 | የኛም መንገድ ባለጠጋው በሔደበት የሆነ እንደሆነ | 16.А если мы идем по той дороге, где шел тот богатый человек… придаточное предложение, выражающее реальное условие, может быть передано сочетанием относительной глагольной формы ( деепричастия или простого имперфекта) с застывшей формой...እንደሆነ(እንደሆን).. | 16-And if we go along the road which the rich man went along… The real conditional clause can be rendered by a combination of a relative verbal form (an adverbial participle or a Simple Imperfect form) with an idiomatic form ..እንደሆነ(እንደሆን).. |
| 17 | ምዕራፍ ፳፮ ስለ ፍቅር ምክር | 17.Глава 26 Совет о любви | 17-Meeraf ….The Council of Love |
| 18 | ምርኩዙን ይዞ እንክል አለ | 18...идти прихрамывая, опираясь на палку | 18… walk with a limp leaning on a stick |
| 19 | ድምጤን ከፍ አደረገ | 19.Прислушаться | 19-Listen in |
| 20 | መንግሥተ ሰማያት | 20.рел. Царство небесное, рай | 20-(relig.) Kingdom of God, Heaven |
| 21 | ኩነኔ | 21.рел. Муки ада, ад | 21-(relig.) Hell, torment of hell |
| 22 | እንክርዳድ | 22.сорняк, плевел | 22-Weed, chaff |
| 23 | ነዶ አሠረ | 23.вязать снопы | 23-to sheave |
| 24 | የጌታዬ የተቀደሰ ፈቃዱ ይሁንልኝ | 24.Да поможет мне Бог! | 24-God help me! |
| 25 | ምን ከፋኝ | 25.С удовольствием! Отлично! Превосходно! (Идиом. выражение) | 25-With pleasure! Super! Perfect! (idiomatic) |
| 26 | መከር ወራት | 26.Время жатвы | 26-Sheaving time |

| | | | |
|---|---|---|---|
| 27 | ከነክብር | 27.… ከነ.… … -вместе, с; …ከነክብር.…. – с уважением | 27-…ከነ …Together, with; …ከነክብር.…- with respect |
| 28 | መልካም ዘር ዘርተህ አልነበረምን | 28.разве ты не посеял хорошие зерна? | 28-.… Haven't you sawn good seed? |
| 29 | መንገድ አላፊውን ሁሉ ሊፈጀው ነው | 29. он (зверь) собирается съесть всех проходящих мимо - предлог ለ, с простым имперфектом в конструкции глаголом-связкой «быть» в настоящем времени .. ነው.. передает намерение совершить действие в ближайшем будущем. | 29-.…. it (the beast) is going to devour everyone who passes by -- The combination of the preposition ..ለ.. with the Simple Imperfect and the present be-link ..ነው..denotes intention to perform the action in the nearest future. |
| 30 | ካገኘሁማ | 30.если же я встречу… 1)… ከ – один из союзов, вводящий условное предложение, выражающее реальное условие. Сочетается с простым имперфектом; 2) Энклитика …ማ... имеет значение «ведь», «же», «так и» | 30-… if I meet… 1) ..ከ… is one of the conjunctions introducing a real condition clause with the verb in Simple Imperfect tense 2) enclitic..ማ.. particle with emphasising meaning, corresponding to the Russian *ведь, же, так и* |
| 31 | ኧረ መቼ = መቼ ኧረ | 31.… ኧረ መቼ.…..- эмфатическая частица…መቼ ኧረ… | 31-ኧረ መቼ… emphasising particle…መቼ ኧረ… |

# МЭКОННЫН ЫНДАЛЬКАЧОУ (1892–1963)

Мэконнын Ындалькачоу — писатель и государственный деятель. Происходил из одного из самых могущественных родов эфиопской земельной аристократии. Получил образование при дворе императора Хайле Селассие I. После возвращения из Великобритании (1924) занимал ряд важных государственных постов: инспектор железной дороги Аддис-Абеба–Джибути (1924–26), министр коммерции (1926–31), представитель Эфиопии в Лиге Наций (1931–33). Во время итало-эфиопской войны по приказу императора находился в Палестине, выполняя обязанности уполномоченного по делам эфиопских беженцев. После окончания войны — министр внутренних дел (1942), с 1957 г. — президент сената.

Крупный общественный и государственный деятель, М. Ы. олицетворял собой одну из наиболее консервативных сил феодального общества, скептически относившегося к программе действий по модернизации страны.

М. Ы. сыграл важную роль в становлении и развитии новых жанров литературы — новеллы и драмы. В своей прозе он отстаивал незыблемость феодальных устоев и защищал с религиозных позиций сложившуюся сословную иерархию как данную Богом и потому не подлежащую никаким изменениям. Исследуя острые конфликты действительности, М. Ы. призывал преодолевать страдания и социальный гнет посредством морального совершенствования (новелла «Изменчивый мир» в сборнике «Поправьте меня», 1953, роман «Цэхай Мэсфын, 1957). Интерес М.Ы. к нравственным проблемам, которые он стремился осмысливать с позиции христианского гуманизма, нашел отражение и в других новеллах («Камень Каина», «Город бедных» в сборнике «Поправьте меня», 1953), а также в романе-исповеди «Бег мыслей» (1956–57) — фактически новом для эфиопской литературе жанре, где запечатлены философские раздумья автора об основах мироздания и смысле человеческой жизни.

Другая важная тема творчества М.Ы.— военно-патриотическая. Героизму и мужеству эфиопов в годы фашистской агрессии посвящена одна из наиболее тонких и проникновенных новелл «Я не лгу, говоря, я не умер» (сб. «Поправьте меня»), а также драма «Голос крови», с которой связывают возрождение эфиопской драматургии в послевоенный период (1941, 1948–49, вошла также в сборник «Поправьте меня», 1953, 4 изд. 1967).

*(Даты приведены как по юлианскому, так и григорианскому календарю)*

# MAKONNEN ENDALKACHEW (1892–1963)

Makonnen Endalkachew was a writer and a state figure born in one of the most powerful families of Ethiopian landed aristocracy. He was educated at the court of the Emperor Haile Selassie I and on returning from Great Britain in 1924 held several key posts in the government, that of comptroller of the railroad from Djibuti to Addis Ababa from 1924–26, Minister of Commerce from 1926-31, Ethiopian envoy to the League of Nations (1931–33). During the war between Italy and Ethiopia, the order of the Emperor brought him to Palestine as a state representative dealing with Ethiopian refugees. After the war he occupied the position of the Minister of the Interior (1942) and since 1957 President of the Senate.

A prominent public figure and state man, Makonnen Endalkachew was the embodiment of the most conservative group of the feudal society, strongly opposed to plans of modernizing the country.

Makonnen Endalkachew played an important role in the rise and growth of new literary genres of the story and the drama. In his prosaic works he championed the inviolability of the feudal government and advocated the religious foundations of the class hierarchy as God-given and, thus, steadfast. In his treatment of acute conflicts of his day he appealed for moral perfection as a means of fighting against social inequality and suffering (the story "Inconstant World" in the "Advise Me" anthology, 1953, the novel "Tsehai Mesfin 1957). Makonnen Endalkachew dealt with morality and religion, Christian humanity, which found its way to other stories ("The Cain Stone", "The City of the Poor" in the "Advise Me" anthology, 1953), also in his autobiographical novel "The Flight of Thought", which, in fact, is a new genre for Ethiopian literature, a philosophical meditation of the author about the basic principles of the universe and the meaning of human life.

Yet another sphere of Makonnen Endalkachew's writing is patriotism in the war. Heroic valour of Ethiopian people in the years of fascist aggression is the topic of one of the most subtle and heartfelt stories "I Do Not Lie, Saying I Am Not Dead" (in the "Advise Me" anthology) and the play "The Voice of Blood" considered to have triggered the renaissance of the Ethiopian drama of the post-war period (1941, 1948-49, also in the "Advise Me" anthology of 1953, the 4th edition of 1967).

*(The dates are given in accordance with Julian and Gregorian calendars)*

*Памятник священнику-патриоту Абуне Петросу*
*The monument to the priest Abune Petros (Addis Ababa)*

## የደም ድምጽ። ከመኰንን እንዳልካቸው።
## መዕራፍ ፩። ገጾች ፳፫-፳፮። (1940)

ግራዚያኒ ደወል ይደውላል አሽከር ይገባል። ግራዚያኒ አቡነ ጴጥሮስን አስገባ ይላል አሽከር አቡነ ጴጥሮስን ይግቡ ይላል። አቡነ ጴጥሮስ ይገባሉ።

ግራዚያኒ ፧-ብፁዕ አቡነ ጴጥሮስ ሆይ ስለምንድነው ለጣልያን መንግሥትና ለገናናው ሙሶሊኒ አልገዛም ብለው ለጳጳስ በማይገባው ሕግ ከደጃዝማች አበራና ከደጃዝማች አስፋ ወሰን ጋራ ሊወጉን የመጡት።

አቡነ ጴጥሮስ ፧-ክቡር ሆይ እኔ የጦር አለቃ አይደለሁም፤ ለመዋጋትም አልመጣሁም፤ ነገር ግን ስላገሬናስለ ሃይማኖቴ ስለ ንጉሠ ነገሥቴ ክብር ለመሞት ብቻ ነው የመጣሁት።

ግራዚያኒ ፧-ቢሞቱ ምን ይጠቀማሉ ፧ ማንንስ ይጐዳሉ። አያውቁምን ገናናው ሙሶሊኒ ዓለምን ሊገዛ እንደ ቃጣ የማንም ብርታት የሱን አሳብ ሊቃወም አይችልም።

አቡነ ጴጥሮስ ፧-ዐውቃለሁ ምንም ለማድረግ እንደማልችል። ነገር ግን ላገሬ ደሜ በመሬቱ ላይ ቢፈስ ጥቅም እንዲሆን አምናለሁ ፧ ዐውቃለሁም። ክብር ሆይ ያውቃሉን የደም ድምፅ አየርን ሰንጥቆ እንዲወጣ ዕንባም የነፍስ ደም ተራራን ሁሉ እንዲፈነቅል እንዳሉት ርግጥ ነው ገናናው ሙሶሊኒ ዓለምን ሊገዛ እንደቃጣ።

ደግሞ ከዚህ መጨረሻው ምን እንደሆነ በቅርብ ይታየኛል እንድጨርሰውም ክቡርነትዎ ይፈቅድልኛል።

ግራዚያኒ ፧- ይጨርሱ።

አቡነ ጴጥሮስ ፧- ገናናው ሙሶሊኒ አሁን የሚሠሩት ግፍ አዲስ ነገር አይደለም ፧ እንደዚሁም ሁሉ በዱሮው በሮማውያን መንግሥት እጅግ ጨካኞችና እብሪተኞች ነገሥታት ተነሥተው ዓለምን ያስጨንቁ ነበር።በነሱ ክፋትና እብሪት ቤተ ክርስቲያን ብዙ ልጆች ወለደች ከነዚሁ ከሮማውያን ነገሥታት

አንዱ ኔሮን የሚባለው የእብሪቱ ብዛት ቤት ሲቃጠል ማየት አምሮኛል ብሎ የሮማን ከተማ በማቃጠሉ በገዛ ሕዝቡ ተደብድቦ በውርደት ሞተ። የገናናው ሙሶሊኒም ዕድል እንደዚሁ ሁሉ ሳይሆን አይቀርም።

ግራዚያኒ ፤- ወይ ግሩም ከተወለድኩ እስካሁን ድረስ እንደርስዎ ያለ ደፋር አላየሁም በማን መሬት ላይ ቆመው ነው ገናናው ሙሶሊኒን የሚሰድቡ።

አቡነ ጴጥሮስ ፤- ክቡር ሆይ ስለጠየቁኝ ቃል ባጭሩ በኔው መሬት ላይ ቆሜ ነው የምናገረው።

ነገር ግን የጣልያን መሬት ነች ብለው ስላስታወቁኝ ለኢትዮጵያ እስክትመለስ ድረስ ሞትን መርጫለሁ በጠላት መሬት ላይ ልመላለስ አልፈቅድም።

ግራዚያኒ ፤- ስቆ አባቴ ሆይ ከመሞት መሰንበት ይሻላል፤ ይልቁንስ የቪክቶርዮ ዔማኑኤልን የኢትዮጵያ ንጉሠ ነገሥትነታቸውን አምነው ፈርመው በፍጹም ልብዎ ለደጉ ጣልያን መንግሥት እንዲያገለግሉና ለመስበኪያም ብዙ ገንዘብ እንድንሰጥዎት ቢደረግ በጣም የተሻለ ነው ፤ ምክሬን ይስሙኝ።

አቡነ ጴጥሮስ ፤- ክቡር ሆይ ማነው ፤ ዕብድ ከሆነ ሰው በቀር እናቱን ለገደለበት ባለጋራ የልብ አገልጋይ የሚሆን ለመስበኪያ የሚሆን ብዙ ገንዘብ ይሰጥዎታል ስላሉን በጣም አዘንኩ።

ማን ሰው ነው ፤ አእምሮ ከሌለው ሰው በቀር ለራሱ መግደያ መርዝ በብዙ ገንዘብ የሚገዛ።

አሁንም ለክቡርነትዎ የመጨረሻ ቃሌን የምሰጥዎ ገንዘብዎ ለራስዎ ለጥፋትዎ ይሁን ፤ እኔ ሃይማኖቴንና አገሬን በገንዘብ አልሸጥም።

ብኵርናውን ለመብል እንደሸጠ እንደ ዔሳው ፤ ጌታውን ለገንዘብ እንደ ሸጠ እንደ ይሁዳ አልሆንም ከቀዳማዊ ኃይለ ሥላሴ በቀር ሌላ ንጉሠ ነገሥት አላውቅም።

ግራዚያኒ ፤- አስመጣቸው ግድ የለም የሚደርስብዎትን መከራ ወደ ፊት ያገኙታል።

አቡነ ጴጥሮስ ፤- ጌታዬን በገደሉ በሮማውያን እጅ መከራ መቀበልና የሱን መስቀል ተሸክሜ መከተል ደስ ይለኛል።

ግራዚያኒ ፤- ደወል ይደውላል ፤ አሽከር ይገባል። ግራዚያኒ - መኳንንቱን አስገባ ይላል። መኳንንቱ ይገባሉ። ግራዚያኒ ፤- ይኸውላችሁ አቡነ ጴጥሮስ ምንም ቢሆን የቢክቶርዮ ዔማኑኤልን የኢትዮጵያን ንጉሠ ነገሥትነት አላውቅም አልፈርምም አሉ። ስለ ገንዘብም መስጠት ብነግራቸው ላንተ ለጥፋትኽ ይሁንኽ ብለው ሰደቡኝ ፤ በዕድሜዬ እስከ ዛሬ ድረስ እንደዚህ ያሉ ሐሳብ ጽኑ ደፋር ሰው አላየሁም ፤ ስለዚህ የኔም አሳብ ወደ መግደሉ አዘነበለ።

ፍራንኮ ፤- ክቡር ሆይ እንደዚህ ያሉ ሰዎች በብርታታቸውና በሃይማኖታቸው ጠንክረው ሲሞቱ ሌሎች ብዙ የሃይማኖት ልጆች ይወልዳሉ ፤ መከራና ሥቃይ የሚያስነሣቸው ሰዎች ከደም በቀር በሌላ ነገር አይመከሩም፤ በደም የተጣበቀውንም አንድነት ማንም ሊያላቅቀው አይችልም።

ስለዚህ የኒህ ሰው መገደል ለፖለቲካችን ዕንቅፋት ይሆንብን ይመስለኛል።

ማሌቲ ፤- የኔም አሳብ እንደ ጄነራል ጋሊኒ ነው።

እንደዚህ ሆኖ ነው አፍሪቃ የምትገዛው የኢትዮጵያን ሕዝብ በመለማመጥ እንገዛለን ማለት ከንቱ ነው። ደግሞም ብዙ ድኾች ከምንደበድብ አንድ ትልቅ ሰው ብንገድል የሕዝቡን ልብ ይሰብረዋል ስለዚህ የሥራ ጓደኞቼ ያሳሰቡትን የፍርሃት ፖለቲካ አልስማማበትም።

ግራዚያኒ ፤- የሁላችሁም አሳብ በጣም ከፍ ያለ ነው ፤ ነገር ግን የኔም አሳብ አቡነ ጴጥሮስ እሺ ቢሉን በወገኖቻቸው አስመክረን የቢክቶርዮ ዔማኑኤልን የኢትዮጵያ ንጉሠ ነገሥትነታቸውን ካወቁ ለጊዜው ብንተዋቸው የተሻለ ይመስለኛል ስለምን ሰወዬው በፊታቸው ላይ እንደሚታየው

ትልቅ ታሪክ በኛ ላይ ጥለው እንዲሞቱ የቀረቡ መሆናቸው ይታወቃል።

ምዕራፍ ፫። ገጾች ፺፮-፺፰።

አቡነ ጴጥሮስ ፤- ልጆቼ እንግዴህ ደኅና ሰንብቱ ኢትዮጵያ ነፃነቷ አይጠፋም ፤ እናንተ ግን አደራችሁን መልካም ፍሬ በመሆን ፈንታ እሾህና አሜከላ ሆናችሁ እንዳትቈዩ የኢትዮጵያን ነጻነት አስቡ።

የዘበኛው አለቃ ወደ ወህኒ ቤቱ ይገባል።

የዘበኛው አለቃ ይነሡ ወደሚደበደቡበት ሊሄዱ ነው።

አቡነ ጴጥሮስ ፤- በጣም ደስ ይለኛል ፤ እኔም የምጠብቀው ይኸንኑ ነበር። በየመንደሩ ይለፈፋል።

አቡነ ጴጥሮስ በገናናው የጣልያን መንግሥት ላይ ስለ ሸፈቱ አራዳ ይደበደባሉና በ፰ ሰዓት እንድትሰበሰቡ።

በ፰ ሰዓት አራዳ ወደ መደብደቢያው ቦታ ደረሱ። ሕዝቡም ተሰብስቦ ነበር ፤ ዘበኞቹ ግራና ቀኝ ተሰልፈዋል።

የዘበኛ አለቃው ዐይናቸው ላይ ጥቍር ጨርቅ አሰረላቸው።

አቡነ ጴጥሮስ ፤- አይሆንም ስለ ሀገሬ ሞትን ለማየት ስለምፈቅድ ለሞት መደለያ ዐይኔ ላይ በጥቍር ጨርቅ እንድሸፈን አልፈልግም ብለው ጣሉት።

የዘበኛው አለቃ እንግዴህ የመጨረሻ ቃል ለመናገር ይፈቅዱ እንደ ሆነ ይናገሩ።

አቡነ ጴጥሮስ የኢትዮጵያ ልጆች ሆይ የኔም ልጆች ደኅና ሰንብቱ ባለችኝ በመጨረሻ ደቂቃ ውስጥ የምነግራችሁ ቃል አደራ ለጠላታችሁ ለፋሽስት መንግሥት እንዳትገዙ ስንኳን እናንተ መሬቷ እንዳትገዛ ገዝቻለሁ።

የዘበኛው አለቃ አነጣጥሮ ተኰሰ።

አቡነ ጴጥሮስ ልክ መስቀል ሆነው በልባቸው ወደቁ። የዘበኛ አለቃ በግምባራቸው ላይ በሽጒጥ ተኰሰ።

Филологический комментарий. Philological commentary. የፊሎሎጂ ማስረጃ።

| | | | |
|---|---|---|---|
| 1 | ብፁዕ (ብፁዐን) | 1.его преосвященство (– мн.ч.) | 1 -the Right Reverend ( - pl.) |
| 2 | ጳጳስ(ጳጳሳት) | 2.Митрополит (-мн.ч.) | 2-metropolitan (… pl.) |
| 3 | የነፍስ ደም | 3.Страдания | 3-sufferings |
| 4 | ባላጋራ | 4.Враг | 4-enemy |
| 5 | ብኩርና | 5.первенство, право перворожденного | 5.Primogenitary right |
| 6 | ዕንቅፋት | 6.Препятствие | 6-Obstacle, handicap |
| 7 | መሳበኪያ | 7.зд. кафедра архиепископа | 7.(here) metropolitan pulpit |
| 8 | ለሞት መደለያ | 8.Чтобы обмануть смерть | 8-To defy death |
| 9 | የሮማን ከተማ በማቃጠሉ በገዛ ሕዝቡ ተደበደበ በውርደት ሞተ | 9.он был растерзан толпой, потому что сжег Рим Имя действия с притяжательным местоименным суффиксом и предлогом…በ... соответствует придаточному предложению причины | 9. he was ravaged by the crowd because he had set Rome on fire. The action noun with the possessive pronominal suffix in combination with the preposition …በ... acts like a clause of reason. |
| 10 | ሙሶሊኒም ዕድል እንደዚሁ ሁሉ ሳይሆን አይቀርም | 10.Муссолини постигнет та же участь..-конструкция, состоящая из имперфекта смыслового глагола в отрицательной форме с союзом …ሳ.. и отрицательной формы имперфекта 3 лица, ед.числа, м.р. от глагола ...ቀረ…. «оставаться», передает неизбежность совершения действия, которое выражено в имперфекте смыслового глагола. | 10… Mussolini is bound to have similar destiny .. - the combination of the negative Imperfect form of the notional verb with the conjunction …ሳ.. plus the negative 3rd person singular masculine form of the verb ..ቀረ… ("to stay") gives the meaning of inevitability of the action expressed by the Imperfect notional verb. |
| 11 | ይነሡ ወደ ሚደበደቡበት ሊሄድ ነው | 11.вставайте, вам скоро идти на расстрел… Конструкция – предлог … ለ.. с имперфектом смыслового глагола и глаголом-связкой в настоящем времени … ነው..(быть) – передает действие, которое произойдет в ближайшем будущем. | 11. Get up! You are to be soon shot in execution. The combination of the Imperfect form of the notional verb and the present tense be-link ..ነው… expresses an action about to take place in the nearest future |
| | | | |

| | | | |
|---|---|---|---|
| 12 | የመጨረሻ ቃል ለመናገር ይፈቅዱ እንደሆነ | 12. если Вы хотите сказать Ваше последнее слово… простой имперфект смыслового глагола в сочетании с застывшей формой…እንደሆን(እንደሆን)…… передает придаточное предложение, выражающее реальное условие. | 12.If you wish to have your final word… The Simple Imperfect form of the notional verb in combination with the fixed form …እንደሆን(እንደሆን)… has a meaning of a real conditional clause. |
| 13 | ብኩርናውን ለመብል እንደሸጠ እንደ ዔሳው | 13 – как Исав, продавший за еду право первородства… По библейскому преданию, Исав, сын Исаака, внук Авраама, вернувшись голодным с охоты, продал своему младшему брату, близнецу Иакову, право первородства за чечевичную похлебку. | 13 - like Esau, who sold his birth right for food. According to the Biblical legend, Esau - son of Isaac and grandson of Abraham- returning hungry from hunting, sold his birth right, his primogenitary, to his twin brother Jacob for a mess of pottage, a dish of lentil soup. |
| 14 | ጌታዬን በገደሉ በሮማውያን እጅ መከራ መቀበል …ደስ ይለኛል | 14.Я буду счастлив принять мучения от рук римлян, распявших моего господа ( По преданию Иисус Христос был распят по приказу царя Ирода в царстве Иудейском, которое находилось на территории Римской империи). | 14 -I shall be happy to take martyrdom at the hands of the Romans, who crucified My Lord. According to the Bible, Jesus Christ was crucified on the orders of King Herod, the ruler of Judaea – then part of the Roman Empire. |
| 15 | አራዳ | 15.Арада – дореволюционный торговый центр Аддис-Абебы. | 15 - Arada – the trading centre of Addis-Ababa in the pre-revolutionary times. |

# КЭББЭДЭ МИКАЭЛЬ
# (1915–1998)

Кэббэдэ Микаэль получил традиционное среднее образование. Из-за итало-эфиопской войны не смог получить высшее образование, однако много занимался самообразованием, изучил французский и английский языки. Впоследствии К.М. занимал высокие общественные и государственные посты в Министерстве образования и иностранных дел (1945–55), был чрезвычайным и полномочным послом Эфиопии в Ватикане на открытии Вселенского собора (нач. 1950-х гг.).

Автор сборника «Свет разума» (1933—34, 41–42), в котором элементы эфиопского фольклора органично

*Кэббэдэ Микаэль в момент вручения ему Литературной премии им. Хайле Селассие.*
*Kebbele Mikael receiving the Haile Selassie I Literary Award (1990s)*

сочетаются с западноевропейской литературной традицией; дидактических сочинений для учащихся средних школ «История и притчи» и др. К. М. — один из наиболее известных публицистов, автор работ, посвященных взаимосвязям традиционной эфиопской и западноевропейской культур: «Эфиопия и западная цивилизация» (одновременно издана на французском и английском языках, 1941–42, 1948–49), «Всемирная история» (ч.1 1941–42, 1948–49, ч. 2, 1954–55). «Великие люди» (1943–44, 1950–51), «Модернизация Японии» (1946–47, 1953–54).

К. М. — основоположник классицистской эфиопской драмы на амхарском языке. С его приходом в литературу завершился начальный период драматургии 30-х гг. Произведения К. М. свидетельствуют о его знакомстве с европейской драматургией — античной трагедией, театром французского классицизма, творчеством У. Шекспира (он перевел и адаптировал для эфиопской читательской аудитории трагедию «Ромео и Джульетта», 1946–47, 1953–54).

Перу К. М. принадлежат пьесы различных жанров — это и религиозно-аллегорическая драма «Пророческое свидание» (опубл. 1938, 1945–46, англ. перевод 1953), историческая трагедия в стихах «Ганнибал» (пост. 1955–56, опубл. 1956, 1963–64), драма «Калеб» в основе которой — идея служения христианской религии, историческая трагедия «Ахыаб» (опубл. 1960–61, 1967–68) и др.

*(Даты приведены как по юлианскому, так и григорианскому календарю)*

# KEBBEDE MIKAEL (1915-1998)

Kebbede Mikael got traditional secondary education which he could not further to higher education due to the war between Italy and Ethiopia but he continued self-education, learned French and English. Kebbede Mikael held high public and government positions in Ministries of Education and Foreign Affairs (1945-55), was an Ambassador plenipotentiary in Vatican at the opening of the Oecumenical Council (early 1950s).

Kebbede Mikael is the author of "The Light of Reason" anthology (1933-34, 41-42), where elements of Ethiopian folklore naturally blend with Western European literary tradition; of "Histories and Parables), didactic works for secondary school, and others. He is one of the best-known non-fiction writers who studied the inter-relation of Ethiopian and Western European cultures in such works as "Ethiopia and the Western Civilization" (also published in French and English, 1941-42, 1948-49), "Universal History" (Part 1 in 1941-42, 1948-49, Part II in 1954-55), "Great People" (1943-44, 1950-51), "Modernization of Japan" (1946-47, 1953-54).

Kebbede Mikael is the founder of classicist Ethiopian drama in Amharic, which brought to completion the initial period of the drama of the 1930s. His works testify to his familiarity with European drama from ancient tragedy to French Classicism to Shakespeare (he translated "Romeo and Juliet" and adapted it to Ethiopian readership, 1946-47, 1953-54).

Kebbede Mikael wrote plays of various genres, such as "The Prophetic Meeting", a religious allegoric drama (published in 1938, 1945-46, English translation in 1953); "Hannibal", a historical tragedy in verse, (staged in 1955-56, published 1956, 1963-64), "Kaleb", a drama based on the idea of service of Christian religion; "Ahiab", a historical tragedy (published in 1960-61, 1967-68)

*(The dates are given according to Julian and Gregorian calendars)*

## መልክና ፡ መስታዎት። ከከበደ ፡ ሚካኤል። (1940)

እጅግ እድርጎ መልኩ የሚያስቀይም አንድ ሰው ነበር። እሱም በሕይወቱ መስታዎት አግኝቶ መልኩን በዐይኖቹ ተመልክቶት አያውቅም ነበር። መልኩ የማያምር አስቀያሚ መሆኑንም የሚሰማው የሐሜት ሐሜት እንጂ ፊት ለፊት ገልጦ ሊነግረው የደፈረ ሰው እንኳ አልነበረም። ከዕለታት አንድ ቀን ድንገት አንድ ትልቅ የግድግዳ መስታዎት አግኝቶ መልከን ሊመለከት ወደ እሱ ቀረበ። እውነትም መልኩን ቢመለከተው በጣም የሚያስከፋ ሆኖ አገኘው። ወደ መስታዎቱም በጣም ተጠግቶ ትክ ብሎ ቢያስተውል መልከ ጥፉነቱ እጅግ የሚያሰቅቅና የሚያሳፍር ሆኖ አገኘው። ከዚህ በኋላ በልቡ እንዲህ አለ።

ይህ የምመለከተው የሚያስጠይፍ መልክ እውነት የእኔ ሆኖ ነውን? በሰው አፍ ስታማ የምሰማውስ ለካ እርግጥ ኖሩዋልን? በዓለምም ላይ የምኖረው እንደዚህ የሚያስከፋ መልክ ይዤ ነውን? ይህ ሁሉ በፍጹም ሐሰት ነው። በዚህ መስታዎት ውስጥ የምመለከተውን ያህል የእኔ መልክ አያስከፋም። በእውነቱ ነገር እኔ ቆንጆ ነኝ። ቁንጅናዬንም ልቡናዬ ያውቀዋል። ይህ መስታዎት ግን ሐሰተኛ ነው ለሰው ያለ መልኩ መጥፎ መልክ ይሰጣል። በዚህ ቤታም ተቀምጦ ሊኖር አይገባውም ብሎ ትልቅ ድንጋይ አነሣና ወርውሮ መስታዎቱን ሰባበረው።

መስታዎት በምን ይመሰላል? እውነቱን ገልጦ በሚናገር ሰው ይመሰላል። መልክ ደግሞ በምን ይመሰላል? በመጥፎ ጠባይ ይመሰላል። እኛ ግብዞቹ የአዳም ልጆች ሁላችንም በጠባያችን ውስጥ ያለውን ክፋት ለመስማትና ለማወቅ አንፈልግም። ልቡናችንም ሲረዳው ትዕቢታችን እሺ ብሎ አይቀበልም። ጉድለታችንን ደፍሮ የሚነግረንም ሰው ቢኖር ይህ ሰው ተቈጥቶ መስታዎቱን እንደ ሰበረው እኛም እንዲሁ ያነን ሰው እንጣላዋለን። እኛ ግብዞቹ ያምንወደው የሕሊናችንን ዐይን ጨፍነን አለ ባሕርያችን መልካም ባሕርይ አለን ብለን እያሰብን ልባችንን ሐሰተኛ ደስታ በመመገብ የገዛ ራሳችንን መልሰን እያታለልን ለመኖር ነው። ትዕቢታቸውን አሸንፈው እውነትን የሚወዱና ጠባያቸውን የሚያሻሽሉ ሰዎች በጣም ጥቂቶች ናቸው።

Филологический комментарий. Philological commentary. የፊሎሎጂ ማስረጃ።

| | | | |
|---|---|---|---|
| 1 | ፊት ለፊት | 1.Зд. – прямо в лицо | 1-(here) straight in the face |
| 2 | ትክ ብሎ አስተዋለ | 2.Пристально рассматривать | 2-To stare |
| 3 | በሰው አፍ ስታማ የምለማውስ | 3. а ведь то, что я слышал о себе в сплетнях людей (когда люди сплетничали обо мне) | 3 - while, what I heard about myself in gossip, is … |
| 4 | አታለለ | 4. обманывать, вводить в заблуждение | 4-To cheat, disorient |
| 5 | እጅግ አድርጎ መልኩ የሚያስቀይም | 5. отвратительная внешность…. Деепричастие от глагола…አደረገ.. (делать, совершать) в сочетании с наречием употребляется эмфатически, для усиления значения, выраженного наречием | 5- to look disgusting… The adverbial participle of the verb ..አደረገ… (to do, to perform) in combination with an adverb is used emphatically to intensify the meaning of the adverb |
| 6 | መልኩን በመለከተው በጣም የሚያከስከፋ ሆኖ አገኘው | 6.взглянув на себя, он увидел, что внешность его ужасна. | 6. glancing in the mirror, he saw that he looks terrible (his appearance is awful) |

ሥልጣኔ ፡ ማለት ፡ ምንድነች? ከከበደ ፡ ሚካኤል።
የሥልጣኔ ፡ ደዌ። ገጽ ፷፩-፷፯ ፤ ፸፫-፸፭። (1941)

ኤመርሰን የተባለው ያሜሪካ ፈላስፋ የሰጠውን አሳብ የተከተልን እንደሆነ ሰው በሁሉም በኩል የሥልጣኔ እርምጃ ሊፈጽም አይችልም። ባንድ በኩል ሥራው የለማ ሲሆን በሌላ በኩል ይበላሻል። በአንድ በኩል ሲያገኝ በሌላ በኩል ያጐድላል። በዚህ ምክንያትም ሆነ ወይም በሌላ የዛሬዪቱ ሥልጣኔ ከፍ ያሉ ጉድለቶች እንደሚገኙባት የታወቀ ነው። ብቅል ፤ አሻሮና ጌሾ እነዚህ ሶስቱ ሲዋሐዱ ጠላ ተብለው በአንድ ስም እንደሚጠሩ ሁሉ የገንዘብ ፍቅር ፤ ማቴሪያሊስምና የእግዚአብሔር ክህደት እነዚህ ሶስቱ የምዕራባዊ ሥልጣኔ መርዞች የማይለያዩና የተደጋገፉ ስለሆኑ የሥልጣኔ ደዌ ብለን ባንድ ስም ብንጠራቸው ቅር የሚያሰኝ አይሆንም። የገንዘብ ፍቅር የተባለው በንግድ ላይ ተመሥርቷል። ምንጩም ኢንዱስትሪ (ፉብሪካ) ነው። ማቴሪያሊስም ማለት ለምድራዊ ነገር ብቻ ተገዥ ሆኖ መገኘትና መስገብገብ ፤ በመንፈስ በኩል ያለውን ታለቅ የሆነ ሀብት መዘንጋት ፤ መካድም ነው።

ሰው የገንዘብን ፍቅር ከሁሉ ነገር በላይ አድርጎ ከተመለከተ ከማቴሪያሊስም ሊያመልጥ አይችልም። እነዚህ ሁለቱ ነገሮች የሃይማኖትን መቀዝቀዝ ፤ ወይም እግዚአብሔርን መካድ ፡ እንደሚያስከትሉ ግልጥ ሆኖ የሚታይ ነገር ነው። ሰው ለጣዖት እያመለከ አሥርቱ ቃላትን ሊጠብቅ እንደምን ይችላል ? ከሁለት አንዱን መምረጥ አለበት። እንግዲህ የገንዘብ ፍቅር ማለት ገንዘብን እንደ ጣዖት ማምለክ ነው። የምዕራብ ሕዝቦች የሳይንስና የቴክኒክ ጥበብ ከተገለጠላቸው ጀምሮ አዲስ የሥልጣኔ ዘመን እንደተከፈተላቸው ታውቋል። በኤሌክትሪሲቴ ኃይል የሚንቀሳቀሱት ኢንዱስትሪዎች ለሰው ኑሮ የሚጠቅሙትን ልዩ ልዩ ነገሮች እየሠሩ ሲሰጡ ዓለም ከተፈጠረ ጀምሮ ታይቶና ተሰምቶ የማይታወቅ ሀብት ወደ አውሮፓ መጕረፍ ጀመረ።

የገንዘብ ፍቅር የተባለው መርዝ ጠባዩ ይህ ሲሆን አሁን ደግሞ የሁለተኛውን መርዝ ማለት የማቴሪያሊስምን ጉዳይ ባሕሪው ምን እንደሆነ እንመልከት። የሳይንስ ጥበብ ለሰዎች እየተገለጠ ሲሔድ ሰው ከአቅሙ በላይ የሆነ ዕውቀት ባንገሉ አደረበት። ሊቃውንትም የሥነ ፍጥረትን ጥበብ በመመርመር ብቻ አሳባቸው ተጠመደ። በዚህ ዓለም ላይ የምናየው ነገር አብዛኛው ምሥጢሩ ለኛ ለሰዎች የተሠወረ ነው። ይህንንም በጣም ሰፊ የሆነውን የተሸፈነ ነገር እናውቃለን ብለን አንመኝም። ምክንያቱም ካቅማችን በላይ እንደሆነ ስለምናውቀው ነው። የሳይንስ ጥበብ ትልቅ እርምጃ ካደረገችበት ጊዜ ጀምሮ ማለት ከሁለት መቶ ዓመታት ወዲህ የሳይንስ ሊቃውንት ሰው አሳቡንና ድካሙን ሳይንስን በመመርመር ላይ ቢያውለው የተሸፈነውን ነገር ሁሉ ለማወቅ ይችላል የሚል እምነት አደረባቸው። እንደዚሁም በሳይንስ መርምረን የተረዳነውን በመጽሐፍ ቅዱስ ተጽፎ ከሚገኘው ጋር ስናስ ተያየው አይገናኝም። ስለዚህ ሰው ማንኛውንም ነገር እራሱ እየመረመረ ማስረጃ ሲያገኝለት ብቻ ሊቀበለው ይገባል እንጂ እግዚአብሔር ለሰው በነቢያትና በቀሩትም የሃይማኖት መሪዎች አማካይነት ገለጠለት ወይም አስተማረው የሚባለውን “re've'lation” መቀበል አይገባንም የሚሉ ሊቃውንት ተገኙ። ግማሾቹ ደግሞ እግዚአብሔር መኖሩ አይካድም። ነገር ግን የአስትሮኖሚ ዕውቀት ባሁኑ ጊዜ በጣም የተስፋፋ ሆኖ የቀድሞዎቹ ሰዎች ያልደረሱበትን ዕውቀት ዛሬ ስለደረስንበት እኛ ሰዎች የምንኖርባት ዓለም እንደ ጤፍ ቅንጣት የምትቆጠር ታናሽ ነገር ስለሆነች ፤ እግዚአብሔር ለዚች ታናሽ ነገር ይህን ያህል አይጨነቅበትም የሚሉ ናቸው። ሌሎቹም ደግሞ በዚህ ዓለም ላይ ዘለዓለማዊነት ያለው ግዙፍ አካል ብቻ ነው። ግዙፍ አካል ማለት ከዋክብትና ፕላኔቶች በላያቸውም ላይ ያለው እንደ አፈር ፤ ድንጋይ ፤ ብረታ ብረትና ማዕድን የመሰለው ነው። ግዙፍ አካሎች የተባሉት አንዴ በእሳት

እየቀለጡ ፤ አንዴም እየፈረሱ ፤ ተመልሰው ደግሞ እየተቋቋሙ ጨርሶ መጥፋት ሳይደርስባቸው ሲለዋወጡ ዘለዓለም ይኖራሉ። በዚህ ዓለም ላይ ምንም ነገር አይፈጠርም። ምንም ነገር ደግሞ ጨርሶ አይጠ ፋም። ሰውና በእስትንፋሽ የሚኖሩ ፍጡሮች ግን አላፊ የሆኑ በድንገት እንዳጋጣሚ የተገኙና በቶሎ የሚጠፉ ናቸው። ስለዚህ ዘለዓለማዊነት ያለው ግዙፍ አካል ነው እንጅ ሰው ዘለዓለማዊነት ያለው ፍጡር ሊሆን አይችልም ይላሉ። ያም ሆነ ያ እነዚህ አሳቦች ሁሉም የሃይማኖትን ሕንፃ የሚያፈርሱና ማቴሪያሊስምን የሚደግፉ ናቸው። የሁለቱን መርዞች ጠባይ ከተመለከትን በኋላ ወደ ሦስተኛው ጉዳይ የእግዚአብሔር ክህደት ወደ ተባለው አልፈን እንመልከተው። ሰው አንደኛ በገንዘብ ፍቅር ከተሸነፈ ፤ ሁለተኛ ሰው በሥነ ፍጥረቱ ብኵርና የተሰጠው መሆኑን ከባድ ወይም ከተጠራጠረ ፤ ከዚህ በኋላ የእግዚአብሔርን መኖር ጨርሶ ቢክድ ምን ያስደንቃል? ስለዚህ በመጨረሻ ጊዜ የተነሡት ከሀድያን የሆኑ ሊቃውንት ያለ ፍርሃትና ያለ ማመንታት የእግዚአብሔርን መኖር ጨርሰው ክደዋል። ይህንኑም ወደፊት ባሉት ምዕራፎች እንደርስበታለን።

Филологический комментарий. Philological commentary. የፊሎሎጂ ማስረጃ።

| | | | |
|---|---|---|---|
| 1 | በሁሉም በኩል የሥልጣኔ እርምጃ ፈጸመ | 1. способствовать прогрессу во всех областях научной и практической деятельности человека… | 1- to further progress in all spheres of human research and practical work |
| 2 | ብቅል፤አሻሮና ጌሾ | 2.проросшие зерна, жареные зерна и листья, которые используют для приготовления тэлля – легкого традиционного пива | 2 - germinated grain, roasted grain and leaves used to prepare *tella* – light traditional beer |
| 3 | ዋሔደ | 3.соединять, удачно комбинировать | 3. To combine, match |
| 4 | የእግዚአብሔር ክህደት | 4.атеизм | 4- atheism |
| 5 | የሥልጣኔ ደዌ | 5.болезни цивилизации | 5. Diseases of civilisation |
| 6 | ቅር አሰኘ | 6.Заставить простить | 6-To make someone beg |
| 7 | የሚታይ ነገር | 7.Очевидный | 7-Evident |
| 8 | አሠርቱ ቃላት ጠብቅ | 8.Соблюдать десять заповедей | 8-To keep the Ten Commandments |
| 9 | የማቴሪያሊዝም ጉዳይ በሕርይ | 9.Сущность материализма | 9-The essence of materialism |
| 10 | የሳይንስ ጥበብ | 10.Научные знания | 10-scientific knowledge |
| 11 | ከአቅም በላይ የሆነ ዕውቀት | 11.Знания о сложнейших веществах и процессах природы | 11-knowledge of the most complicated matter and natural processes |
| 12 | ነቢይ | 12.Пророк | 12- a prophet |

| | | | |
|---|---|---|---|
| 13 | ጨርሶ ጠፋ | 13.Полностью, окончательно разрушаться | 13-to be completely destroyed |
| 14 | አንዴ | 14.зд.когда-то | 14-(here) once. Some time ago |
| 15 | ያም ሆነ ያ | 15.так или иначе…. Идиоматический тип противительного союза, образованный от глагола …ሆነ. | 15-one way or another – idiomatic adversative conjunction derived of ..ሆነ..verb. |
| 16 | ብኩርና | 16.Перевенство (право перворожденного) | 16-Primogenitary right |
| 17 | ተጠመደ | 17.Попадаться в ловушку | 17-To be entrapped |
| 18 | የተሸፈነ ነገር እናውቃለን በለን እንመኝም | 18. Мы не верим, что узнаем тайны….<br>часто придаточные дополнительные предложения представляют собой прямую речь, которая вводится конструкциями от глагола ..አለ… «сказать». В данном предложении употребляется деепричастие первого лица множественного числа «ብለን….- мы сказав» | 18- We do not believe that we will come to know mysteries…<br>Object clauses often contain direct speech introduced by various forms of speech verbs..አለ.. ( say). In this particular sentence an adverbial participle of the first person plural …ብለን.. is used |
| 19 | ማንኛውንም ነገር….ሊቀበ ለው ይገባል | 19. в любое явление …нужно уверовать…. | 19. any phenomenon must be believed |
| 20 | በዚህ ምክንያት ሆነ ወይም በሌላ | 20.по этой причине, или по иной…ሆነ...ወይም…<br>являются простыми сочинительными разделительными союзами. Совместное употребление объясняется желанием автора усилить противопоставление | 20… for this or that reason...ሆነ...ወይም..<br>are simple copulative and disjunctive conjunctions. Using them together the author wishes to emphasise opposition. |
| 21 | «ሥልጣኔ ማለት ምንድነች?» | 21. «что значит цивилизация?» В заглавии книги имеется в виду западная цивилизация. Употребление существительного « цивилизация» в ж.р. подчеркивает отрицательное отношение автора к цивилизации Запада и соответствует общему настрою книги. | 21. - “What does civilisation mean?” - The word “civilisation” in the title of the book means “Western civilisation”. The use of this word in the feminine gender underlines the author’s negative attitude to the Western civilisation as such and is in accord with the general tune of the book. |

# ТАДДЕСЕ ЛИБЭН
# (РОД. 1930/31)

Таддесе Либэн (р. 1930/31), в Уолло, затем переехал с семьей в Аддис-Абебу, где учился сначала в миссионерской школе Адвентистов 7-го дня в Акаки, затем в средней школе им. Хайле Селасие I в Котебе. В 1949 г. преподавал английский язык в частной мусульманской школе, с 1951 г. служил в банке. Одновременно начал заниматься литературным творчеством. Первый сб. коротких рассказов — «Сентябрь» вышел в 1957 г., второй — «Другим путем» (1959–60).

В рассказах Т. Л. заострил внимание на социальных вопросах Эфиопии — коррупции, взяточничестве, развращающем влиянии Запада на молодежь страны. Новаторскими для литературы Эфиопии тех лет явились не только темы, поднятые Т. Л., но и язык рассказов — простой, точный, ясный, он противоположен традиционному стилю, изобилующему сложными цветистыми оборотами.

*(Даты приведены в соответствии с григогианским календарем)*

# TADDESE LIBEN

Taddese Liben was born in 1930/31 in Wollo, then the family moved to Addis-Ababa and he studied in the missionary school of Seventh-Day Adventists in Akaki, then in the Haile Salassie I secondary school in Koteba. In 1949 he taught English in a private Muslim school, and starting with 1951 he worked in a bank. Parallel to his work he started literary writing so that his first collection of short stories "September" was published in 1957 and the second one, "A Different Way", appeared in 1959–60.

In his stories Taddese Liben focused on social problems in Ethiopia, such as corruption, bribery, vicious influence of the West upon Ethiopian youth. Not only the topics were new to Ethiopian literature but also clear and precise narrative style, so contrary to traditional style lavish with language flourish.

*(The dates are given in accordance with the Gregorian calendar)*

## ትንሹ ፡ ልጅ ። ከታደሰ ፡ ሊበን ። (1941)

በጣም ፡ ቆንጆ ፡ ነበር ። ቆንጆ ፡ ትንሽ ፡ አፍ ፣ ቆንጆ ፡
ትንሽ ፡ ከንፈር ፡ ነበረው ። ፀጉሩ ፡ ሉጫ ፡ ዓይኖቹ ፡ ትንን
ሽና ፡ ቁልጭ ፡ ያሉ ፡ ነበሩ ። እጆቹ ፡ ቆንጆ ፡ ትንንሽ ፡
እጆች ፣ እግሮቹ ፡ ቆንጆ ፡ ትንንሽ ፡ እግሮች ፡ ነበሩ ። ሲናገር ፡
ደግሞ ፡ ደስ ፡ የሚልና ፣ ጣፈጥ ፡ ያለ ፡ ነበር ። ቆንጆ ፡ አበባ ፣
ወይም ፡ ቆንጆ ፡ ትንሽ ፡ ልጅ ፡ መንካት ፣ መዳሰስ ፣ መሳም ፡
የሚወዱ ፡ ሰዎች ፣ ፀጉሩን ፡ ይነኩት ፣ አንስተው ፡ ያቅፉት ፣
ታቅፈውም ፡ ይስሙት ፡ ነበር ። ምክንያቱም ፡ ቆንጆ ፡
ድንቡጬ ፡ ትንሽ ፡ ልጅ ፡ ነበር ።

ስድስት ፡ ዓመቱ ፡ ነበር ። ትንንሽ ፡ ቆንጆ ፡ ጤናማ ፡
ልጆች ፡ በዚህ ፡ ዕድሜያቸው ፡ ያምራሉ ። እሱም ፡ የስድስት ፡
ዓመት ፡ ትንሽ ፡ ቆንጆ ፣ ጤናማ ፡ ልጅ ፡ ስለ ፡ ነበር ፡
ያምር ፡ ነበር ።

አባትና ፡ እናቱም ፡ ነበሩ ።

አባትዬው ፡ ትልቅ ፡ ግዙፍ ፣ ደግሞም ፡ ጥሩ ፡ ሰው ፡
ነበር ። ልጁንም ፡ ይወደው ፡ ነበር ። ልጁም ፡ አባቱን ፡ ይወ
ደው ፡ ነበር ። ልጁም ፡ አባቱን ፡ ይወደው ፡ ነበር ። ትንንሽ ፡
ልጆች ፡ በሕፃንነታቸው ፡ ወረት ፣ መጫወቻዎችን ፡ እንደሚ
ወዱ ፡ ሁሉ ፣ ልጁም ፡ ደግሞ ፡ መጫወቻ ፡ ይወድ ፡ ነበር ።
ነገር ፡ ግን ፡ አባትዬው ፡ ለልጁ ፡ ምንም ፡ ዓይነት ፡ መጫ
ወቻ ፡ አይገዛላትም ፡ ነበር ። ሌሎች ፡ ሰዎች ፡ በመንገድ ፡ ሲያ
ልፉ ፡ ያገኙት ፡ ግን ፡ ለልጁ ፡ ኳስ ፡ ወይም ፡ ብልጭልጭ ፡
የሆነ ፡ መጫወቻ ፡ ይገዙለት ፡ ነበር ። ልጁም ፡ መጫወቻዎቹን ፡
በጣም ፡ ይወዳቸው ፡ ነበር ። ምክንያቱም ፡ እሱ ፡ በእነሱ ፡ ይጫ
ወት ፡ ነበር ። አባትዬው ፡ በበኩሉ ፡ ለልጁ ፡ ጫማና ፡ ልብስ ፡
ይገዛለት ፡ ነበር ። ልጁ ፡ ጫማዎቹን ፡ ይበልጡን ፡ ጊዜ ፣ አያ
ደርጋቸውም ፡ ነበር ። ምክንያቱም ፡ ትንሽ ፡ ስለ ፡ ነበር ፣ ጫማ
ዎቹን ፡ ማድረግ ፡ ይሰለቸውና ፡ ይደክመው ፡ ነበር ፣ አባትዬው ፡ ግን ፡
ሁልጊዜም ፣ በግድ ፡ ለልጁ ፡ ጫማውን ፡
ያደርግለት ፡ ነበር ። ጫማዎቹና ፡ ልብሶቹም ፣ ልጁን ፡ ይሞ
ቁት ፡ ነበር ። ሌሎች ፡ ሰዎች ፡ ልጁ ፡ ሲሮጥ ፡ ባቱን ፡ ለማ
የት ፣ ኳሷን ፡ እፊት ፡ እፊቱ ፡ በጣም ፡ እያንከባለሉ ፣ ደርሶ ፡
እንዲይዛት ፡ ያስሮጡት ፡ ነበር ። አባትዬው ፡ ግን ፡ ልጁን ፡ አያ
ስሮጠውም ፡ ነበር ። ምክንያቱም ፡ ብዙ ፡ ትልልቅ ፡ ደንጊያ
ዎች ፣ ልጁ ፡ በሚሮጥበት ፡ ስፍራ ፡ አካባቢ ፡ ስለ ፡ ነበሩ ፣

ይወድቅብኛል ፡ ብሎ ፡ ይፈራ ፡ ነበር ። አባትዬው ፡ ልጁ ፡ ወድቆ ፡ ጥርሱ ፡
እንዲሰበር ፥ ወይም ፡ እንዲፈነከት ፡ አይፈል
ግም ፡ ነበር ። ሌሎቹም ፡ ሰዎች ፡ እንደዚሁ ፥ ልጁ ፡ ወድቆ ፡
እንዲህ ፡ እንዲሆን ፥ አይፈልጉም ፡ ነበር ። ነገር ፡ ግን ፡ አባት
ዬው ፥ አባት ፡ ስለ ፡ ነበር ፥ ድንገት ፡ ይሆናል ፡ በማለት ፥
ይህንን ፡ ሁሉ ፡ ያስብ ፡ ነበር ። ልጁ ፡ ግን ፡ መሮጥ ፡ ይፈ
ልግ ፡ ነበር ። ሲይዙት ፡ ለቅቃችሁኝ ፡ ካልሮጥኩ ፡ እያለ ፡ ይጮህ ፥ ይፈራገጥ ፥
ያለቅስ ፡ ነበር ። ምክንያቱም ፡ ትንሽ ፡
ልጅ ፡ ስለ ፡ ነበር ፥ በመሮጥ ፡ አንድ ፡ አንድ ፡ ጊዜ ፡ ወድቆ ፡
መሰበር ፡ እንዳለ ፡ አያውቅም ፡ ነበር ።

እናትዬዋ ፡ ደግሞ ፡ በበኩሏ ፡ የተጎዛጎዘች ፡ እመቤት ፡ ደግ
ሞም ፡ ደግ ፥ ዳርባባ ፡ ሴት ፡ ነበረች ። ልጅዋን ፡ ትወደው ፡
ነበር ። ልጁም ፡ እናቱን ፡ ይወዳት ፡ ነበር ። የጎረቤት ፡ ሴቶች ፡
ለልጁ ፡ ካራሜላ ፡ ይገዙለት ፡ ነበር ። አንዳንድ ፡ ጊዜም ፡
እናቱ ፡ እንድትገዛለት ፡ ባለ ፡ ካራሜላው ፡ ሲመጣ ፡ ከልጁ ፡
ፊት ፡ ሆነው ፡ ያስታውሷት ፡ ነበር ። እሷ ፡ ግን ፡ ለልጁ ፡ ካራ
ሜላ ፡ አትገዛለትም ፡ ነበር ። ወተትና ፡ ዳቦ ፡ ብቻ ፡ ትገዛለት ፡
ነበር ። እሱ ፡ ግን ፡ ካራሜላ ፡ ስለሚጣፍጠው ፥ ካራሜላ ፡ ይበ
ልጥ ፡ ይወድ ፡ ነበር ። የጎረቤቶቹንም ፡ ሴቶች ፡ ድጋፍ ፡
ባገኘ ፡ ቁጥር ፥ ካራሜላውን ፡ ካልገዛሽ ፡ እያለ ፡ ያለቅስባት ፡
ነበር ። እሷ ፡ ግን ፡ ካራሜላውን ፡ መግዛት ፡ እምቢ ፡ ብላ ፥
ወተት ፡ በግድ ፡ ታጠጣው ፡ ነበር ። ሌሎች ፡ የጎረቤት ፡
ሴቶች ፡ ደግሞ ፥ ልጁን ፡ እወሬና ፡ እጫወታ ፡ ቦታ ፥ እባቡር ፡ መንገድ ፡ ዳር ፡
ይወስዱት ፡ ነበር ። እሷ ፡ ግን ፡ ከመንገድ ፡
ዳርና ፡ ከጫዋታው ፡ቦታ ፥ ሮጣ ፡ ሄዳ ፡ ሰዎቹን ፡ ተቆጥታና ፡
ገስጻ ፥ እሱን ፡ ከዚያ ፡ አንጠልጥላ ፡ ወደ ፡ ቤት ፡ ታመጣው ፡
ነበር ። ልጁም ፡ በዚህ ፡ ጊዜ ፡ ያለቅስ ፡ ነበር ። ምክንያቱም ፡
ትንሽ ፡ ልጅ ፡ ስለነበር ፥ ወሬ ፡ ደግሞ ፡ ይወድ ፡ ነበር ። የጎረ
ቤቶቹ ፡ ሴቶች ፡ ልጁን ፡ ሲያሮጡትና ፡ ሲሮጥ ፥ የዋለበትን ፡
እግሮቹን ፡ አያጥቡትም ፡ ነበር ። እናቱ ፡ ግን ፡ ሁል ፡ ጊዜ ፡
ማታ ፡ ማታ ፡ ታጥበው ፡ ነበር ። እሷ ፡ እግሮቹን ፡ ስታጥበው ፥
እሱ ፡ ያለቅስ ፡ ነበር ። ምክንያቱም ፡ ውሃ ፡ ስለሚቀዘቅዘው ፡
ይፈራ ፡ ነበር ። ነገር ፡ ግን ፡ ከታጠበበት ፡ ውሃ ፡ ውስጥ ፡
ሁል ፡ ጊዜም ፡ ብዙ ፡ ጭቃ ፡ ይገኝበት ፡ ነበር ።

እናትና ፡ አባቱ ፡ ደግሞ ፡ አንድ ፡ እዳር ፡ አገር ፡ የሚኖር ፡
ወዳጅ ፡ ነበራቸው ። እሱም ፡ ረዘም ፡ ብሎ ፡ ጠና ፡ ያለ ፥ ሽበት ፡ አለፍ ፡ አለፍ
፡ እያለ ፡ ጣል ፡ ያደርገበት ፥ ሰው ፡
ነበር ። በጣም ፡ የሚያፈቅራቸው ፡ ወዳጆቹ ፡ ስለ ፡ ነበሩ ፥

አልፎ ፡ አልፎ ፡ እየመጣ ፡ ያያቸው ፡ ነበር ። ከዕለታት ፡
አንድ ፡ ቀን ፡ ኀሙስ ፡ እንደዚሁ ፡ እንደ ፡ ልማዱ ፡ ሊጠይቃ
ቸው ፡ መጥቶ ፡ ነበር ። እነሱም ፡ በበኩላቸው ፡ በጣም ፡ የሚያ
ፈቅሩት ፡ ወዳጃቸው ፡ ስለ ፡ ነበር ፥ እንደ ፡ መጣ ፡ ጥሩ ፡ እራት ፡ አዘጋጅተው ፡
ጋብዘውት ፡ ነበር ። ከእራት ፡ በኋላ ፡ ደግሞ ፡ እናትና ፡ አባትዬው ፥
ከሰውዬው ፡ ጋር ፡ ቁጭ ፡
ብለው ፡ ያወሩ ፡ ነበር ። ልጁም ፡ አራተኛ ፡ ከነሱው ፡ ጋር ፥
እናትና ፡ አባት ፡ መሀል ፥ ከእንግዳው ፡ ሰውዬ ፡ ፊት ፡
ለፊት ፡ ቁጭ ፡ ብሎ ፡ ነበር ። ነገር ፡ ግን ፡ እሱ ፡ እንደነሱ ፡
አያወራም ፡ ነበር ። ዝም ፡ ብሎ ፡ ብቻ ፡ እነሱ ፡ አዋቂዎቹ ፡
ሲያወጉ ፡ ያያቸው ፡ ነበር ። ይበልጡንም ፡ ጊዜ ፡ እንግዳውን ፡ ሰውዬ ፡
አተኩሮ ፡ ይመለከተው ፡ ነበር ። ሰውዬውም ፡ ደግሞ ፡ እንደዚሁ ፡ ልጁን ፡
ይመለከተው ፡ ነበር ። ልጁም ፡ ሰውዬው ፡ ሲመለከተው ፡ እሱም ፡ መልሶ ፡
ይመለከተው ፡ ነበር ። በኋላም ፡ ሰውዬው ፡ ከአዋቂዎቹ ፡ ጋር ፡ የያዘውን ፡ ወግ
፡ በድንገት ፡ አቋ
ርጦ ፥ ልጁን ፡ ትኩር ፡ ብሎ ፡ አየው ። ልጁም ፡ እንደዚሁ ፡
ሰውዬውን ፡ ትኩር ፡ ብሎ ፡ አየው ። ሰውዬውም ፡ በዚህ ፡
ጊዜ ፡ ልጁን ፡ ለማነጋገር ፡ በመፈለግ ፡ወደ ፡ ልጁ ፡ በወንበሩ ፡
ላይ ፡ እንዳለ ፡ ጐንበስ ፡ ብሎ ፥ በቀልድ ፡

“አንተ ፡ የማነህ ፡ ልጅ ?” ብሎ ፡ ጠየቀው ።

ልጁም ፡ ምንም ፡ ሳይመልስ ፡ ሰውዬውን ፡ ዝም ፡ ብሎ ፡ ትኩር ፡ ብሎ ፡
አየው ። ሰውዬውም ፡ በልጅ ፡ ዝምታ ፡ ተገ
ርሞ ፡ እንደ ፡ ገና ፡-

“በል ፥ እናትና ፡ አባትህን ፡ ትወዳቸዋለህ ?” ብሎ ፡ ጠየ
ቀው ።

ልጁ ፡ አሁንም ፡ እናትና ፡ አባቱን ፡ ብቻ ፡ ግራና ፡ ቀኝ ፡
ገልመጥ ፡ ብሎ ፡ አይቶ ፥ ልክ ፡ እንደ ፡ በፊቱ ፡ ለሰውዬው ፡
ምንም ፡ ሳይመልስ ፡ ዝም ፡ ብሎ ፡ አየው ።

ሰውዬውም ፡ አሁን ፡ ይበልጥ ፡ ተገርሞ ፡ እንደ ፡ ገና ፡ እንደ ፡ ምንም ፡ ብሎ
፡ ለማናገር ፡ በመፈለግ ፡-

“እናትና ፡ አባትህ ፡ ያስቡልሃል ?” ብሎ ፡ ጠየቀው ።

ልጁ ፡ አሁንም ፡ በፊት ፡ እንዳደረገው ፡ ሁሉ ፥ እናትና ፡
አባቱን ፡ ብቻ ፡ ገልመጥ ፡ ገልመጥ ፡ እያለ ፡ አይቶ ፥ ሰውዬ
ውን ፡ ዝም ፡ አለው ። ሰውዬው ፡ አሁን ፡ ደግሞ ፡ እንደዚ
ያው ፡ ተስፋ ፡ ሳይቆርጥ ፥ እንደ ፡ ምንም ፡ አባብሎ ፡ እንኳን ፥ ለመናገር ፡ ፈልጎ
፥ እንደዚህ ፡ እያለ ፥ በልጁ ፡ ዙሪያ ፡ ወጥ
መድ ፡ መተብተብ ፡ ጀመረ ።-

“አዬ ! መናገር ፡ አታውቅም ፡ መሰለኝ ? በኛ ፡ አገር ፡ አን

ተን ፡ የሚያካክሉ ፡ ልጆች ፡ ይናገራሉ ። የሚጠይቋቸውን ፡ ሁሉ ፡ ይመልሳሉ ። አዬ ! አንተ ፡ መናገር ፡ አታውቅም ፡ ኢሮ ! መናገር ፡ አያውቅም ።"

ልጁ ፡ አሁንም ፡ እንደዚያው ፡ ምንም ፡ ሳይበገር ፡ አፉን ፡ ለጉሞ ፥ እናትና ፡ አባቱን ፡ ብቻ ፡እንደ ፡ በፊት ፡ ግራና ፡ ቀኝ ፡ ገልመጥ ፡ እያለ ፡ ካየ ፡ በኋላ ፥ ሰውዬውን ፡ ዝም ፡ ብሎ ፡ ያየው ፡ ጀመር ። ሰውዬውም ፡ በዚህ ፡ ጊዜ ፡ እንደ ፡ ማፈርም ፥ እንደ ፡ መገረምም ፡ ብሎ ፥ ወዲያው ፡ ዓይኑን ፡ ከት ንሹ ፡ ልጅ ፡ ላይ ፡ አንስቶ ፥ ከአዋቂዎቹ ፡ ጋር ፡ ንግግሩን ፡ ቀጠለ ።

በበነጋው ፡ ጧት ፡ የሰውዬው ፡ ወደ ፡ አገሩ ፡ መመለሻ ፡ ቀን ፡ ነበረና ፥ ቁርስ ፡ ካደረገና ፡ ቡና ፡ ካከተመ ፡ በኋላ ፥ ሊሄድ ፡ ብሎ ፡ ከቤት ፡ ወጣ ። እናትና ፡ አባትዬውም ፡ ሊሸ
ኙት ፡ ከአጥር ፡ ውጭ ፡ ድረስ ፡ ተከትለውት ፡ እያወሩት ፡ ወጡ ። በዚህ ፡ ጊዜ ፡ ልጅ ፡ እቤት ፡ አልነበረም ። ሰውዬ
ውም ፡ ሊሰነባበት ፡ የልጁ ፡ እናትና ፡ አባት ፡ ተራ ፡ በተራ ፡ ሲስም ፡ ልጁን ፡ ሊስም ፡ ብሎ ፥ ያለበትን ፡ ጠይቆ ፡ ነበር ። ነገር ፡ ግን ፡ እነሱ ፡ ልጁን ፥ ከአንድ ፡ ሁለት ፡ ጊዜ ፡ በስሙ ፡ ጮኸው ፡ ከጠሩትና ፥ ሮጥ ፡ ሮጥ ፡ ብለው ፡ በዓይና ቸው ፡ ከፈለጉት ፡ በኋላ ፥ ብቅ ፡ ባለማለቱ ፡ የት ፡ እንዳለ ፡ ስላላወቁ ፥ ሊያቀርቡለት ፡ አልቻሉም ፡ ነበር ። በኋላም ፡ ሰው
ዬው ፡ እነሱኑ ፡ አዋቂዎቹን ፡ ብቻ ፡ ተሰነባብቶ ፥ ከአጥር ፡ ግቢው ፡ ዘቅዘቅ ፡ እንዳለ ፥ ልጁ ፡ ለካስ ፡ በዚህ ፡ ጊዜ ፡ ሁሉ ፡ ለብቻው ፡ ከጐድጓዳ ፡ ቦታ ፡ ተሸሽጐ ፡ ይጠብቀው ፡ ኖሮ ፥ ሰውዬው ፡ ከዚያ ፡ ደርሶ ፡ አለፍ ፡ እንዳለው ፡ ብቅ ፡ ብሎ ፥ ቃሉን ፡ ከፍ ፡ አድርጎ ፡-

"አንቱ ፡ አባባ !" ብሎ ፡ ጠራው ።

ሰውዬውም ፡ በመደነቅ ፡ ገጽ ፡ መለስ ፡ ብሎ ፡ ቆሞ ፥ ልጁን ፡ አየው ።

"እማማና ፡ የአባባ ፡ ልጅ ፡ ነኝ ። እማማንና ፡ አባባን ፡ እወዳ ቸዋለሁ ። እማማና ፡ አባባ ፡ ለእኔ ፡ ያስቡልኛል ።"

ሰውዬው ፡ በዚህ ፡ በጣም ፡ ተገርሞ ፥ የተሸከመውን ፡ ዕቃ ፡ ከመሬት ፡ ላይ ፡ አኑሮ ፥ ከዚያ ፡ በኋላ ፡ ደግሞ ፡ እልጁ ፡ አጠ ገብ ፡ በርከክ ፡ እንደ ፡ ማለት ፡ ብሎ ፥ የልጁን ፡ ትከሻ ፡ በሁለ ቱም ፡ እጆቹ ፡ ጨበጥ ፡ አድርጎ ፡ያዘ ፡-

ለካ ፡ ትናገራለህ ! ለካ ፡ ትናገራለህ ! ለምን ፡ ታዲያ ፡ ትላ ንት ፡ ማታ ፡ ስጠይቅህ ፡ እንደዚህ ፡ ብለህ ፡ አልመለስከል ኝም ?" ብሎ ፡ ጠየቀው ።

ልጁም ፡ ለንቦጩን ፡ ጣል ፡ አድርጎ ፡ በጉልህ ፡ ድምጽ ፡-

“እማማና ፡ አባባ ፡ ነበሩ ።” አለው ።

“ታዲያስ ፡ ቢኖሩ ! ምንድነው ?” ትፈራቸዋለህ ፡ እንዴ ?

“አዎን ።”

“ለምን ?”

“እማማና ፡ አባባ ፥ የማውቀውን ፡ ከሰው ፡ ፊት ፡ ብናገር ፡ አይወዱም ።”

Филологический комментарий. Philological commentary. የፊሎሎጂ ማስረጃ።

| | | | |
|---|---|---|---|
| 1 | ድንቡጪ | 1. упитанный, пухлый | 1. Chubby |
| 2 | ሊጠይቅ መጣ | 2.навещать | 2.to visit |
| 3 | አወጋ = አወራ | 3.передавать новости, слухи | 3. to spread the news, gossip |
| 4 | በ...ዙሪያ ወጥመድ ተበተበ | 4.ставить ловушку | 4.to put a trap |
| 5 | ገልመጥ ብሎ አየ | 5.оглядываться | 5. to turn back |
| 6 | አካተመ | 6.по традиции в Эфиопии пьют кофе три чашки подряд. Только после третьей чашки кофейная церемония считается завершенной. | 6. according to Ethiopian tradition coffee is to be drunk three cups in succession. Only after the third cup the coffee drinking ceremony is considered over. |
| 7 | የተጎዘጎዘች እመቤት | 7. благополучная, респектабельная дама | 7. a respectable well-to-do lady |
| 8 | ጎዘጎዘ | 8.усыпать, устилать - в Эфиопии существует обычай к Пасхе или Новому году усыпать дом травой и цветами.Женщины, которые умело, красиво, быстро выполняют эту процедуру, считаются хорошими хозяйками. | 8. strew - there is an Ethiopian tradition to strew the house with flowers and herbs for the celebration of Easter and New Year. Women who have the knack of doing it quickly and beautifully are considered good house wives |
| 9 | መናገር አታውቅም መሰለኝ? | 9. мне кажется, ты не умеешь говорить? | 9. It seems to me you can't speak |
| 10 | ኢሮ | 10. Иро (имя мальчика) | 10. Iro – a boy's name |

## መስከረም ። ጅብ ፡ ነች ። ከታደሰ ፡ ሊበን ። (1949)

### 1

ቀኑ ፡ ቅዳሜ ፡ ነበር ። አሰፋ ፡ ያዲስ ፡ አበባ ፡ ከፍተኛ ፡
ትምህርት ፡ ቤት ፡ ተማሪ ፤ ዕድሜው ፡ ሀያ ፡ ዓመት ፡ የሆነ ፤ እናቱን ፡
ለመጠየቅ ፡ ካዲስ ፡ አበባ ፳፫ ኪሎ ፡ ሜትር ፡ በምሥ
ራቅ ፡ በኩል ፡ ርቃ ፡ ከምትገኘው ፡ ከተማ ፡ ሽኖ ፡ ሄዶ ፤ ከስ
ድስት ፡ ሰዓት ፡ ጀምሮ ፡ እናቱ ፡ ቤት ፡ ነበር ።

የእናቱ ፡ ቤት ፡ ከከፍተኛ ፡ ቦታ ፡ ላይ ፡ የተሠራ ፡ በመ
ሆኑ ፣ ከበር ፡ አፉም ፡ ላይ ፡ ሆኖ ፡ የሚታዩ ፡ ብዙ ፡ ነገሮች ፡
ነበሩ ።

የአሰፋም ፡ ዓይን ፡ ይህንኑ ፡ ትርኢት ፡ ከሩቅ ፡ ሲከታተል ፡
ከመጣ ፡ በኋላ ፣ በእናቱ  ፡ አጥር ፡ ግቢ ፡ አዋሳኝ  ፡ ካለው ፡
አጥር  ፡ ግቢ ፡ ውስጥ  ፣ ከሚታየው  ፡ ሰቀለ  ፡ ቤት  ፡ በር ፣
ወደ  ፡ ውጭ  ፡ ሲወጣ  ፡ የሚታየው  ፡ ነገር  ፣  እውነተኛ ፡
ወይም ፡ ሕልም ፡ መሆኑን ፡ ለማረጋገጥ ፡ አስቦ ፣ ደኅና ፡ ሆኖ ፡
እንዲታየው ፡ በተመቸው ፡ አቅጣጫ ፡ አንጋዶ ፣ ወደዚህ ፡ በር ፡
አተኩሮ ፡ ነበር ።

ይህም ፡ ቤት ፡ ከሌሎቹ ፡ ቤቶች ፡ ትንሽ ፡ ለመለየትና ፣ ግማሽ ፡ በግማሽም ፡
ያዲስ ፡ ዘመን ፡ ዐቅድ ፡ ነክ ፡ በመሆን ፣
ጣሪያው ፡ አዲስ ፡ አበባን ፡ (ቆርቆሮ) ፣ ግድግዳው ፡ ሽኖን  ፡
(የድንጋይ ፡ ካብ) ፡ የሆነ ፡ ነበር ። ሆኖም ፡ አሰፋ ፡ አሁን ፡
በበሩ ፡ ብቅ ፡ ሲል ፡ ያየው ፡ ነገር ፣ እውነተኛ ፡ እንጂ ፡ ሕልም  ፡ አልነበረም ።
ከቤት ፡ ውስጥ ፡ በበሩ ፡ ብቅ ፡ ያለ
ችው ፣ አንድ ፡ ነጭ ፡ የቤት ፡ ፈትል ፡ ቀሚስ ፡ የለበሰች ፡
ሴት ፡ ነበረች ።

አሰፋም  ፡ ወጥታለት ፡ እንዲህ ፡ ሙሉ  ፡ በሙሉ ፡ እንዳ
ያት  ፣ ልቡ ፡ አለመጠን ፡ መታ ።  ዓይኖቿም ፡ ከዓይኖቹ ፡
ላይ ፡ ሲያርፉ ፡ ከእግር ፡ ጥፍሩ ፡ እስከ ፡ ራስ ፡ ፀጉሩ ፡ ነዘ
ረው ። ዓይኖቹንም ፡ ከሷው ፡ ላይ ፡ ሳያነሣ ፡ እናቱን ፡-

"እማማ ፡ ይቺ ፡ ማን ፡ ናት ?" ብሎ ፡ ጠየቀ ።

ቁጭ ፡ ያሉትም ፡ እናት ፡ እዚያው ፡ እንደ ፡ ሆኑ ፡ ቀና ፡
ብለው ፡-

"የቷ ፡ ልጄ ?" ብለው ፡ ጠያቁ ።

አሰፋ ፡ አሁንም ፡ ወደ ፡ እናቱ ፡ ዘወር ፡ ሳይል ፣ እዚያው ፡
ሰውነት ፡ ላይ ፡ ዓይኖቹን ፡ ድርቅ ፡ አድርጎ ፡-

"ይ - ይቺ!" አለ ።

እናቱም ፡ በዚህ ፡ መልስ ፡ ብድግ ፡ ብለው ፣ የልጃቸው ፡
ዓይን ፡ እንዲህ ፡ የፈዘዘበትን ፡ አቅጣጫ ፡ ይዘው ፣ የተጠቀሰች

ውን ፡ ሴት ፡ ልጅ ፡ እንዳዩ ፡ ስቅጠጥ ፡ ብለው ፡-
"አስፋ ! በል ፡ ቀስ ፡ ብለህ ፡ ግባ ። ይህችን ፡ ልጅ ፡ ከእ ንግዲህ ፡ ወዲህ ፤ ዓይንህ ፡ ፈጽሞ ፡ እንዳላያት ፡ ሁን ።"
ብለው ፡ አዘዙ ።
እሱም ፡ በዚህ ፡ ጊዜ ፡ ወደናቱ ፡ አይቶ ፡-
"ምነው ! ለምን ፡ እማማ ?" ብሎ ፡ ጠየቀ ።
"ቡዳ ፡ ነች ! ልጄ ። ያውም ፡ እንዲህ ፡ እንዳትመስልህ ፡ ዋና ፡ ቀርጣፊዋ ።"
አስፋም ፡ በማዘን ፡ አኳኋን ፡ ወደ ፡ እናቱ ፡ ሙሉ ፡ በሙሉ ፡ ዘወር ፡ ብሎ ፡-
እማማ ! እማማ ! እንደዚህ ፡ አትበይ ። ሰው ፡ የሰው ፡ ልጅ ፡ አንቺስ ፡ ብታስቢው ፡ እንዴት ፡ጅብ ፡ መሆን ፡ ይች ላል ? ይህ ፡ እማማ ፤ ሲወርድ ፡ ሲዋረድ ፡ የመጣ ፡ ያገራ ችን ፡ አፈ ፡ ታሪክ ፡ ነው ። በእግዚአብሔር ፡ አምሳል ፡ የተፈ ጠረ ፡ ሰው ፡ ተመልሶ ፡ ጅብ ፡ ሊሆን ፡ እንደማይችል ፤ መጽ ሐፍ ፡ ቅዱስ ፡ ደግሞም ፡ ሌሎች ፡ ከፍ ፡ ያሉ ፡ ትምህርቶች ፡ ያስረዱናል ። እርግጥ ፡ አንዳንድ ፡ ሰዎች ፡ የዓይናቸው ፡ ኃይል ፡ እያዩ ፡ሆኖ ፤ ደከም ፡ ባለ ፡ ሰው ፡ ላይና ፡ በሕፃናት ፡ ላይ ፡ ሲያርፍ ፤ ሊጐዳ ፡ ይችል ፡ ይሆናል ። ነገር ፡ ግን ፡ ከዚህ ፡ አልፎ ፡ ተርፎ ፡ ሰው ፡ ማታ ፡ ጅብ ፤ ቀን ፡ ደግሞ ፡ ተመልሶ ፡ ሰው ፡ ይሆናል ፡ ማለት ፤ የማይሆን ፡ ነገር ፡ ነው ።" አለ ።
እናትየዋም ፡ እንዲሁ ፡ እሳቸውም ፡ በበኩላቸው ፡ በቁጣ ፡ የደም ፡ ስሮቻቸው ፡ ተገታትረው ፡-
"ምነው ፡ አሁን ፡ በቀደም ፡ ለት ፤ ከስምንት ፡ ቀን ፡ በፊት ፤ ድፍን ፡ ሸዋ ፡ አልተረዳውም ፡ እንዴ ! መገርሳ ፡ የሚባ ለውን ፡ ወዳጅዋን ፡ አልጋዋ ፡ ላይ ፡ በመድኀኒቷ ፡ አፍዝዛ ፡ አስ ተኝታ ፤ እሷ ፡ ከጅቦቹ ፡ ጋር ፡ ስትጋልብ ፡ አንግታ ፤ ስትመ ለስ ፡ እሱስ ፡ መድኀኒቱ ፡ ሳይበቃ ፡ ቀርቶ ፤ አይነቃም ፡ ብላ ፡ ካሰበችበት ፡ ጊዜ ፡ በፊት ፡ መገርሳ ፡ ነቅቶ ፤ አውልቃ ፡ የደበ ቀችውን ፡ የራስ ፡ ቅሏን ፡ አግኝቶ ፡ አልደበቀውም ! እሺ ፡ እሱም ፡ ይቅር ፤ ሦስት ፡ ቀን ፡ ሙሉ ፡ አልመልስላት ፡ ብሎ ፤
በሯን ፡ ዘግታ ፡ ስታለቅስ ፡ አልከረመችም ! እሺ ፡ እሱም ፡ ደግሞ ፡ ይቅር ፤ ይህንኑ ፡ አሁን ፡ እንዲህ ፡ እላዮዋ ፡ ላይ ፡
ወድቆ ፡ ያየሽውን ፡ ፀጉሯን ፡ ራሱኑ ፤ ከነራስ ፡ ቅሏ ፡ በመገ ርሳ ፡ እጅ ፤ ሰኞ ፡ ገበያ ፡ ውስጥ ፡ ሲዞር ፡ አላየነውም ! ህም ! ደግሞ ፡ እንዴት ፡ ታስረጂኛለሽ ! ባየህ ፡ አገር ፡ ግልብጥ ፡
ብሎ ፡ ወጥቶ ፡ እግዚዎ ፡ ብሎ ፡ ለምኖት ፡ ነው ፡ የመለሰላት ። ምነው ፡ አንቺ ፡ አየለች ፡ አትነግሪውም ፡ ለዚህ ፡ ለወንድምሽ ?

በይ ፡ እኮ ። የወይኒቱን ፡ ፀጉር ፡ እመገርሳ ፡ እጅ ፡ አላየሽ
ውም ? እሷስ ፡ በሯን ፡ ዘግታ ፡ ሦስት ፡ ቀን ፡ ሙሉ ፡ ስታለ
ቅስ ፡ አልሰማሻትም ?" አሉ ።
አየለችም ፡ የእናቷን ፡ ማምረር ፡ ተገንዝባ ፡ እንዳሏትም ፡ ወዲያው ፡
ወንድሟን ፡ አይታ ፦
"አዎን ፡ ጋሼ ፥ እማማ ፡ ያለችው ፡ ሁሉ ፡ እውነት ፡ ነው ። ፀጉሯን ፡ ጋሼ ፡
መገርሳ ፡ ሲያዞረው ፡ ሁላችንም ፡ አይተነ
ዋል ።" አለችው ።
አሰፋም ፡ ከዚያ ፡ በኋላ ፡ ምንም ፡ ሊል ፡ አልቻለም ። ደን
ግጦ ፡ ጉብቶ ፡ ቁጭ ፡ አለ ። ከሰውም ፡ ሰው ፡ የዚች ፡ ልጅ ፡ ጭንቅላት ፥ ከራሷ
፡ ላይ ፡ ወልቆ ፡ ተገኝቶ ፥ በገቢያ ፡ ሲዞር ፡ ነበር ፡ አሉት ። እስቲ ፡ ለዚህ ፡ ምን
፡ ይመለሳል ! ዝም ፡
ብሎ ፡ ተቀምጦ ፡ ቆይቶ ፡ ጥላው ፡ በረዶ ፡ አሥራ ፡ አንድ ፡
ሰዓት ፡ እንደሆነለት ፡ ብቻውን ፡ ለመሆን ፡ በማሰብ ፡ በዚያው ፡
ፊት ፡ አገሩን ፡ ላይ ፡ ነው ፡ ብሎ ፡ አቅርቦት ፡ በነበረው ፡ ምክ
ንያት ፡ አሁንም ፡ በሰው ፡ አማኻኝቶ ፡ ሊወጣ ፡ ተነሣ ።
እናቱም ፡ እደጅ ፡ ድረስ ፡ ተከትለውት ፡ ወጥተው ፦
"እንግዲህ ፡ እንዲያው ፡ አደራህን ፡ ልጄ ፥ ወደዚያ ፡ ቤት ፡ ፊጽመህ ፡ ዝር ፡
እንዳትል ?" ብለው ፡ ለመኑት ።
አሰፋም ፡ የእናቱን ፡ ማምረር ፡ ተገንዝቦ ፦
"እሺ ፡ እማማ ።" ብሎ ፡ መለሰ ።
"እስቲ ፡ እንዲያው ፡ ይኸው ፡ ሙት ፡ አልሄድም ፡ በልና ፡
እጄን ፡ ምታኝ ?"
"እማማ ፡ ሙት" ።

11

አሰፋም ፡ ከዚህ ፡ በኋላ ፡ ለይምሰል ፡ አገሩን ፡ እውነት ፡
እንደሚያይ ፡ ሰው ፥ ከተማው ፡ በሞላ ፡ ወለል ፡ ብሎ ፡ ከሚታ
ይበት ፡ ከፍተኛ ፡ ቦታ ፡ ላይ ፡ ወጥቶ ፡ ነበር ። ነገር ፡ ግን ፡
ዓይኑ ፡ ከዋለበት ፡ ላይ ፡ ልቡ ፡ ስለአልነበረ ፥ አንዱንም ፡ አላ
የም ፡ ነበር ።
ምነው ፡ እናቱ ፡ ቅድም ፡ ያገባች ፡ ናት ፥ ወይም ፡ ታጭታ
ለች ፥ ወይም ፡ የራስ ፡ ልጅ ፡ ናት ፡ ባሉት ፡ ኖሮ ። አሰፋ ፡ ደፋር ፡ ነው ።
እንደሚሉት ፡ ደግሞ ፡ ደፋርና ፡ ጨስ ፥
መውጫ ፡ አያጣም ። ነገር ፡ ግን ፡ እናቱ ፡ አልፈው ፡ ተር
ፈው ፥ ጅብ ፡ ነች ፡ አሉት ። አሰፋ ፡ ይህንን ፡ በኅሊናው ፡ ሊያ
ምነው ፥ ወይም ፡ ሊቀበለው ፡ ከቶ ፡ አልቻለም ። ለብቻው ፡ በሐ
ሳቡ ፡ እንዴት ፡ እሷ ፡ ጅብ ፡ ትሆናለች ? እሷ ፡ ከሰብአዊነት ፡ ወደ ፡ ሌላ ፡ ነገር
፡ ለመለወጥ ፡ ብትችል ፥ መልአከ ፡ ብትሆን ፡ እንጂ ፡ ጅብ ፡ አትሆንም ፡ ይል ፡

ጀመር ። ደግሞስ ፡ የሰው ፡ ልጅ ፡ እንዴት ፡ የራስ ፡ ቅሉን ፡ አውልቆ ፥ አስቀምጦ ፡ ጅብ ፡ ሆኖ ፡ ይሄዳል ? ይህ ፡ በፍጹም ፡ እልም ፡ ያለ ፡ ዓይን ፡ ያጣ ፡ ውሸት ፡ ነው ። ስንት ፡ የደም ፡ ሥሮች ፥ ስንት ፡ ጅማ
ቶች ፥ መበጣጠስ ፡ እንዳለባቸው ፥ ማን ፡ ለነማማ ፡በነገራቸው ። እነሱ ፡ ግን ፡ ሲያወሩት ፡ ልክ ፡ አንድ ፡ ባርኔጣ ፥ ከሰው ፡
ራስ ፡ ወልቆ ፡ እንደተቀመጠ ፥ የኸል ፡ አድርገው ፡ ነው ። ሆኖም ፡ ይኸው ፡ ንግግራቸው ፡ ሁሉም ፥ ጨርሶ ፡ ውሸት ፡
ነው ፡ ለማለት ፡ ደግሞ ፡ አይቻልም ። ያ ፡ መገርሳ ፡ ያሉት ፡
ሰውዬ ፥ የልጅቷን ፡ ስም ፡ ማጥፋቱን ፡ ጥርጥር ፡ የለውም ፡ አጥ
ፍቶታል ። የታባቱ ! ይህን ፡ ጊዜ ፡ እምቢ ፡ ብላው ፡ ይሆናል ። እሱን ፡ እውነትም ፡ እንዴት ፡ ብላ ፡ እሺ ፡ ትበለው ። ስሙ ፡ እንኳን ፡ ደስ ፡ አይልም ። አንዳንድ ፡ ሰዎች ፡ እንደዚህ ፡
ናቸው ። የገዛ ፡ ነውራቸውን ፡ ለመደገፍ ፡ ሲሉ ፥ የሰውን ፡
ስም ፡ ያጠፋሉ ። "እገሌ ፥ እገሊትን ፡ ለምን ፡ ተውካት ?"

"እዬ ፡ የኔ ፡ ወንድም ፥- እሷማ ፡ ይኸውልህ ፡ እንደዚህ ፡ ነች ።"

መገርሳም ፡ አይጠረጠርም ፡ የዚሁ ፡ ብጤ ፡ ነው ። እንዲ
ያው ፡ እሷን ፡ ጠይቁያት" አግኝቼው ።

ነገር ፡ ግን ፡ እንዴት ፡ አድርጌ ፡ ልጠይቃት ፡ እችላለሁ ? እማማ ፡ እንዳልሄድ ፡ አስምላኛለች ። እማማ ፡ እንዳልሄድ ፡ ያስ
ማለችኝ ፥ ጅብ ፡ ናትና ፡ ልጄን ፡ ትበላብኛለች ፡ ብላ ፡ ነው ።
አይ ፡ እማማ ! እነዚህ ፡ እናቶች ! ነገር ፡ ግን ፡ እኔ ፡ ሰው ፡
ጅብ ፡ እንደማይሆን ፥ ይህችም ፡ ልጅ ፡ ጅብ ፡ እንዳይደለች ፡ አውቃለሁ ። ምን ፡ አለ ፡ ታዲያ ፡ ብሄድ ? አምላኬ ! እባክህ ፡
ልሂድ ? ዛሬ ፡ እንዲያው ፡ እሷን ፡ አንድ ፡ ጊዜ ፡ ስሜያት ፥
ነገ ፡ ጧት ፡ ንስሓ ፡ እገባለሁ ።

III

ወይኒቱ ፡ እሱ ፡ እንኳኩቶ ፡ ሲገባ ፡ ደህና ፡ ደህና ፡ ልብሷን፡ ለባብሳ ፡ አልጋዋ ፡ አጠገብ ፡ ቁጭ ፡ ብላ ፡ ነበር ።

"ቅድም ፡ ልክ ፡ ሳይሽ .........!"

"እኔም ፡ ገና ፡ ሳይህ .........!"

"ሮባን ፡ ስልከው ፡ በእውነት ፡ እሺ ፡ ና ፡ የምትይኝ ፡ አል
መሰለኝም ፡ ነበር ።"

እኔም ፡ ቅድም ፡ እናትህ ፡ ከበሩ ፡ ላይ ፥ ወደ ፡ ውስጥ ፡ ሲያስገቡህ ፥ ሁለተኛ ፡ የምንተያይ ፡ አልመሰለኝም ፡ ነበር ።"

እንደዚህ ፡ ነበር ፡ ለጥቂት ፡ ጊዜ ፡ ሆኖ ፡ የቆየው ፥ የአስ
ፋና ፡ የወይኒቱ ፡ የፍቅር ፡ ንግግር ። በኋላም ፡ ይህ ፡ ሁሉ ፡
አልፎ ፥ ለአስፋም ፡ የቀኑ ፡ ሕልም ፡ ተፈጽሞ ፥ ጐን ፡ ለጐን ፡
ተቀምጠው ፥ ስሚት ፡ ስማው ፥ እንደዚሁም ፡ ደግሞ ፡ ሌላ ፡

ቁም ፡ ነገር ፡ ሁሉ ፡ ሲያወሩና ፡ ሲጫወቱ ፡ ቆይተው ፣
ሌሊቱ ፡ እንደ ፡ ተራመደባቸው ፡ እንዳስተዋሉ ፡ ደግሞ ፣ ኩራ
ዙን ፡ አጥፍተው ፡ ተኝተው ፡ ነበር ።

አሰፋንም ፡ ከጥቂት ፡ ደቂቃዎች ፡ በኋላ ፣ ከባድ ፡ እንቅ
ልፍ ፡ ወስዶት ፣ ወይኒቱ ፡ እጐኑ ፡ እከንዱ ፡ ላይ ፡ ተኝታ ፣
እሱ ፡ በሕልሙ ፡ ከሷው ፡ ጋራ ፣ በደስታና ፡ በዓለም ፡ በብዙ ፡ አገር ፣ በብዙ ፡
ቦታ ፡ ሲጓዝ ፡ ያይ ፡ ነበር ። ነገር ፡ ግን ፡ አሰፋ ፡ በዚሁ ፡ በያዘው ፡ ሁኔታ ፡
ሌሊቱን ፡ በሞላ ፡ ሳይነጋ ፣
ከሌሊቱ ፡ አሥራ ፡ አንድ ፡ ሰዓት ፡ ላይ ፡ ሲሆን ፣ በርዶት ፡
ከእንቅልፉ ፡ ብንን ፡ አለ ። ብርዱም ፡ ደግሞ ፡ ያለ ፡ ምክን
ያት ፡ አልነበረም ። ሕልሙ ፣ ቅዠቱ ፣ ፍቅሩ ፣ ወይኒቱ ፡
ከጐኑ ፡ አልነበረችም ። እናቱም ፡ ያሉት ፡ ነገር ፡ ወዲያውኑ ፡
ትዝ ፡ አለው ። "ጅብ ፡ ነች !" ጥርጣሬ ፡ ሆዱን ፡ አሸበረው ።
ከብርዱ ፡ ጋራ ፡ ወባው ፡ እንደ ፡ ተነሣበት ፡ ሰው ፡ ተርገፈ
ገፈ ። ልብሱንም ፡ በጥድፊያ ፡ አጠላልቆ ፣ ወደ ፡ እናቱ ፡
ቤት ፡ ሩጦ ፡ ሊሄድ ፡ አሰበ ። ሱሪውንም ፡ ማታ ፡ አውልቆ ፡ ካኖረበት ፡
ወንበር ፡ ላይ ፡ ሊያነሣ ፣ ዘወር ፡ ብሎ ፡ እጁን ፡ ሰደደ ።

እዚያም ፡ ባየው ፡ ነገር ፡ ኮረንቲ ፡ እንደ ፡ ጨበጠ ፡ ሰው ፣ እጁን ፡ ነዝሮ ፡
ካልጋው ፡ ላይ ፡ ነጥሮ ፣ በሌላው ፡ ጐን ፡ በኩል ፡ ከመሬት ፡ ወርዶ ፡ ወደቀ ።
ሱሪው ፡ ከነበረበት ፡ ወን
በር ፣ በሱሪው ፡ ላይ ፦ የወይኒቱ ፡ ፀጉር ፡ እንዳለ ፡ ወልቆ ፡ ጠቀምጦ ፡ ነበር ።

ብርድ ፣ ፍርሃት ፣ ድንጋጤ ፡ አሰፋን ፡ ሰበቁት ። ከዚያም ፡
ቀስ ፡ ብሎ ፡ ተነሥቶ ፡ ላቡን ፡ እያንጠባጠበ ፣ ግድግዳውን ፡ ጥግ ፡ አድርጎ ፡
ቆመ ። ግድግዳውም ፡ ዙሪያውን ፡ ሁሉ ፡ የጅ
ቦች ፡ ሹክሻኬ ፡ የሚያዘምት ፡ መሰለው ። "አሁን ፡ እንበላዋ
ለን...... እንበላዋለን......ለን !" በዚሁ ፡ ሁኔታው ፡ ምንም ፡ ያህል ፡ ሳይቆይ ፣
ወዲያውኑ ፡ ደግሞ ፣ በሩ ፡ ሊከፈት ፡ ተንሳ
ጠጠ ። አንድ ፡ መልካም ፡ ወዲያውኑ ፡ እቤት ፡ ውስጥ ፡ ገባ ። አሰፋም ፡
ይህንኑ ፡ መልከ ፡ ትክ ፡ ብሎ ፡ አየው ። መልካም ፡ ግማሽ ፡ ወገኑ ፡ የወይኒቱን ፡
ይመስል ነበር ።አዎን። አፍንጫው ፣ ከንፈሩ ፣ ዓይኑ ፣ ሽፋሉ ፣ ቅንድቡ ፣ ቁመቱ
፣ ሽንጡ ፡ የሷው ፡ የወይኒቱ ፡ ነበር ። ነገር ፡ ግን ፡ እራሱ ፣ ቅቤ ፡ የተቀባ ፡
ድፍን ፡ ቅል ፡ ይመስል ፡ ነበር ። አንድም ፡ ፀጉር ፡ አልነበረበ
ትም ።

ድምጹም ፡ የሷው ፡ የወይኒቱ ፡ ነበር ።

"ጅብ ፡ ነሽ ! እናቴ ፡ ስላንቺ ፡ የነገረችኝ ፡ ነገር ፡ ሁሉ ፡ እውነት ፡ ነው ።
አትጠጊኝ ፣ አትጠጊኝ ፡ ብያለሁ ፡ ኋላ !"

ወይኒቱም ፡ በዚህ ፡ ጊዜ ፡ ከአሰፋ ፡ ዘንድ ፡ ተመልሳ ፣

ወደ ፡ አልጋዋ ፡ እየዘገመች ፡ ሄዳ ፥ በግርጌው ፡ ላይ ፡ ቁጭ ፡ አለች ። እንባም ፡ በጉንጮቿ ፡ ላይ ፡ ወዲያውኑ ፡ ይወርድ ፡ ጀመር ።

በዚህ ፡ ጊዜ ፡ ወይኒቱ ፡ ከልቧ ፡ ተንሰቅስቃ ፦

"የለም ፡ አሰፍዬ ፡ አይደለሁም ።" አለችው ።

እንዴት ፡ አይደለሽም ? እሺ ፥ ምንድነው ፡ ይኸ ፡ እራስሽ ? ፀጉርሽስ ፡ እንዴት ፡ ቢሆን ፡ እንደዚህ ፡ ወለቀ ? አንቺስ ፡
አሁን ፡ የት ፡ ነበርሽ ?

አሁን ፡ ደግሞ ፡ ወይኒቱ ፡ ቀና ፡ ብላ ፡ እንባዋን ፡ ከፊቷ ፡ ላይ ፡ ጠራረጋ ፦

"እሺ ። ስማኝ ፡ አሰፍዬ ፡ ልንገርህ ፡ እንግዲያውስ ፥ የት ፡ እንደነበርኩ ። ፀጉሬም ፡ እንደዚህ ፡ እንደ ፡ ወለቀ ።" አለችው ። "አሁን ፡ ከአጠገብህ ፡ ያጣኸኝ ፥ ወደ ፡ ጓሮ ፡ ወጥቼ ፡ ነው ። ፀጉሬም ፡ እንደዚህ ፡ የወለቀው ፥ የራሴ ፡ የተፈጥሮ ፡ አይደ
ለም ።"

በዚህ ፡ ንግግር ፡ አሰፋ ፡ ደንግጦ ፦

"አ !" አለ ።

አሁን ፡ ደግሞ ፡ ወይኒቱ ፡ በጣም ፡ አልቅሳ ፦

"አዎን ፡ አሰፍዬ ፥ ስማኝ ፡ ታሪኬ ፡ ይህ ፡ ነው ።" አለ
ችው ። "እናቴ ፥ ባሏ ፡ የእኔ ፡ የልጅዋ ፡ አባት ፥ ወዲያው ፡
እንደተወለድኩ ፡ ሞቶባት ፥ ችግርና ፡ ማጣት ፥ በዚህ ፡ ዓለም ፡ ከፉኛ ፡ ያንገላታት ፡ ደኻ ፡ ሴት ፡ ነበረች ። የሚላስ ፡ የሚቀ
መስ ፡ ስላልነበረ ፥ እየዞረች ፡ ትለምን ፡ ነበር ። አንድ ፡ ቀን ፡ በተወለድኩ ፡ በዓመቴ ፥ እኔን ፡ ብቻዬን ፡ ከቤት ፡ ውስጥ ፡ ዘግ
ታብኝ ፥ እሷ ፡ ቃርሚያ ፡ ሄዳ ፡ ነበር ። ለካስ ፡ ፈቅቅ ፡ ብሎ ፡ ከተኛሁበት ፡ መደብ ፡ ሥር ፥ የተዳፈነ ፡ ረመጥ ፡ ኖሮ ፤ ተንከባልዬ ፡ በአናቴ ፡ ወድቄበት ፥ ራሴ ፡ በሞላ ፡ ተጠበሰ ። እንደ ፡ አጋጣሚ ፡ በዚያ ፡ በኩል ፡ ከሚያልፉ ፡ ሰዎች ፡
አንዱ ፥ ጩኸቴን ፡ ሰምቶ ፡ ባይደርስና ፡ ባይተርፈኝ ፡ ኖሮ ፥ ነድጄ ፡ እቀር ፡ ነበር ። ከዚያም ፡ አገር ፡ እናቴ ፡ ወዲያውኑ ፡ ይዛኝ ፡ ጠፍታ ፡ አዲስ ፡ አበባ ፡ ገባች ። እዚያም ፡ ብዙ ፡ ሐኪ
ሞች ፡ ዘንድ ፡ እየለመነች ፡ ደርሳ ፡ ራሴን ፡ አሳየቻቸው ። ሁሉም ፡ ይኸ ፡ ፈጽሞ ፡ ተቃጥሏል ፥ ሁለተኛ ፡ ፀጉር ፡ የሚ
ሉት ፡ ነገር ፡ አያበቅልም ፡ አሏት ። እሷም ፡ እኔን ፡ ያለልክ ፡ ትወደኝ ፡ ነበርና ፥ መጨረሻ ፡ የሄደችበት ፡ ሐኪም ፡ እግሩ ፡
ላይ ፡ ወድቃ ፥ ምርር ፡ ብላ ፡ ብታለቅስበት ፥ ትልቅ ፡ ስትሆን ፡ ወደ ፡ እኔ ፡ ዘንድ ፡ አምጪያት ፡ አላት ። እናቴም ፡ ሳትርቅ ፡
ለዚያው ፡ ለሐኪም ፡ ግርድና ፡ ገብታ ፡ ትሠራ ፡ ጀመር ።
እኔም ፡ ሌላ ፡ ቦታ ፡ ላይ ፡ እሳቱ ፡ ስላልነካኝ ፥ ይህንኑ ፡
ራሴን ፡ ብቻ ፥ በቆብና ፡ በሻሽ ፡ እየተሸፈንኩ ፡ አደግሁ ። በእ

ሥራ ፡ አምስት ፡ ዓመቴም ፥ ሐኪሙ ፡ ለእናቴ ፡ በስጣት ፡ ተስፋ  ፡ መሠረት ፥
ይህንን ፡ ፀጉር ፡ ካገሩ ፡ ተላልኮ ፡ አም
ጥቶ  ፡ ሰጠኝ  ። ስለዚህ  ፡ ማጌታ  ፡ ማጌታ  ፡ ስተኛ  ፡ ከቀን  ፡
ብዛት ፡ ከመኝታ ፡ የተነሣ ፥ ተሰባብሮ ፡ እንዳያልቅብኝ ፡ አው
ልቄ ፡ አኖረዋለሁ ።
   አሰፋም ፡ በዚህ ፡ ንግግር ፡ ልቡ ፡ ተነካ። አሰፋንም ፡ እንባ ፡
አነቀው ። ከንፈሩም ፡ ተንቀጠቀጠ ። ኩራዙንም ፡ ከቦታው ፡ አስ
ቀምጦ  ፡ መጥቶ  ፥ ወይኒቱን ፡ በደረቱ ፡ ላይ ፡ ጥብቅ ፡ አድ
ርጎ ፡ አቀፋት ። ሁለቱም ፡ አንገት ፡ ላንገት ፡ ተያይዘው ፥ እኩል ፡ ተንሰቅስቀው
፡ አለቀሱ ።

Филологический комментарий. Philological commentary. የፊሎሎጂ ማስረጃ።

| | | | |
|---|---|---|---|
| 1 | ዓይኖቹን ድርቅ አደረገ | 1.остановить взгляд на чем-либо | 1.to lay one's eyes on something |
| 2 | አንጋደደ= አጣመመ | 2. Сгибать, загибать | 2. to bend |
| 3 | ቀርጣፊ | 3. палач , имя деятеля от глагола …ቀረጠፈ.. – перерубать, отсекать, зд. – обладающий «дурным глазом» | 3.executioner, butcher – verbal noun of a doer from the verb …ቀረጠፈ.. - to butch, to cut off. (Here), a man with an evil eye |
| 4 | አፈ ታሪክ | 4.устное предание | 4. a legend |
| 5 | በእግዚአብሔር አምሳል የተፈጠረ ሰው | 5. человек, созданный по образу и подобию «Бога». | 5. man created in the image and likeness of "God" |
| 6 | ጅማት | 6.сухожилие, жила | 6. sinew, tendon |
| 7 | ለካስ | 7.проклятье! – восклицание, показывающее, что говорящий вспоминает события прошлого. Приблизительно соответствует русскому «Как помню!» | 7. Remember! – an exclamation showing that the speaker is about to recall events of the past |
| 8 | አገሩን ላይ ነው ብሎ አቅርቦት በነበረው ምክንያት አሁንም በሰው አማካኝቶ ሊወጣ ተነሣ | 8. он сказал: «Я посмотрю город» и под этим предлогом встал, чтобы уйти. | 8.he said, "I'm going to see the town" and used it as a pretext to rise and leave. |
| 9 | ምነው እናቱ ቀድም ያገባች ናት ፥ ወይም ትጭታለች ወይም የራስ ልጅ ናት ባሉት ኖሮ | 9.Что делать? Если бы мама сказала: «Она замужем» или «Она обручена» или «Она дочь раса « ( Рас – феодальный титул) Данное предложение является придаточным предложением нереального условия, где нереальное условие выражено сочетанием предлога …በ.. с простым перфектом смыслового глагола и факультативным… ኖሮ… (деепричастие 3 л., ед.ч., м.р. от глагола… ኖረ… «жить») Главное предложение выражено сочетанием вопросительного местоимения с глаголом-связкой. | 9.What am I to do? If only Mother said, "She is married" or "She is engaged" or "She is *Ras's* daughter"! (*Ras* is a title of a noble man in feudal times). This clause expresses unreal condition by means of the preposition …በ.. combined with a Simple Perfect form of the notional verb and optional …ኖሮ.. (adverbial participle in the 3rd person singular masc. of the verb …ኖረ.. (to live). The principle clause is expressed by the interrogative pronoun with the link verb. |

| | | | |
|---|---|---|---|
| 10 | ገንዘብ ለማግኘት ብሎ የሰው ልጅነትን ክብር ማርከስ በጣም ተገቢ አይደለም | 10.Ради денег не стоит унижать достоинство человека (чтобы раздобыть деньги не стоит….) | 10.for the sake of money you should not humble a decent man (to get some money…) |
| 11 | ሸኖ | 11.Шано – небольшой населенный пункт к северо-востоку от Аддис-Абебы. Расположен между Аддис-Абебой и Дэбре-Бырханом. | 11. Shano – a small settlement to the North-East of Addis-Ababa |
| 12 | እማማ ሙት | 12.Клянусь матерью!<br>В Эфиопии очень распространена клятва именем родителей, детей и других близких родственников. Во времена монархии популярной была клятва именем императора: Клянусь именем Хайле Селассие! | 12. I swear by my mother!<br>In Ethiopia it is typical to swear by the names of the parents, children and other close relatives. At the times of the monarchy a popular oath was by the name of the Emperor: I swear by Haile Selassie! |
| 13 | እስቲ እንዲያው ይኸው ሙት አልሄድም በልና እጄን ምታኝ | 13. Ну же, скажи: «Я не пойду, клянусь! – ударь меня по руке.<br>Слегка ударить собеседника по руке для подтверждения достоверности сказанного – древний обычай в Эфиопии. | 13. Do tell me, "I shall not go. I swear!" – Strike me on the hand.<br>To strike somebody lightly on the hand to prove your truthfulness is an ancient tradition in Ethiopia. |
| 14 | ደፋርና ጪስ መውጫ አያጣም | 14.досл.: пословица - смельчак, как и дым всегда находит выход. | 14. Literally, a proverb: a dare-devil like smoke: will always find a way out. |

# БЫРХАНУ ЗЭРИХУН
# (1934–1987)

Родился в Гондаре, здесь же окончил среднюю школу. В 1956–57 годах учился радиомеханике в Технической школе в Аддис-Абебе. Затем преподавал там же, работал чертежником в Институте картографии и географии. В 1960-е годы занялся журналистикой и вскоре стал редактором крупных газет на английском языке — «Эфиопия сегодня», «Голос Эфиопии» и «Новое время» (1961–67).

Первая повесть «Два письма слез» опубликована в 1959 г. В ее основе — трагическая история героини Абебы, оставившей семью из-за любви к столичному молодому человеку, которому она вскоре наскучила и была вынуждена стать дешевой проституткой, умершей в нищете.

Политический роман «Победа после смерти» (1969) посвящен борьбе африканцев ЮАР за свои права. В романах «Конец несчастья» (1964) и «Внутри и за пределами сумасшедшего дома» (1966) Б. вновь вернулся к теме возросшей проституции в Эфиопии.

В историческом романе «Слезы Теодроса» (1966) Б. выступил в защиту прославившегося своей жестокостью и деспотизмом императора Теодроса, попытавшись представить его более человечным и гуманным, стремившимся к объединению страны в целях упрочения ее независимости. В 1961–68 Б.З. опубликовал роман «Когда появляется луна» и свой единственный сб. рассказов «Он женился на девственнице», основанных на изученных им традициях различных народов Эфиопии. Трилогия «Буря» (1980–82) посвящена революции 1974 г. В центре романа история двух семей, переживавших засуху и голод, которые поразили тогдашнюю провинцию Уолло.

Б. З. известен и как драматург: пьесы «Пароль» (1980), «Озабоченный актер» (1981) и «Абба Нефсо» (1983), посвященная эфиопскому патриоту Кэннязмачу Балча. Посмертно опубликован последний исторический роман Б. З. «Тайна Тынгут» (1988), который перекликается с романом «Слезы Теодроса», хотя и значительно отличается от него.

Для творчества Б. характерны реалистическая направленность, глубина художественного осмысления действительности. Б. З. — один из наиболее крупных писателей Эфиопии, получивший признание еще при жизни.

*(Даты приведены по григорианскому календарю)*

# BIRHANU ZERIAHUN (1934–1987)

Birhanu Zeriahun was born in Gondar, where he finished a secondary school. In 1956–57 he studied to be a radio-mechanic in a Technical school in Addis-Ababa, then taught in the same school and also worked as a draughtsman in the Institute of Cartography and Geography. In the 1960s he went into journalism and soon became editor of important English language newspapers, such as "Ethiopia Today", the "Voice of Ethiopia" and the "New Time" (1961–67).

His first story "Two Letters of Tears" published in 1959 was based on the tragic tale about the girl Abeba who had left her family for the love of a big-city guy. He soon got tired of her and turned her away to her fate of a cheap prostitute, who finally died in misery and poverty.

Birhanu Zeriahun's political novel "Victory after Death" (1969) is dedicated to the struggle of Africans from the South African Republic for their rights. In his novels "End of Misery" (1964) and "Inside and Outside of the Asylum" (1966), the writer turns again to the problem of growing prostitution in Ethiopia. The historical novel "Theodros's Tears" is an attempt to justify the Emperor Theodros, notorious for his cruelty and despotism; the authors makes this character more human and humane and stresses that he strove to unite the country and strengthen its independence. In 1961–68 Birhanu Zeriahun published the novel "When the Moon Appears" and his only collection of stories "He Married a Virgin" based on traditions of various peoples of Ethiopia. The trilogy "The Tempest" (1980 -82) is about the revolution of 1974; it describes the story of two families who had to live through the times of draught and starvation which afflicted the then province of Wollo.

Birhanu Zeriahun is also known as a play-wrighter for his plays "The Password" (1980), "A Worried Actor" (1981) and "Abba Nefso" dedicated to the patriotic figure of Kenniazmachu Tingut.

Birhanu Zeriahun's last posthumous work is a historical novel "The Mystery of Tingut (1988) which has some affinity to "Theodros's Tears", yet it is very different form the earlier novel.

Birhanu Zeriahun's writings display realistic approach, profound artistic understanding of life. He is undoubtedly one of the most prominent Ethiopian writers who got public recognition in his life-time.

*(The dates are given in accordance with the Gregorian calendar)*

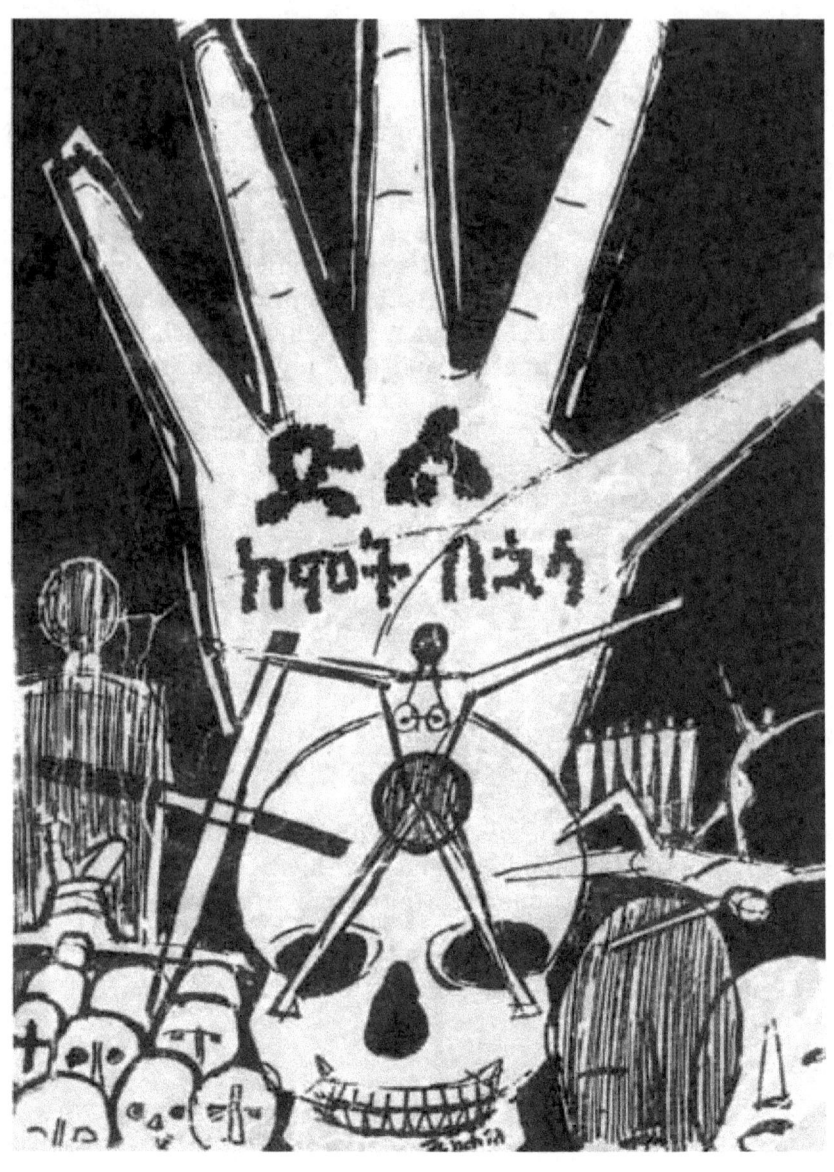

Обложка романа Бырхану Зэрихуна «Победа после смерти».
Cover of the novel by Birham Zeriahun "The victory after death"

## ድል ከሞት በኋላ። ከብርሃኑ ዘርይሁን።
## ምዕራፍ ፲፪። (1955)

ደብዳቤው ከቤተ ሰቡ የተላከ ነበር። ጸሐፊው ማን እንደሆነም በአጣጣሉ አወቀው። አንድ ዘመዱ ነው። በመንደሩ የታወቀ ጸሐፊ ነው። አሁን ግን ድኩማ ጽሑፉን ለማድነቅ ስሜት አላገኘም ። የደብዳቤውን ቃል ብቻ በችኮላ ያነበንበው ጀመር።

“—የተወደድክልጀ ድኩማ እንደምን ሰንብተሃል። እኔበጊዜው ከወደቀብኝ ኀዘኔን ካላንተም ናፍቆት በተቀር አምላክይመስገን - ማንኛውንም መከራ ቢሆን ፈጣሪን አመስግኖከመቀበል በስተቀር አትቃወሙት ተብሏልና - ደህና ነኝ።

“—ትንሹ ወንድምህ ዘይብ በድንገተኛ የብርድ ሕመምከዚህ ዓለም በሞት ተሰናብቷል። እንደም ታውቀው እምብዛምጤና አልነበረውም ። አባቱና አንተ ከተለያችሁት ወዲህበናፍቆት ፤ በስስትና በችግር የባሰ ውን ሰውነቱ ክፉኛ እየደከመ ሒዶ ነበር። የብርዱ ሕመም ምክንያት ብቻ ሆነው። ትልቅየውም ምንም እንኳ ችግሩን ለመረዳት ቢችል እየናፈቀ አስቸግሮኛል።

“አባትህ በዘድካ ማዕድን በግዳጅ ሥራ የእሥራቱን ዘመን እንዲፈጽም ተወስኖ ወደዚያው ተልኳል። ያ የግዳጅ ሥራከብስጭቱ ጋር በጣም እንደሚከብድበት እርግጠኛ ነኝ። እኔም ምንም እንደማላደርግለት ባውቀውም ፤ ለእኔም ፤ ለእርሱም ተስፋ ቢሆነን ብዬ ወደ ዚያው ቀበሌ መሔዴ ነው ። አያትህን ከዚሁ ከአጐትህ ጋር እተዋቸዋለሁ። ከዚህም ብሆን ፤ ወደሌላ ቀበሌብሰደድም ፤ ለእኔ ምንም የሚለወጥ ነገር የለም። መቸም መፈጠራችን ለመከራ ብቻ ሆንዋል።

“—ከሔድህ ጀምሮ ደብዳቤ የላክህልኝ አንድ ጊዜ ብቻ ነበር። ለምንድነው? ለሥራ ከሥፍራ ወደ ሥፍራ መዘዋወርህን እሰማለሁ። ከዚያ ከሔድኩ በኋላ አድራሻዬን አስታውቅሃለሁና

በየጊዜው እንድትጽፍልኝ። በሕይወት መኖርህን ማወቁ ብቻ ለኔ ትልቅ ተስፋ ነው። በል በዓይነ ሥጋ ለመገናኘት ያብቃን”።

“ምን ጊዜም ናፋቂ እናትህ።

-አሊና-”

ድኩማ ደብዳቤውን አንብቦ ሲጨርስ ከኀዘን ይልቅ ንዴት አኮማተረው። ደብዳቤውን አጣጥፎ ከኪሱ ከተተና አእምሮው በሐሳብ ይጓዝ ጀመር። ሳይ ታወቀው አካሉም እንደዚሁ ጉዞ ጀመረ። የት እንደሚጓዝ አያውቀውም። መራመዱንም አልተገነዘበም። ልብ ካላየ ዓይን አያይም ይባላል። ድኩማ አእምሮው በሐሳብ ባንድ በኩል ይጓዝ ስለነበር ፤ የቅልጥሙ መንቀሳቀስ ፤ የሚራመድበት አደባባይ አልተሰማውም።

አእምሮው ወደ አለፈው ትዝታ ፤ ወደፊቱ ትንቢት መነነ።

---የቤተሰቤ ነገርማ እንግዲህ በቃ ተከተተ! እንደገና መመሥረቱ ዘበት ነው። ዋ! ሽማግሌው አያቴ! በዚያ የደከመ ሰውነቱ እንግልት ይችላል? ለደጉ የሽማግሌ ሰውነት እንግልት እንጅ ብስጭት አይሰማውም ይባላል። የሚጠጋበት ጐጆ ፤ የሚጋደምበት መደብ ፤ የሚመገበው ቁራሺ -- ይህ እንኳ በበቃው ነበር።

---ወየው እናቴ! በሴት ሰውነት ይህንን ሁሉ መከራ እንዴት ልትሸከመው ትችላለች? ከሥሩ ተሰባብራ መው ደቋ አይቀርም። ምናልባት አላያትም ይሆናል። ትንሹ ወንድሜ ሞቶ! አሁን ያንን ዛላውን ፤ ያንን ፈገግታውን ምስጦች ይጫወቱበታል ማለት ነው? ምስጥ የበላው ፤ የማይናገር ፤ የማይንቀሳቀስ ፤ የማይተነፍስ ሰውነት ምን ይመስል ይሆን? በሜዳ ላይ ተዘርረው ፤ አካላቸው ተነፍቶ ፤ ወይም ፈንድቶ፤ ጠረናቸው እንደማያስቀርበው እንስሶች ዓይነት ነው? የለም የእኔ ወንድም እንደዚያ መሆን የለበትም።

ድኩማ የትንሺ ወንድሙን ዛላ ሰውነት አፈርና የምስጥ ምግብ መሆን በትክክል ሊገነዘበው አልቻለም።

---መሞትና አለመሞት ልዩነቱ ምንድነው? ባንድ በኩል ትንሼ ወንድሜ ወደፊት የተሻለ ዕድል የሚጠብቀው ከሆነ ፤ ሞቱ ከመኖር መከራ ገላገለው ማለት ነው። ይህም መጥፎ አይደለም። ብቻ ምስጥ አይንካው---

ለድኩማ በሞት ዓለም ውስጥ ፤ የትንሼ ወንድሙ ሰውነት የሚታየው ፤ ሳይጠወልግ ፤ ለዛው ሳይጠፋ ፥ በፈገግታ እንዳንቀላፋ ሆኖ ነበር። የሰውን መበስበስና አፈር መሆን ግን አእምሮው ሊያይለት አልቻለም። ምናልባት ሌሎቹ - ኩብኩባው፤ ጮርቃው ትንሼ ወንድሜ ግን አይሆንም - አለ በሐሳቡ ። ከዚያም ስለአባቱ ያስብ ጀመር።

---ያንን የባርነት መከራ አሳልፎ ይወጣ ይሆን ? እንጃ! በጣም እጠራጠራለሁ። ወንጀለኞችም ይሁኑ ንጹሆቹ የእሥራት ጊዜያቸውን ፈጽመው በደህና የሚ ወጡት በጣም ጥቂቶች ናቸው። ብዙዎቹ የሚያልቁት በዚያው በወህኒ ቤት ነው። ግማሾቹ በብስጭት እየመነመኑ በመጨረሻ ይሞታሉ። ሌሎችም በሺታ ገደላ ቸው ይባላል። የቀሩትም የደረሱበት ሳይታወቅ በጊዜ ብዛት እየተሠወሩ ቀርተዋል። ወደግዳጅ ሥራ የሚላኩትም ለደግኮ አይደለም---። አንድ የጥንት ታሪክ ትዝ አለው። ገና የአሥር ዓመት ተሬ በነበረ ጊዜ ነው። ያን ጊዜ ቤተሰቡ የሚኖሩት በአንድ ትልቅ ማዕድን አቅራቢያ ነበር። የሥፍራውን ስም ፤ አባቱ ያን ጊዜ ምን ይሠራ እንደነበር በትክክል አያስታውሰውም። ብቻ የመንደሩ ትርኢትና የአንድ ቀኑ ድርጊት ከሥውር ሕሊናው በርግዶ ወጥቶ በገሐድ ታየው። ካሁን በፊት እምብዛም አስታውሶት አያውቅም። እንዲያውም ፈጽሞ ረስቶት ነበር። አሁን ምክንያት የሆነው የአባቱ ለግዴታ ሥራ ወደ ማዕድን መላኩ ነው።

---ጧት ወደአራት ሰዓት ገደማ ላይ ነበር። እርሱ ከተጋደመ ሙቀጫ ላይ ተቀምጦ ይጫወታል። ከሽማግሌዎችና ከአንዳንድ ሥራ-ፈቶች በተቀር በመንደሩ ብዙ ወንድ አልነበረም። ወደየሥራው ተሰማርቷል። ቀጭና መንገድ ከታላቁ አውራ

ጐዳና ጋር ወደምትጋጠምበት አቅጣጫ ድኩማ አቆልቁሎ ሲመለከት በርከት ያሉ ሰዎች በመካከላቸው ትልልቅ ጓዝ ቢጤ ተሸክመው ሲጓዙ አየ። ከዚያ በፊት በዚያ መንገድ ፤ ሰውም ፤ ጓዝም ፤ መኪናም ፤ ከብትም ሲመላለስ አይቷል። እንደአዲስ ነገር አልቆጠረውም። ከጨዋታው እንደገና ቀጥ ሲል ሰዎቹ በቀጭኗ መንገድ ታጥፈው ወደመንደራቸው ሲያመሩ ተመለከተ ። አሁን ትንሺ ግራ ገባው። ምን ጓዝ ይሆን? ሲል አስተዋለ። ሁለት ከፊት ሁለት ከኋላ ፤ አራት አራት እየሆኑ የተሸከሙት ጓዝ ሁለት ነው። ዕቃ አይደለም። ሞለል ሞለል ያለ ነገር ነው። ከጓዙ በኋላ ሦስት ሰዎች አንገታቸውን ደፋ አድርገው ይራመዳሉ። አሁንም ወደኋላ ፈቀቅ ብለው የፖሊስ ልብስ የለበሱ ሁለት ሰዎች ያዘግማሉ። እስቲቫሎ ጫማቸው በጧቱ ጸሐይ ያብረቀርቃል። እጃቸውን ሲያወዛውዙ የጨበጡት አለንጋ በሩቁ እንደሸረሪት ሐር ቀጥኖ ይታወቃል። ከቡሽ ባርኔጣቸው በታች የገረጣው ፊታቸው ይለያል። ነጮች መሆናቸው ነው። የተቀሩት ደግሞ ጥቁሮች ናቸው። የፈረንጂ ፖሊሶች ወደመንደር ሲመጡ ለደግ አይደለም እያሉ እናትና አባቱ ሲናገሩ ሰምቶ ነበር። ከቶ ምን ይሆን? እናቱ ከውጭ ኖራ ቢሆን ተቆጥታ ታስገባው ነበር። አለመኖሯ በጀ! ሲል በልቡ ተደስቶ ነበር።

---ሰዎቹ እየቀረቡ መጡ። የተሸከሙት ምን እንደሆነ ዓወቀ። ከዚያ በፊት የታመሙና እንደገናም ወደመንደሩ የማይመለሱት ሰዎች (በዚያን ጊዜ አስተያየቱ የሞቱትን ማለቱ ነው) ሲጓጓዙበት አይቷል። ማነው የታመመው? ለጥያቄው መልስ ገና ሳይፈልግለት ከመንደር አንድ ሰው ጥሪ አሰማ። ቃሬዛ የተሸከሙት ሰዎች ከመንደሩ አደባባይ ሲደርሱ ፤ በመንደር የዋለው ፤ ሴቱም ፤ ወንዱም ፤ ሽማግሌውም ፤ አሮጊቱም ፤ ወጥቶ ተሰብስቦ ነበር። በተሸካሚዎቹ ፊት ጥልቅ ኀዘን ይነበባል። ከኋላ በኩል የነበሩት ሌሎቹ ረዳቸውና ሁለቱንም ቃሬዛ አውርደው ከመሬት ላይ አሳረፉት። ሁሉም ፊቱን

ጨፍግጎ ጭጭ አለ። በዚህ ጊዜ አንዱ ሽማግሌ ወደፊት ነጠቅ አለና በጨርቅ የተሸፈነውን ቃሬዛ ሲገልጥ ፤ በኋላው አፈግፍገው ይመለከቱ ከነበሩት መካከል አንዷ እሪታዋን ለቀቀችው። ከዚያም ዋይታ ብቻ ሆነ።

---ሁለቱ ፖሊሶችም ፤ "ባታደነቁሩን ምናለ" በሚል ጉጥጫ አስተያየት "ቶሎ ወደ ሥራችሁ!" ሲሉ ተሸካሚዎችን አዘዙዋቸው። ተሸካሚዎቹም አንገታቸውን ደፉ እያደረጉ ተመለሱ። ድኩማ ልቅሶውንና ዋይታውን ትቶ ፤ ሁለቱ ፖሊሶች አለንጋቸውን እያወዛወዙ ለዓይን ትንኝ እስኪያህሉ ድረስ ተመለከታቸው።

---አሁን በምን ትዝ አሉት? ቃሬዛውን ለቤተሰብ ሲያስረክቡ ከፊታቸው ላይ ይታይ የነበረው የጥቁር ሕይወት ንቀት አሁን ጐልቶ ከፊቱ ላይ ተገለጸለት። እስቲባሎው የኃይል ፤ አለንጋው የጭካኔ ምልክት ነው።

---ማታውኑ ሲወራ እንደሰማው የሞቱት ሁለቱ ሰዎች በማዕድን እንዲሠሩ የተደረጉ የፖሊቲካ እሥረኞች ነበሩ። የሞቱት ማዕድኑ ተንዶ ደፍኗቸው ነው ይባላል። መንደርተኞቹ ደግሞ ስለአደጋው የሚያወሩት ሌላ ነው። በሕይወት እንዲኖሩ የማይፈለጉትን የፖሊቲካ እስረኞች ለማጥፋት የማዕድን አደጋ ዋና ሰበብ መሆኑ ይነገራል---

የድኩማ አእምሮ በሐሳብ ብቻውን ርቆ ሲመንን አካሉ ደግሞ ባንድ በኩል ወደፊት ይጓዝ ነበር። ጉዞው የተወሰነ አቅጣጫ አልነበረውም። እንደዚሁ ወደፊት - ወደፊት የእግሩ እርምጃ እንደመራው ወደፊት ብቻ ነበር። መጓዙ ስንኳ አልታወቀውም። ስሜቱ ከሐሳቡ ላይ ተንጠልጥሎ ስለነበር ምናልባትም ሰውነቱ ዝሎ እስኪወድቅ ድረስ ባልተሰማው ነበር።

እንደገና ያንን እስቲባሎ ጫማ - ያንን የገረጣ ፊት - ያ፡- የፖሊስ ዱላ ከፊቱ ላይ ተደቅኖ ታየው። እስቲባሎው ጫማ እየጐላ ሒዶ ከዓይኑ ውልብልቢት ሥር ግዙፍ ምስሶ

ሆነበት። ሐሳቤ ይጫወትብኛል! የቀን ቅዠት ነው። አሁንም አንድ ሁለት እርምጃ ወደፊቱ ተራመደ። እስቲባሎው ፣ የተወለወለው ጥቁረቱ እያብረቀረቀ ዲው ዲው -- ዲው እያለ ወደርሱ ተጠጋ። የፖሊሱ ዱላ ጭንቅላት ፣ ከዓይኑና ከሐሳቡ ላይ እየገዘፈ ሔዶ ከደረቱ ሲደቀን ተሰማው።--- ቅዠት አይደለም። --- ሐሳብ አይደ ለምና። ቅዠት ይታያል እንጂ አይዳሰስም። ደረቱን የጐሸመው ዱላ የሚዳሰስና ጉነጣው የሚሰማ ነበር።

ምዕራፍ ፲፰ ፣ ገጾች ፻፺፬ - ፪፻፲፩።

ድኩማ ከስምንት ቀኖች በኋላ ፍርድ ቤት ቀረበ። ፍርድ ቤቱ ከፖሊስ ጣቢያው በፖሊስ ሽቭሮሌት አስር ደቂቃዎች ያህል የሚያስኬድ አንድ መጠነኛ ሕንፃ ነው። ከውጭ ፣ ከቀስተ ደመናው በራፍ ራስጌ ላይ "የፍትሕ ቤት" የሚለው ጉልህ ጽሑፍ የሚያሾፍ ይመስላል።

ድኩማ ከሁለት ፖሊሶች መካከል ሆኖ ገባ። ከውስጥ ፣ በከፍተኛ መስኮቶች በኩል የሚገባው ደብዛዛ ብርሃን ፣ በዝቅተኛው በራፍ በኩል ከሚሾልከው ጋር ተቀላቅሎ በመጠኑ አደራሹን አዳርሶታል። በመስኮቶቹ መካከል የደቡብ አፍሪቃን ናሲዮናሊስት ፓርቲን የመሠረቱትና በኋላም ያገለመሱት መሪዎች ሥዕሎች ተንጠልጥለዋል።

ከዚሁ ሥር በአረንጓዴ ከፈይ የተደገሰ ጠረጴዛ ተዘርግቷል። ከኋላው ፣ ድጋፉቸው በአጭር ሰው ቁመና ልክ የሚሆኑ ሦስት ወንበሮች አሉ። ከመስኮቶቹ ፣ ከፎቶግራፎቹ ፣ ከጠረጴዛው ፊት ለፊት ትንሺ ዝቅ ባለ መካከለኛው ወለል ላይ ፣ መቀመጫዎችና የክንድ ማስቀመጫ ወይም የማስደገፊያ ሳንቃዎች በሁለት ረድፍ ተደርድረዋል። ሲገቡ በስተቀኝ ፣ ከብረት መጋረጃ ጀርባ ሁለት ሞላላ መቀመጫዎች አሉ።

በግራ በኩል አንድ የካህን መስበኪያ የመሰለ ሣጥንና አትሮንስ ቆሟል።

የቀስታ ሹክሹክታ ይሰማል። ቁጥራቸው በርከት ያሉ ሰዎች አልፎ አልፎ ተቀምጠዋል። በአንዱ ረድፍ ነጮች፤ በሌላው ረድፍ ጥቁሮች ናቸው።

በደቡብ አፍሪቃ ምድር ጥቁሮችና ነጮች ከአንድ ጣሪያ በታች በአንድነት የሚገኙበት ሥፍራ ቢኖር ፤ አንዱ ፍርድ ቤት ነው። ችግሩ ባለሥልጣኖቹ ሌላ ዘዴ አላገኙለትም። ጥቁሮች ለዳኝነት አይፈለጉም። ነጩ ዳኛ የጥቁሮችንና የነጮችን ጉዳይ በአንድነት መመልከት ነበረበት።

ዩኒፎርም የለበሱ የጸጥታ አስከባሪ ዘበኞች ከወዲያ - ወዲህ ይንጐራደዳሉ። ክፍሉ ትዝብት የሰፈነበት ይመስላል። ቀጠሮው ቀደም ብሎ ተገልጦ ስለነበር በተለይ የድኩማን ጉዳይ ለመመልከት የመጡ አፍሪካውያንና አንዳንድ ፈረንጆችም ነበሩ።

ድኩማ በቀኝ በኩል ወደሚገኘው የተከሳሾች ሳጥን ተወሰደና ፤ ከፖሊስ ወህኒ ቤት ሲነሣ አስገብተውለት የነበረውን እጀሙቅ አወለቁለት። ሌሎች ሁለት ተከሳሾች ነበሩ። አንደኛው የቆዳ ጃኬት የደረበ ፤ የሳምንት ዕድሜ ያለው ጢሙ ሽፍፍ ብሎ ጉንጩን ያለበሰው ፤ ጸጉሩ ወደግንባሩ የተደፋ የነጭ ጐልማሳ ነበር። አስተያየቱ ፤ የከንፈሩ አሿሿፍ በአካባቢው ያለውን ሁሉ በንቀት የሚመለከት ይመስላል። ትከሻውን ጐበጥ አድርጐ በክፍሉ ያሉትን ሰዎች በማጓጠጥ ይመለከታቸ ዋል። ሁለተኛው ደግሞ ሸሚዙ ከትከሻው ላይ የተቦጫጨቀ ፤ የተረፈው ከጅርባው በታች የሚፈልቀው የላብ ዕድፍ ከላይ በኩል ጥቀርሻ መስሎ የሚለይ ደንዳና ጥቁር ነበር። ሁለቱ ግማሺ ሜትር ርቀት ያህል በመካከላቸው ትተው ተቀምጠዋል። ድኩማም እንደዚሁ በእርሱና በሌላው ጥቁር መካከል ግማሽ ሜትር ያህል ፈቀቅ ብሎ ተቀመጠ።

ጥቂት ደቂቃዎች ያህል እንደጠበቁ አንድ ሰው ድምጹን ከፍ አድርጎ አሰማ። ሁሉ ባንዴ ብድግ አለ። ድኩማም አብሮ ተነሳ። ...

"ችሎቱ ሥራውን ጀምሯል --- አሁን - የሕግ አስከባሪው ክስ ይሰማል--" አለ።

ዓቃቤ ሕጉ አሁንም ጉሮሮውን ጠራረገና መነጠሩን ጥቂም ጥቁም አድርጎ :-

"ተከሳሽ ድኩማ ኪሙይ ፣ የተከሰሰበት ወንጀል ፩ኛ አንቀጽ፣ በተከለከለ አደባባይ ሕግን በመጣሱ ፣ ፪ኛ / የፖሊስን ትእዛዝ በመቃወም እስከመገልገል ድረስ በመቃጣቱ ፣ ፫ኛ / በሥራ ፈትነትና በወሮበልነት በዱርባን ከተማ በመገኘቱ :- ከዚህ ላይ የተከበረውን ፍርድ ቤት ለማሳሰብ የምፈልገው ፣ እነዚህ የተጠቀሱት አንቀጾች ለጊዜው በማስረጃ የተረጋገጡ ቢሆኑም ፣ ኪሙይ የሚባል አባቱ በሜራ አበርነት ተፈርዶበት በወህኒ ቤት መገኘቱንና ስለዚህም ተከሳሺ ወደፊት የምንከታተለውን የምናጣራው ብዙ ነገር መኖሩን ነው። የተከበረው ፍርድ ቤት በተረጋገጡት ወንጀሎች ላይ ፍርዱን ከሰጠ ፣ ሌላውንም ወደፊት እንቀጥላለን።" ዓቃቤ ሕጉ ድምጹን ጎላ አድርጎ ቃላቶቹን እየረገጠ ተናግሮ ሲጨርስ ቁጭ አለ።

ዳኛው ወደርሱ ዞር ሲል ድኩማ ብድግ አለ። "ጠበቃ ታቆማለህ ወይስ ራስህ ትነጋገራለህ"? አለው።

ድኩማ ይህንን ጉዳይ አስቀድሞ አስቦበት ነበር። እስቴዋርድም ፣ ጠበቃ የሚሻ ቢሆን በራሱ ኪሣራ ሊቀጥርለት፣ ወይም ራሱ ሊከራከርለት ፈቃደኛ መሆኑን ገልጦለት ነበር። ድኩማ ግን ፣ "ፍትሕ በሌለበት ጠበቃ ዋጋ የለውም። ከመሠረቱ የጐበጠ ዳኝነትን የሕግ ክርክር ፣ የጠበቃ ዕውቀት ፣ መቸም ሊያቃናው አይችልም። ፍርዱ አስቀድሞ የተፈረደ መሆን አለበት-- ክርክር በፍትሕ ሸንጎ ላይ ብቻ ነው" በማለት ወስኖ ነበር። አሊንጎም ቢሆን በመልእክተኛ በኩል ከታሠረበት ሲጠይቀው የጠበቃን ጉዳይ

አላነሳውም። "አስፈላጊ አለመሆኑን ቢረዳ ይሆናል -- ብቻ አሁን ለምን አልመጣም? ከዚህ ቢኖር መልካም ነበር። አለ በሐሳቡ።

"ለራሴው ራሴ እቆማለሁ" ሲል ድኩማ ድምጹን አለስልሶ መለሰ።

"እንግዲያውስ በተጠቀሱት የወንጀል አንቀጾች ጥፋተኛ ነህ አይደለህም?" ብሎ ዳኛው ዳግመኛ ጠየቀው። በዚህ ጊዜ ተመልካች ሁሉ ከመቀመጫው ጋር ይተሻሺ ጀመር።

"ጸጥታ" አለ ዘበኛው። በአዳራሹ ውስጥ ምክንያቱ ያልታወቀ የስሜት መወጠር ነበር። የዚህ ዓይነቱ ችሎት ከዚህ ቀደም እየተደጋገመ ታይቷል። ምናልባትም በቀበሌው የተፈጠረው ስጋት ሊሆን ይችላል። ምናልባትም ተከታዩ ገቢር እንደ ትንቢት ተገልጦላቸው ይሆናል። ብቻ ሰዎቹ አንገታቸውን አሰግገው በጭንቀት ይጠባበቁ ጀመር።

"ከሁሉ - አስቀድሞ -- ከዚህ ከሳሽም ተከሳሽም የለም--" ድኩማ ራሱን ቀና አድርጎ ችሎቱን በሙሉ ዓይን ተመለከተው። ዛሬ ሊናገረው ያሰበውን ፤ ከተባይ ጋር ሲዋጋ በዚያ የፖሊስ ጣቢያ ውስጥ አስቀድሞ ያጠናውና በቃሉ የከላለሰው ቢሆንም ፤ በአደባባይ ሲናገር የመጀመሪያ ጊዜው ስለነበር ድምጹ ቁርጥርጥ አለበት። እየቆየ ግን ድምጹ እየጎላና የዓረፍተ ነገሩ አመጣጥም እየተስተካከለ ሔደለት። "በበኩሌ ከዚህ ያለነው ምርኮኞችና ማራኪዎች ብቻ ነን። ጉዳዩ በዚህ ሊጠቃለል ይችላል።"

ሁሉም እርጭ አለ። ለጥቂት ደቂቃዎች ያህል የሚሰማው የብዕር ጭረት ብቻ ነበር። ዳኛውም በጥሞና የሚያዳምጥና የሚከተለውንም የሚጠባበቅ ይመስላል።

ግን አቋረጠና "ጥፋተኛ ነህ አይደለህም?" ሲል መልሶ ጠየቀው።

"ላስረዳ ጌታዬ" አለ ድኩማ አንገቱን ወደ አንድ ወገን ዘንበል አድርጎ "ጥፋተኛ እንዴት ነው? ወንጀል ምንድን

ነው? የማኅበራዊ ኑሮ የደነገገውን ሕግ የሚጥስ ፤ የሌላውንም መብትና ደህንነት አልፎ የሚነካ ይመስለኛል። ጌታዬ ፤ የሕግ ሰው ስለሆኑ ይህንን ከኔ ይበልጥ አሳምረው ያውቁታል። ነገር ግን አብዛኛው ያልተቀበለው ሕግ ፤ ይልቁንም የሕዝብ ጸር በሆነ ሕግ ላይ ወንጀለኛና ዳኝነት ሊኖር ይችላል?”

“በጉዳዩ ክልል ውስጥ መልስህን ስጥ እባክህ!” ዳኛው በሕሊናው የሚሰቃይ ይመስላል።

“ከጉዳዩ አልወጣሁም ጌታዬ! የአደባባይ ክልል ጥሰሃል ተብዬ ከዚህ ቆሜአለሁ። የማን አደባባይ? የምን አደባባይ? ታሪክ እምብዛም አላውቅም። ጥንት ሀገሬ እንዴት እንደነበረችም በዓይነ ሥጋ አላየኋትም። ግን የመጀመርያው ሚሲዮን መጽሐፍ ቅዱስ ከክንዱ ሥር ሸጉጦ ወደመንደራችን እንዴት እንደገባ አያቴ ከምድጃ ዳር አጫውተውኛል። የደከመው ፤ የጠፉ በጎችን ለመፈለግ የመጣ ገራም መሳይ ነበር። አባቶቻችንም በትሕትና ተቀበሉት። መደብ ሠሩለት። የራሳቸውንም አጎዛ አንጥፈው አስተኙት። በበነጋው በመጽሐፍ ቅዱስ ፊንታ ጠመንጃ አንግቶ ፤ ከምንኩስና ወደ ውትድርና ተለውጦ እንደሚነሳ አላወቁም። በገዛ አደባባያቸው እንደሚከለከሉና በወንጀል እንደሚያዙበት አላወቁም። በመስተንግዶዋቸው እንደሚጠቁ አላለሙም። የእኔ-መከሰስ--”

ዳኛው “በቃ! በቃ!” ብሎ የጸጥታ ማስከበሪያ መዶሻውን አነሳ። ግን መልሶ አላስቀመጠውም። ከአየር ላይ እንዳንጠለጠለው ቀረ። ሁሉም ጆሮውን አንጠለጠለ። በአዳራሹ ውስጥ ትንፋሺ ስንኳ አይሰማም ነበር። በችሎቱ ውስጥ የነበሩት ሁሉ ድምጹን በሩቅ ሰሙት። መጀመሪያ እንደንብ የሚያተም ብቻ ነበር። እየቆየ ግን ድምጹ እየጎላና ዜማው እየለየ ሔደ። ሁሉም አንገታቸውን ወደ አንድ በኩል እንዳጠነኑ ፈዘው ቀሩ። ዳኛው ፤ መዶሻው ኳ እንዳይል ቀስ አድርጎ አስቀመጠው። ያንን ዜማ ፤ በደቡብ አፍሪቃ ከልሂቅ እስከደቂቅ ማንም የሚያውቀው ነበር። ጥቁሮች ሴቶች ውሃ

በባልዲ በራሳቸው ተሸክመው የሚያንጐራጉሩት ፤ ወንዶች ከዶማ ጋር የሚወዛወዙበት ፤ ልጆች ከከብቶች ጋር የሚነጋገሩበት "አለንጋው ሲነግ" የተባለው የጥቁሮች መዝሙር ነበር።

"---ያ ጉማሬ አለንጋ
በዓየር ሲዘረጋ
ሊነድፍ ሲወጋ
ገና ሳይወድቅብኝ ጀርባዬን ሳይነካው ፤
በፉጨቱ ብቻ ልቤን ደም ሲያስወጣው ፤
በሆዴ ስተኛ ጀርባዬ ነፍርቆ ፤
በዚያ በጉማሬ ተልጦ ተፍቆ"

ማን እንደፈጠረው ፤ የት እንደተፈጠረ ፤ መቸ እንደ ተፈጠረ የሚያውቅ የለም ከአንድ መንደር አንድ ሆድ የባሰው ጥቁር እንደዋዛ ያንጐራጐረው ይሆናል። አሁን ግን ነጮች ሲሰሙት ጠጉራቸውን የሚያስቆም ፤ የጥቁሮች ሁሉ የመከራ ማስታወሻና የወደፊት ተስፋ መግለጫ ሆንዋል።

ሰዎቹ በድግምት እንደተያዙ ለጥቂት ደቂቃዎች ያህል በዚያው አኳኋን ቆዩ። ድምጹ እየቀረበ መጣ። እንደነጐድጓድ ያስተጋባ ጀመር።

በጥቂት ጊዜ ውስጥ ፤ ሦስቱ እሥረኞች ሳያውቁት በአዳራሹ ውስጥ ብቻቸውን ሆነው አገኙት ። ችሎቱ ወና ሆኖ ነበር። ዳኛ ፤ ዓቃቤ ሕግ ፤ ዘበኛ የውሃ ሺታ ሆንዋል። ሦስቱ ተከሳሾች እርስ በርሳቸው ተያዩ። ከዚያም ያለቃላት የተመካከሩ ይመስል በአንድነት እየተማሩ በዋናው በር ወጡ።

ከዚያም የገጠማቸው ትርኢት ከገመቱት ውጭ ነበር። በፍርድ ቤቱ በራፍ አደባባይ ላይ ብዙ ሰዎች አልነበሩም። ሕፃን በክንዷ የታቀፈች አንዲት ሴት ዓይኗ በጭንቀት እየተቅበዘበዘ ፤ ጠባቡ ቀሚሷ በሚፈቅድላት መጠን እየሮጠች አለፈች። አንድ ሌላ ሰው፤ ፎቶግራፍ ማንሻ አነጣጥሮ ይጠባበቃል። ሦስት ሰዎች ባንድነት ቁመው ይጠባበቃሉ። አንድ

ሌላ ሰው ብቻውን ከማዕዘን ላይ ተሸጉጧል። ባንድ በኩል ታላቁ ትርኢት እንዳያመልጠው ሲጓጓ ፣ በሌላ በኩል ደግሞ ፍርሐት የያዘው መሆኑ ግልጥ ነበር። እንደዚሁም አልፎ አልፎ አምስት ያህል ሰዎች ተንጠባጥበዋል ሁሉም ፊታቸው በአንድ፣ ወደአንድ አቅጣጫ በኩል ነው። ሁሉም ይጠባበቃሉ።

ከዚህ በተረፈ ግን በሦስቱ ተከሳሾችና ዓየሩን በድምጽ እንደነጐድጓድ እያደባለቀ ፣ ሠፈሩን እያጥለቀለቀ በሚመጣው የሰው ማዕበል መካከል ፣ በዚያ ለዘወትሩ ሕዝብ በሚበዛበት አደባባይ ብዙም ተንቀሳቃሺ አልነበረም። በአካባቢው ነዋሪ የሆኑት ፣ ወንዶች በሳሎን ውስጥ ተቀምጠው የጭንቀት ማሳለፊያ ዳማ ያንቀሳቅሱ ይሆናል። ሴቶች በማድቤት ልጆቻቸውን በዙሪያቸው ሰብስበው ያምጣሉ። ደፈር ያሉትም በመስኮት ብቅ ብለው ይመለከታሉ። የዱርባን ከተማ በዚያን ሰዓት ተጨንቃለች።

ሰላማዊው ሰልፈኛ ፣ መሬትን ከሥሩ እያንቀጠቀጠ መጣ። ሃምሳ ሺህ ጥቁር ጭንቅላት ፣ በጩኸትና በጉዞ ላብ ከሚንጠፈጠፍበት ግንባሩ ላይ የተሲዓት ጀንበር ስታንጸባርቅበት - የሚመጣው ከምዕራብ በኩል ነበር - የፈነዳ ጥቁር እሳተ ገሞራ ወይም የተቆጣ ማዕበል ይመስላል። አሁንም ያ - ጥቁር ማዕበል ፣ የጥቁር ኮቴ በመዝናናት ረግጦት የማያውቀውን አደባባይ እያጥለቀለቀው ቀረበ። መሬት ቁና ሆነች። ይህ ሁሉ ሲሆን ሦስቱ እሥረኞች ከፍርድ ቤቱ በራፍ ላይ እንደፈዘዙ ቆመው ነበር። ባለፎቶግራፉ ብቻ ሥራውን ባለመዘንጋት አንድ ጊዜ ተኩሶ ሌላ አቀባበለ።

ድኩማ ድንጋጤ ወይም ደስታ አደናግሮት ምን ማድረግ እንደሚገባው ሊያውቅ አልቻለም። ባንድ በኩል ተከሳሺ እሥረኛ መሆኑን አልሳተም። በሌላ በኩል ሠልፉ ምን እንደሆነ ገና አላጣራም። የሚያውቀው የጥቁር ማዕበል መሆኑን ብቻ ነበር።

ሠልፈኛው ከፍርድ ቤቱ በራፍ ለመድረስ ሁለት መቶ ሜትር ያህል ሲቀረው ድንገት ቆመና የረጋ ባሕር መሰለ። ከዚያም እንደገና ተርመሰመሰና ትልቅ ቀለበት ሠራ። አሁን ዝማሬ አልነበረም ። ጫጫታ ብቻ ይሰማል። ጥቂት ቆይቶ ቀጭን ጭስ ከቀለበቱ መካከል ተጉለል ብላ ወጣች። ድኩማ ግራ ገባው። ምንድን ነው? እሳት ተነሳ ? ሲል ራሱን ጠየቀ። ከእርሱ ጋር የነበሩትን ተከሳሾች አሁን ረስቷቸዋል። እሱነቱ የነበረው በዚያ የሰው ባሕር ውስጥ ነበር። ጭሱ እየጠቆረና እየከበደ ሔዶ ወዲያው የእሳት ነበልባል ተንቀለቀለ። ትልቅ ደመራ ሆነ። በዚህ ጊዜ መቶ ሺህ ክንድ ሲነሣ ፤ ሃምሳ ሺህ ላንቃ “እርነት!” ብሎ ሲጮህ ሰማይና ምድር የተደባለቀ መሰለ። ፎቶግራፍ አንሺው አሁን ሥራውን ማስታወሱ እንጃ! ድኩማ ግን ጥቂት አስቦ የነበልባሉ ምሥጢር ገባው። ያ-ሃምሳ ሺህ ሰው ፤ የባርነት ለምጽ የሆነውን ያንን የመታወቂያ ወረቀት ደመራ ሠርቶ አመድ አድርጎታል ማለት ነው።

ድኩማ ከንፈሩ ይንቀጠቀጥና ዓይኑ ዕንባ ይቋጥር ጀመር። ሰውነቱ በአንድ ዓይነት ስሜት ተወረረ። እንደኮሬንቲ አንዘፈዘፈው። ምን ዓይነት ስሜት እንደሆነ ራሱም አላወቀውም። ፍጹም ደስታ ብቻ አልነበረም። የደስታ ፤ የኀዘን የኲራት ፤ የንዴትም ቅልቅል ነበር። ዕንባ ተናነቀው። ባንድ በኩል ከት-ከት በል ያሰኘዋል። የደረት ኪሱን ጨበጥ አደረገ። ያች መታወቂያ ወረቀቱ የለችም? ከፖሊስ ጣቢያ ተወስዳለች። የኖረች ኖራ ለምን ዛሬ ስትቃጠል ለማየት አልበቃም!

ሠልፈኛው ድንገት እንደቆመ ድንገት ተንቀሳቀሰና አሁንም ወደፍርድ - ቤቱ አቅጣጫ እየቀረበ መጣ። ከዘራ፤ ጭራሮ ፤ በትር የያዘ ፤ ጨርቁን ከክንዱ ላይ የጠቀለለ፤ ቁምጣ የታጠቀ፤ ቀሚስ ያጠለቀ ፤ ሴት ፤ ወንድ ፤ ሽማግሌ ፤ ሕፃን ሃምሳ ሺህ ሰው ወደፊት በእርጋታ ይራመዳል። አሁን ዜማውን አቁመው ኮቴውና ሹክሹክታው ያተማል። ያስፈራል። ድኩማ ፤ በካህን

ጥቁር ልብሱ ፤ አንገቱን ካለወትሮው ቀና አድርጎ ሲራመድ አሊንጎን ከሩቅ ለየው። ፋይል ቢጤ በእጁ ይዟል።

ሠልፈኛው ከፍርድ ቤቱ ለመድረስ አንድ ሃምሳ ሜትር ያህል ሲቀረው አንድ ያልተጠበቀ ፤ በተለይም ድኩማ ያላሰበው ነገር መጣ። የት እንደነበሩ ሳይታወቅ ፤ አውቶማቲክ ጠመንጃ ያነገቱ ፤ ኤም-፩ የደነገጉ ፤ ዱላ የጨበጡ ፖሊሶች በአንድ ጊዜ ሠልፈኛውንና አደባባዩን ከበቡት።

ምሥጢሩ ሌላ ነበር። እነዚያ ክልሶች ፤ በጥቁሮች የታሰበውን ፕላን ሁሉ አስቀድመው አስታውቀው ስለነበር ፤ የጸጥታው ክፍል አስፈላጊውን ዝግጅት አጠናቅቆ ነበር። መሥሪያ ቤቶች ማስጠንቀቂያ ተላልፎላቸዋል። ፖሊሶች መሣሪያ ታድሎዋቸዋል። እንዲያውም አሁን በግልጥ የከበባቸው የፖሊስ ሠራዊት ፤ በድብቅ አብሯቸው የመጣው ሠልፉ ከተጀመረበት ሥፍራ ነበር።

ከሠልፉ በመጀመሪያ ረድፍ ከአሊንጎ ግራና ቀኝ እነጊዛጎ፤ እነዙምባ እነኡልና ሌሎችም ነበሩ። በአሊንጎ ፊት ምንም ዓይነት ድንጋጤ ወይም ፍርሃት አይታይም። በኀዘን ማርች እንደሚራመድ ወታደር አንገቱን ቀና አድርጎ በእርጋታ ይጓዛል። የሃምሳ ሺህ ሰው ኮቴ ሲያተም አንድ ልዩ ዜማ ነበረው። አሁንም ሠልፈኛው ወደፊት ገፋ። ፖሊሶች ዙሪያውን እየከበቡ መጥተው ፤ ከፍርድ ቤቱ በራፍ ላይ መንገዱን ዘጉበት ሐሳባቸው "የፍትሕን ቤት" ላለማስደፈር ይመስላል። ባለጠመንጃ ደገነ። ባለዱላ አነሳ። አሁንም ድኩማ የቆመው ከፖሊሶች ጀርባ ነበር። እንደተደናገረው ነው። ሠልፈኛው ግን በአፈሙዙ አቅጣጫ መጣ። አርባ ሜትር ፤ ሰላሣ ሜትር ፤ ሐያ ሜትር! ፖሊስ ጥርሱን ነክሶ የመዳፉን ጨበጣ አጠበቀ። ተኩሱ ወይም ግደሉ የሚል ትእዛዝ ገና አልተላለፈላቸውም። ችግሩ ከዚህ ላይ ነው። ሰላማዊው ሠልፈኛ አልተመለሰም። የሃምሳ - ሺህ ሰው ኮቴ ሊውጣቸው ነው!

በዚያ ጭንቀት ፤ በዚያ ምጥ መካከል ፤ በድንጋጤም ይሁን በብርቃት ፤ አንድ ጥይት ሲተኰስና ከሰልፈኞቹ ግንባር ቀደም አንዱ ጥቁር አ አ! ብሎ ሲወድቅ አንድ ሆኑ።

ከዚያም ድኩማ በቁጣ እንደጦር ተወርውሮ ከወገኖቹ ሲቀላቀል ወዲያው የተኩስ ሩምታ ተደባለቀ። ከዚህ በኋላ የሆነውን በትክክል አላወቀም። ከአጠገቡ ከነበሩት ጥቂቶቹ ዘንጠፍ ዘንጠፍ እያሉ ሲወድቁ አይቷል። እርሱንም አንድ ነገር እንደመርፌ ሲጠቁመው ተሰምቶታል። ከዚያ በኋላ ሁሉም ጨለማ ሆነበት።--ብቻ ጥይት ሲንጣጣ ፤ ኮቴ ሲተረማመስ ፤ አልፎ :- አልፎ ጩኸት እንደሕልም ይሰማው ነበር። አንድ ጊዜ ሰው ረግጦት ያለፈ መሰለው። ብቻ ደንዝዞት ሕመም አልተሰማውም።

ምናልባት ከእኩል ሰዓት በኋላ...ይሆናል። ዓይኑን ገለጥ አደረገ። ሠልፈኛው የለም። ብዙዎቹ ወህኒ ገብተዋል። አብዛኞቹም መሪዎቻቸው ሲወድቁ ተደናግጠው ተበታትነዋል። አደባባዩ ሬሳና ቁስለኛ ብቻ ነበር።

ድኩማ ፤ ቀና ለማለት ከደረቱ ላይ አርፎ የነበረውን መዳፉን ብድግ ሲያደርገው በደም ተጨማልቆ አየው። አወቀው---ከዚያም አንገቱን እንደምንም ቀና አድርጎ ዙሪያውን ተመለከተ። የቆሙ ሁለት ፖሊሶች ብቻ ነበሩ። ጠመንጃቸውን አንግተው ይንጐራደዳሉ።--- እስቲባሎው---ያ ያ የባርነት---የጭቆና---ያ-የርግጫ ምልክት አሁንም ከዓይኑ ላይ እየገዘፈ ሂዶ ጋረደው። ዓይኑን ጨፈን አድርጎ ቆየና እንደገና ሲገልጠው ፤ ሁለቱ ፖሊሶች እየተዝናኑ ወደዚያ ሄዱ። ቅዠት ነበር። አሁንም አንገቱን ቀና አድርጎ በአደባባዩ የተትረፈረፈውን ሬሳና አጣጣሪ ተመለከተ። ከእርሱ አራት ሜትር ያህል ርቆ አሊንጐ ወድቋል። በአሊንጐ ቤት ይሰበሰቡ የነበሩት ሁሉ ፤ ግማሹ በጐኑ ፤ ግማሹ በጀርባው ፤ ሌላው በደረቱ ሁሉም ወድቀዋል። አልፎ አልፎ የጣእረ ሞት ቅሰታ ይሰማል።

ድኩማ ባንድ እጁ አሁን ቃንዛው የሚሰማውን ደረቱን ደግፎ እየተሳበና እየተጐተተ ወደ ኦሊንጐ ደረሰ። ኦሊንጐ ዓይኑን ትንሺ ከፈት አድርጓል። ሲተነፍስ ከደረቱ ላይ ይታወቃል። ድኩማ ሲነካው ዓይኑን በበለጠ ገለጥ አደረገና እርሱ መሆኑን ሲያውቅ ፈገግ አለ።

"ጥፋቱ ሁሉ የኔ ነው" አለ ድኩማ እያቃሰተ። አሁን ትንፋሹ እያጠረበት ሄደ።

"ምኑ?"

"ነገሩን ሁሉ አበላሸሁት አባት ኦሊንጐ"።

"ምንም የተበላሸ ነገር የለም።" ኦሊንጐ ድምጹ ይድከም እንጂ አነጋገሩ የተስተካከለ ነበር።

"አታየውም ይህን መዓት! አደባባዩ - ሁሉኮ - ሬሳ ብቻ ነው" ድኩማ እነዚህን ቃላት ለመተንፈስ ያለ የሌላ የሕይወት ኃይሉን ሰዋ።

"ልጄ! ካለ ደም ሥርየት የለም ተብሏል። የአንተም የእኔም፤ የእኛም ፤ ስሕተት ላይሆን ይችላል። ምናልባት ሌላ መንገድ አልነበረም ይሆናል። ግን ተሸነፍን ማለት አይደለም። ሌሎች የንቅናቄውን ችቦ እየተቀባበሉ ከመጨረሻው ግብ ያደርሱታል። ሻማ ብርሃን ለመስጠት መቃጠል ግድ ይሆንበታል"። ኦሊንጐ በበኩሉ አንገቱን በጣር ቀና አድርጐ ድኩማን ተመለከተው። ወጣቱ አሸልቦ ነበር። ኦሊንጐ መዳፉን በድኩማ ግንባር ላይ አሳረፈና "በሰላም ዕረፍ ልጄ" ሲል የመጨረሻ ቃሉን ተነፈሰ። ለመኖር አንቀላፉ። በፊታቸው ላይ የሞት ሥቃይ አይታይም። ደስ ያላቸው ይመስላሉ።

ተገዙ ግን አልተሸነፉም። ተጨቆኑ ፤ ግን ሰብዓዊነታቸውን አልገበሩም። ተረገጡ ፤ ግን ውስጣዊ ክብራቸውን አልሰጡም። ከሞት በኋላ ስንኳ ገጣቸው የድል አድራጊነት ነበር።

Филологический комментарий. Philological commentary. የፊሎሎጂ ማስረጃ።

| | | | |
|---|---|---|---|
| 1 | አጣጣል | 1- манера письма, почерк | 1... - manner of writing, handwriting |
| 2 | አነበነበ | 2- читать, шевеля губами, тихо читать вслух | 2... - to read with moving lips; to read in a low voice |
| 3 | ከዚህ ዓለም በሞት ተሰናበተ | 3- досл. проститься с этим миром: скончаться | 3.... - (lit.) to say farewell to this world; to pass away; synonymous to ..... |
| 4 | እንግልት | 4- усталость | 4..... - tiredness |
| 5 | የሚጠጋበት ጎጆ | 5...- маленькая, вросшая в землю лачуга | 5.... - a tiny hut, deep in the ground |
| 6 | ዛላ | 6-зд.тело, рост, телосложение | 6..... - (here) body, height, build |
| 7 | ምስጥ | 7- вид червей | 7..... - the sight of worms |
| 8 | ጮርቃ | 8-инфантильный, незрелый | 8..... - infantile |
| 9 | እስቲባሎ( እስቲ ቫሎ) ጫማ | 9-летняя обувь | 9..... - summer footwear |
| 10 | እሪታ= ኡኡታ | 10....- крики о помощи | 10..... - cries for help |
| 11 | ጉነጣ | 11...удар, толчок | 11... - a knock, thud |
| 12 | አትሮንስ | 12..- зд.кресло прокурора, пюпитр (в суде); церк. Аналой | 12..... - (here) prosecutor's chair, (in church) lectern |
| 13 | ት ዝብት | 13- тишина, покой | 13..... - tranquillity |
| 14 | እጅ ሙቅ | 14- наручники | 14..... - hand-cuffs, irons |
| 15 | መነጠሩን ጥቁም ጥቁም አደረገ | 15- поправить очки на переносице | 15..... - to push up the glasses at the bridge of the nose |
| 16 | አጣራ | 16- зд. узнавать, идентифицировать | 16..... - (here) to recognise, to identify |

| | | | |
|---|---|---|---|
| 17 | አበርነት = አባሪነት | 17-соучастие | 17….. participation, co-partnership |
| 18 | ከመቀመጫው ጋር ተሻሸ | 18- ерзать на стуле | 18…. - to sit fidgeting |
| 19 | አንገቱን አሰገገ | 19- вытянуть шею | 19…. - to pull up the head |
| 20 | አጎዛ=አጎዋዛ | 20- кожа = - выделанная овчина с шерстью, используемая в качестве коврика на полу | 20….. - pelt, a rug of shearling |
| 21 | ጆሮውን አንጠለጠለ | 21- прислушиваться | 21….. - to listen for |
| 22 | ተሬ = ሕጻን | 22 - ребенок | 22….. - a child, a baby |
| 23 | ተመመ | 23- жужжать (о мухе) | 23….. - to buzz (about a fly) |
| 24 | በርግዶ ወጣ | 24- вырваться силой | 24…. - to wrest out |
| 25 | አንገቱን አጠነነ | 25- наклонить голову в сторону | 25…. - to bend the head |
| 26 | ነፈረቀ | 26- ранить ( помочь прорваться нарыву) | 26….. - to poke ( a boil) with a knife |
| 27 | ጉማሬ | 27- зд .кнут, хлыст из кожи бегемота | 27….. - (here) a whip made of hippopotamus skin |
| 28 | ተፋቀ | 28-быть ободранным | 28….. - to be stripped |
| 29 | ሆድ የባሰው (ሰው) | 29- идиом. восприимчивый, сочувствующий, сопереживающий человек | 29….. - (idiomatic) a sensitive considerate helpful person |
| 30 | የውኃ ሺታ ሆነ | 30- идиом. исчезнуть, ускользнуть (досл. приобрести запах воды) | 30……… - (idiomatic) to escape (lit. acquire the smell of water) |
| 31 | የተሲዓት ጀንበር | 31- послеполуденное солнце | 31….. - the afternoon sun |
| 32 | መሬት ቁና ሆነች | 32- идиом. все пришло в движение | 32……… - .(idiomatic) everything came into motion |
| 33 | ቁና | 33- корзинка на 4-5 кг, служащая мерой для сыпучих материалов | 33….. - a basket of four or five kilos which serves for measuring free-running material |
| 34 | ተጉለል አለ | 34- незаметно проскользнуть | 34….. - to steal past, to slide |
| 35 | ከት-ከት አለ | 35- хихикать, смеяться ( написание через дефис является авторским) | 35….. - to giggle, laugh (hyphenated spelling is specific to this author) |
| 36 | ከዘራ | 36- посох, трость | 36….. - a stuff, stave |
| 37 | የጣእረ ሞት ቅስታ | 37- предсмертный стон | 37….. - a death sigh |

| | | | |
|---|---|---|---|
| 38 | ቃንዛ | 38- боль | 38….. - pain |
| 39 | ሥርየት | 39- месть | 39….. - revenge |
| 40 | ገጥ=ገጽ | 40- лицо | 40….. - a face |
| 41 | ትልቅየውም ምንም እንኳ ችግሩን ለመረዳት ቢችል | 41- старший же (брат), хотя и мог понять в чем состоит трудность…. | 41…… - the elder (brother), aware as he was of the problem… |
| 42 | ሁለት ከፊት ሁለት ከኃላ፤አራት አራት እየሆኑ የተሸከሙት ጓዝ ነው | 42- они несли две поклажи. По четыре человека на каждую: две спереди и две сзади | 42… - they carried two loads. Four people for each load: two at the front and two at the back |
| 43 | እሱነቱ የነበረው በዚያ የሰው በሕር ውስጥ ነበር | 43- он всем своим существом растворился в этом людском море | 43… - his soul diffused in this human sea |
| 44 | ምናልባትም ተከታዩ ገቢር እንደ ትንቢት ተገልጦላቸው ይሆናል። | 44- может быть подобная процедура представлялась им пророчеством | 44…. - perhaps this procedure seemed to them a prophesy |
| 45 | ምናልባት ሌላ መንገድ አልነበረም ይሆናል | 45- вероятно, другого пути не было | 45…. - there seemed to be no other way |
| 46 | መከራ አሳልፎ ይወጣ ይሆን | 46- неужели это несчастье кончится? | 46…..can this misery come to an end? |
| 47 | ነጮች መሆናቸው ነው | 47- оказывается, они были белыми | 47…..they turned out to be white |
| 48 | ሠልፈኛው ድንገት እንደቆመ ድንገት ተንቀሳቀሰ | 48- колонна демонстрантов как неожиданно остановилась, так неожиданно начала двигаться | 48….. - the formation of protesters stopped suddenly and just as suddenly started to move. |
| 49 | ልብ ካላየ ዓይን አያይም | 49- пословица: если не видит сердце, не видит глаз | 49….. - (proverb) If the heart can't see, the eye can't see either. |

| | | | |
|---|---|---|---|
| 50 | ካለ ደም ሥርየት የለም | 50-дословно: нет мести без крови. Значение: в большом деле не бывает без жертв | 50.… (lit.) There is no revenge without blood. Meaning: a great cause cannot go without victims. |
| 51 | ለመኖር እንቀላፉ | 51……- - поговорка, заимствованная из кыне (qine). Кыне – традиционный вид поэзии, возникший в XIV в. на севере Эфиопии в бывшей провинции Годжам. Уникальное явление литературы Эфиопии. По словам эфиопского филолога Аяльнэха Мулату: «Кыне – это традиционные стихотворные или полупрозаические произведения устного творчества Северной Эфиопии. В таких произведениях в одной фразе может заключаться два-три смысла», Скрытый смысл – «золото», поверхностный «воск»,,,, ሰም ና ወርቅ,,,,,,,,- «воск и золото» - один из главных принципов построения кыне. В данной поговорке два смысла – «воск» - они умерли, досл. –« уснули для жизни», скрытый –«золото» - их имена, память о них , останутся жить вечно. | 51.… - a proverb borrowed from *qine*. *Qine* is a traditional type of poetic art, unique in its way, which appeared in the fourteenth century in the North of Ethiopia in the former province of Godjam. According to Ethiopian literary critic Ayalnikha Mulatu, "*Qine* is traditional verse or half- prose pieces of oral art in Northern Ethiopia. They contain two or three meanings in one phrase". The implicit meaning is "gold", the explicit meaning … …..- is "wax" – "wax and gold" is the basic principle of *qine*. This proverb has two meanings: "wax" – they are dead. Literally, " they have fallen asleep for life". The implicit meaning ( "gold") is: "their names and their memory will live forever". |
| 52 | የሽማግሌ ሰውነት እንግልት እንጂ ብስጭት አይሰማውም | 52- пословица: тело старика не чувствует раздражений, усталости. Значение: к старости человек привыкает к трудностям, лишениям. | 52….. a proverb: The old man's body is insensitive to anger or fatigue. Meaning: by old age a man gets used to difficulties and adversities. |

# АБЕ ГУБЭННЯ
# (1934–1980)

Абе Губэння (1934–1980) — эфиопский поэт, прозаик и драматург. Писал на амхарском и английском языках. До начала 1960-х годов занимал различные посты в министерстве информации. Со второй половины 1960-х годов — профессиональный писатель. Член Союза писателей Эфиопии (1977). Тема большинства прозаических произведений А. Г. — социальная критика внутренних противоречий общества, коррупции и бюрократизма в аппарате гос. власти: романы «Я не хочу родиться» (1963), «Один для матери» (1963), «Мэлькам — огненный меч» (1964), «Несчастная моя сестра» (1963) и др.

А. Г. неоднократно прибегал к аллегориям: например, в сказке-памфлете «Гобланд — спесивая мартышка» (1971) представлен остросатирический портрет феодально-монархической верхушки Эфиопии. После революции 1974 г. написана повесть «Вызов брошен» (1975), в которой нашли отражение настроения радикального крыла эфиопской интеллигенции.

В первой пьесе А. Г. — драме «Печальная смерть Патриса Лумумбы» (1964) выведен образ активного борца за переустройство жизни.

В основе аллегорической драмы «Дикарка» («The Savage girl», 1964), написанной на английском языке, — отражение противоречий современной цивилизации, тоска по патриархальности, человечности, душевному теплу. В драме «Политика и политики» (пост. 1975) А. Г. обличает людей, спекулирующих идеями и лозунгами революции.

*(Даты приведены по григорианскому календарю)*

# ABE GUBEGHNA (1934–1980)

Abe Gubeghna wrote in Amharic and English. Up to the early 1960s he occupied various posts in the ministry of information and starting with the mid-1960s he became a professional writer and in 1977 became a member of the Writers' Union of Ethiopia.

Most of Abe Gubeghna's prosaic works are criticism of social conflicts of the society, corruption and bureaucracy of civil servants, as in the novel "I Don't Want to Be Born" (1963), "One for his Mother"(1963), "Melkam — the Fiery Sword" (1964), "My Miserable Sister" (1963) and others.

More than once Abe Gubeghna resorted to allegory as, for example, in the pamphlet fairy-tale "Gobland — an Haughty Monkey" (1971), which is a poignant political satire on the elite of the feudal monarchy in Ethiopia. After the revolution of 1974 he wrote "Challenge Tossed" (1975) — a story reflecting the sentiment among intellectual radicals.

His first drama "Grievous Death of Patrice Lumumba" (1964) shows an active fighter for social restructuring of life. The allegorical drama «The Savage girl" (1964) written in English displayed contradictions of the modern civilization, wistful regret at the loss of patriarchal life, of human warmth and kindness. In the play "Politics and Politicians" (staged in 1975) Abe Gubeghna exposes people who exploit the ideas and slogans of the revolution.

*(The dates a given in accordance with the Gregorian calendar)*

# አልወለድም። ከአቤ ጉበኛ።
## እውነት በሌለበት ዓለም ለመኖር

አልወለድም።

ምዕራፍ ፱። ገጾች ፻፯ ፤ ፻፱ ፤ ፺ ፤ ፺፪ - ፺፬። (1955)

እኔ የተወለድሁባት ኢይዝራኤሎስ የተባለቿው ደሴት በወራሪዎች ስትበዘበዝና ስትጠቃ ስትገዛም ኑራ ነፃነቷን ካገኘች በኋላ ራሷ የተበላሸች አገር ነበረች። ይህች በታላቅ ውቅያኖስ የተከበበች አገር ዋና ከተማዋ አቃኒዮ የምትባል ስትሆን እኔም የተወለድሁት በዚችው ከተማ ነው። ከተማዋ የተመሠረተችው በባሕር ጠረፍ ላይ በመሆኑ በኰንትሮባንድ መርከብ እየተጫኑ ያለይለፍ ወረቀት የገቡ የውጭ ዜጎች እንዲሁም ለረጂም ዘመናት ቅኝ ግዛት ሁና በኖረችበት ጊዜ እንደልብ የገቡ የባዕድ ተወላጆች ታላላቅ ባለሀብቶች ሁነው ይኖሩባት ነበር።

ከተወላጆችዋም አልፎ አልፎ ብዙ ሀብት አንቆ ያዡ ሲኖሩ አብዛኛው ሕዝቧ ደሀ ነበር።

መፈጠራቸው በቍጥር ለማሟላትና ሌሎችን ለማገልገል ብቻ ሁኖ ከቀረው ደሆች ፥ ከሀገራቸው ጠፍና ሰፊ መሬት ለአንድ ጠማማ ጐጆ መቀለሻና ጭሮ ፥ ቆፍሮ የዕለት ሆድ ለመሙሊያ የሚሆን ጭብጥ አፈር ከሌላቸው ምስኪኖች አንዷ የሆነቿው ይህች ሴት በዓለም ላይ ብዙ ሴቶችን አካላቸውን በመሸጥ ሊያስተዳድራቸው የቻለው በቂ ውበት ባይኖራትም ከአስቀያሚነት ያመለጠ መልክና ውብ ጠባይ ብቻ ለሚፈልግ የሷ ቢጤ ባል የምታንስ ሴት አልነበረችም።

ይህች ምስኪን ሴት ፤ ዓለምን በምን ስሜት እንደምትወደው አይታወቅም ፤ እሷም እንደሌሎች ሞትን ስትፈራና መኖርን ስትፈልግ ትገኝ ነበረች። ለሰሚው ግራ ነው። ከዚህም አልፋ ከወንዶች ጋር ትቃረብ ኑራለች። ይህስ ይቅር የተፈጥሮ ጣጣ

ራቷን ለማግኘት በአንድ ታላቅ መንገድ ዳር ተቀምጣ ስትለምን ውላለች። ማደሪያዋም ያው የመንገድ ዳር ስለሆነ እዚያው አምሽታለት።

"በጭራሽ አልወለድም ፤" አልሁ በጩኸት።

"ወይ ግሩም! ሰይጣን ጠራኝ ልበል?" አለች።

"እኔ በሆድሽ ውስጥ ያልሁት ልጅ ነኝ ፤" አልኳት።

"ታዲያ ለምን አትወለድም?" አለች።

"ተወልጄ በችግር መሠቃየት አልፈልግም።"

"እኔ በተቻለኝ መጠን አሳድግኻለሁ።"

"ሊያኖረኝ የሚችል ሀብት አለሽ?"

"እንደዚሁ ለምኜም ቢሆን አሳድግኻለሁ።"

"ሞት ይሻላል! እኔ ማን መሰልሁሽ አንቺ? ልመናን ተማምኜ ነው የምወለድልሽ ? በገዛ ሀገርሽ ላይ የምትችይውን ሠርተሽ በመኖር ፈንታ እንዴት ልመናን ተስፋ አድርገሽ ትኖሪያለሽ? ያንቺ በዚህ ሁኔታ መኰሳቆል አንሶ ደግሞ ማደጊያ የሌለው ልጅ ለምን ትወልጃለሽ?"

"ተፈጥሮ ያመጣብኝ ጣጣ ነው እንጂ እኔማ ምን አደረግሁ?"

"ተፈጥሮ! ተፈጥሮማ ራስሽን ችለሽ እንድትኖሪ ፈቅዶልሽ ነበር። ብቻ ቀማኞች ሁሉን ነገር አመሰቃቀሉት እንጂ። የቻልሽውን ያህል ለመሥራት ለምን አትሞክሪም?"

"በገረድነት እሠራ ነበር"። የሳንባ በሽታ አለባት ብሎ ሐኪም ስለተናገረ ፤ በሽታው ወደ ጌታዬ ቤተ-ሰቦች እንዳይተላለፍ ወዲያው አስወጡኝ?"

"እሺ መሬት አለሽ?"

"የለኝም።"

"ቤት አለሽ?"

"የለኝም።"

"ትምህርት አለሽ?"

"የለኝም።"

"ታዲያ ምን አለሽ?"

"ምንም የለኝ።"

"ታዲያ ድኀነትን ፤ በሽታንና ድንቁርናን ልታወርሺኝ ነው ተወለድ የምትዪኝ?"

"ዕድልህን እንዴት ታውቀዋለህ ልጄ ?" አለች በትካዜ።

ምዕራፍ ፲፬። ገጾች ፻፹፯ ፤ ፻፹፰-፻፺፩ ፤ ፻፺፪-፻፺፬።

ለኔ እነሱ እንደሚጠሩኝ ፍጹም ወንጀለኛ ለተባልሁት ሰው የተደረገው የፍርድ ሥነ ሥራዓት ለሌሎች ከሚደረገው የተለየ ነበር።

ከዚያም ፍርድ አስከባሪው የወንጀሌን ታሪክ ከመጀመሪያ እስከ መጨረሻ ባጭር ባጭሩ ተናገረ። ከተጠቀሰው የወንጀል ታሪክ ውስጥ የሚከተሉት ነገሮች ነበሩት።

፩ኛ ፤ የሕዝብን መንፈስ ወደ መጥፎ ነገር ይመራል።

፪ኛ ፤ ሰው ሁሉ እኩል ነው እያለ ፤ በጌታና በሎሌ፤ በበላይና በበታች ፤ በደሀና በሀብታም ፤ በዐዋቂና በመሃይም መካከል ያለውን ልዩነት በመካድ ፤ በአዛዥና በታዛዥ መካከል ያለውን ወሰን አፍርሷል።

፫ኛ ፤ ሕዝብን ሊያገኝ ከሚገባው በላይ ማግኘት ይገባሃል እያለ ድሆች በሀብታሞች ላይ እንዲነሣሱ አድርጓል።

፬ኛ ፤ አንድ መንግሥት በፈለገው ሁኔታ ሕዝቡን መግዛት ሲገባው ፤

ሀ/ የመንግሥት ባለሥልጣኖች የሕዝብ አሽከሮች ናቸው፤ የሕዝብን ፍላጎት እየተከታተሉ ሕዝብን ማገልገል እንጂ ለነሱ ፍላጎት ሲሉ የሕዝብን ፍላጎትና ጥቅም ለመጋፋት መብት የላቸውም በማለት ፤

ለ/ በዘርም ሆነ በጉልበት ፤ በእውቀትም ሆነ በሀብት ፤ የተገኘ ታላቅነት ሁሉ ፤ የቆራጭ ፈላጭነት ሥል ጣንን ከፈለገ ታላቅነቱን መካድ ያሻል በማለት ፤

ሐ/ አንድ ተራ ወታደርና ጄኔራል ፤ አንድ መንገድ ጠራጊና ዶክተር ፤ አንድ ደሀ ገበሬና ጠቅላይ አገረ ገዢ፤ ምንም እንኳን ባሉበት ሰው ሠራሽ ደረጃ ቢለያዩ በተፈጥሮ እኩል ስለሆኑ እንዲሁም ተመሳሳይ ፍላጎትና በየመሥመራቸው ተፈላጊነት ስላላቸው አንድ ሌላውን በማይገባ የሚጫንበት ኃይል ሊያገኝ አይገባውም በማለት ገራውንና ጨዋውን ሕዝብ አበላሽቷል።

፬ኛ ፤ ከመወለዱ በፊት ጀምሮ እስከዛሬ ድረስ ሰዎች ለሁሉ በምትበቃው በዚች ሰፊ ዓለም ላይ ድርሻቸውን ተከልክለው በሥቃይ ከሚኖሩ ሳይወለዱ ቢቀሩ ፤ ወይም ቶሎ ቢሞቱ ይሻላቸዋል እያለ በተስፋ እየተጽናኑ መከራውን ሳይመለከቱ በሰላም የሚገዙትን ድሆች በመንፈስ አሸፍቷቸዋል።

፭ኛ ፤ ይህ ሁሉ አልበቃው ብሎ ሰው ትክክለኛ በሆነና አድልዎ በሌለበት ሕግ ሥልጣን እንጂ እንዳህያ በዱላ መገዛት የለበትም በማለት ባስነሣው ዓድማና ረብሻ፤ የብዙ ሕዝብ ሕይወት አስጠፍቷል። ሰላማዊ የሆነውን አገዛዝም በጥብጧል።

፮ኛ ፤ ለብዙ ዘመን ሲሠራበት የኖረውን የእምነትና የባህል ወግ በመቃወም ፤ በሃይማኖት የማይመሳሰሉ ሰዎች በጋብቻም ሆነ በማንኛውም ነገር እንዲገናኙ ፤ የተከበሩት በዓላት እንዲሻሩ በማድረግ እምነትንና ልማድን የሚያረክስ ወንጀል ሠርቷል።

በዚህ ሁሉ ወንጀል ምክንያት በመንግሥቱና በሀገሩ ላይ የደረሰው ጉዳት እጅግ ከባድ በመሆኑ ለዚህ ተመሳሳይ ለሌለው ወንጀል ምንም እንኳን ሌላ ሕግ ሊፈጠር ባይቻል ለመጨረሻው ከፍተኛ ወንጀል የሚታዘዘው ቅጣት እንዲፈጸምበት ፍርድ ቤቱን እጠይቃለሁ።”

ይህና የቀረውም አስገራሚ ወንጀል በሕግ አስከባሪው እንደበት ሲነገር እውነትንና ሐሰትን ለይተው ያወቁት “ይህ ታዲያ መልካም ትምህርት ነው እንጂ ምን ወንጀል ነው?”

እያሉ ርስ በርሳቸው ሲያጉረመርሙ እንዲያው በጨላማ እምነት የሚመሩት ክፉ ነው ሲሉዋቸው ክፉ ነው ፤ ደግ ነው ሲሏቸው ደግ ነው የሚሉ ፤ የተሸለመው ሁሉ ባለሙያ ፤ የታሠረው ሁሉ ወንጀለኛ የሚመስላቸው የዋሆቹ ወገኖቼ ግን ወየው ጉድ ለካ ይህን ያህል ወንጀለኛ ኑሯልና ! ወየው ጉድ ሁኔታውን ሲያዩት ደግ ይመስላል እያሉ ይጠቃቀሱብኝ ነበር።

ከዚህ በኋላ የዳኞች ሰብሳቢ የሆነው ማርሻል ፤ ወደኔ እየተመለከተ "ታዲያ አንተስ የተከሰስህበትን ወንጀል መሥራትህን ታምናለህ ትክዳለህ?" ሲል ጠየቀኝ።

እኔም "የሠራሁትን ሁሉ አልክድም። በቀረበብኝ ክስ ከተዘረዘሩት ነገሮች መካከል ፤ ሥራዎቼን ወንጀል ለማስመሰል እየተጠጉ ከተነገሩት ትችቶች በቀር ሁሉ ንም ሠርቻለሁ። ይሁን እንጂ ወንጀል ከምትሏቸው ይልቅ ትምህርት ብትሏቸው ተገቢ ስማቸው ነው።" አልሁት።

ለጥቂት ጊዜ ታግሣችሁ እንድታዳምጡኝ እለምናችኋለሁ።

እናንተ የከሰሳችሁኝ ለምን እንደሆነ ስለማውቅ በጥያቄና መልስ ጊዜ ከምናጠፋ ተሰብስቦ የሚመለከተንን ሕዝብም ፤ በፀሐይና ቁሞ በመዋል ከምናደክም የክሴን መልስ ባጭሩ ልንገራችሁ። እኔ በምንም መንገድ ወንጀለኛ አይደለሁም። ይህንም የምነግራችሁ ወንጀልንና ወንጀል ያልሆነ ነገርን ለይታችሁ እንድታውቁ ነው እንጂ እኔን ወንጀለኛ አይደለም ብላችሁ እንድትምሩኝ አይደለም።

የኀሊናችን ሕግም ሆነ የሃይማኖት ሕግ የማኅበራዊ ኑሮ ሕግም ሆነ የሕግ ሰዎች የመሠረቱት ሕግ እንደሚያስረዳን "ወንጀል" የሚባለው ነገር ሰዎችን በመጉዳት ፤ ጥቅማቸውን በመቀማት ፤ መብታቸውን በመግፈፍ እነሱን በመጥላት የሚፈጠር ነው።

መግደል ፤ መቀማት ፤ መሰልን አለመውደድና ሌሎችም ብዙ ጉጂ ነገሮችን "ወንጀል" ተብለው ያልተጠቀሱበት ሕግ ይኖር ይሆን? ያለ አይመስለኝም። እንግዲህ እኔ የነዚህ ወንጀሎች

ተቃዋሚ እንጂ ሠሪና አድራጊ አይደለሁም። ክቡራን ሆይ! በዚህ መሠረትማ ለቅሚያ ፤ ለመግደል ፤ ለድንቁርናና ለችግር ፤ ጠበቃ ሁናችሁ የምትከራከሩትና እነዚህ ነገሮች በሰው ዘር ላይ ሰፍረው እንዲኖሩ የምትወዱት እናንተ ፤ ወንጀለኞች ሁናችሁ ፤ የነዚህ ነገሮች ተቃዋሚ የሆንሁት እኔ እውነተኛ ዳኛ ነኝ ማለት ነው።

ምናልባት ከዚህ ተሰብስቦ ከሚሰማንና ከሚመለከተን ሕዝብ መካከል በናንተ ምክንያት የተሠቃየ ብዙ ሰው ይኖራል። ይህ ቦታ ለእውነተኞች አደገኛ ባይሆን ኑሮ እዚህ እየቀረቡም ይመሰክሩባችሁ ነበር። ነገር ግን እውነትን በመናገርና በመሥራት የኖርሁት ሰው የደረሰብኝን መጉላላት በዓይናቸው ስላዩ ፤ ወንጀላችሁን ሊመሰክሩባችሁ አይችሉም።

እኔ ግን ፤ ምናልባት በችግሩ ጊዜ የረዳሁት ፤ ከድንቁርና ነፃ እንዲሆን ያስተማርሁት ፍቅርንና ርኅራኄን በሓሳብና በሥራ ያሳየሁት ወዳጅ ይኖረኝ እንደሆነ እንጂ ግፍ የሠራሁበትና የጨከንሁበት ጠላት እንደሌለኝ ከሕሊናዬና በቅርብ ከሚያውቁኝ ሰዎች የበለጠ ምስክር አልሻም። የናንተም ቢሆን አፋችሁ እንጂ ኅሊናችሁ አይቃወመኝም። መልካም! እንግዲህ ችግሩ እዚህ ላይ ነው። ወንጀለኛ እናንተም ሆናችሁ ወይም እኔ ፤ በናንተና በኔ መካከል ታላቅና አስታራቂ የሌለው ልዩነት አለ።

Филологический комментарий. Philological commentary. የፊሎሎጂ ማስረጃ።

| | | | |
|---|---|---|---|
| 1 | የይለፍ ወረቀት | 1- виза (досл. документ, разрешающий выезд или въезд) | 1 - a visa; lit. a document permitting leave and entry |
| 2 | እንደልብ የገቡ የባዕድ ተወላጆች | 2 – иностранные подданные, свободно въезжавшие в страну. | 2- foreigners with a free entry to the country |
| 3 | ብዙ ሀብት አንቆ ይዥ | 3- владелец большого состояния | 3 - a person in possession of a big estate |
| 4 | ምስኪን | 4..нищий | 4- a pauper |
| 5 | መፈጠራቸው በቁጥር ለማሟላትና ሌሎችን ለማገልገል | 5..удовлетворить потребности возрастающего числа жителей | 5 -to satisfy the needs of a growing number of people |
| 6 | ጠማማ ጎጆ መቀለሻ | 6- сооружение ветхой лачуги | 6 -building of a hovel |
| 7 | የዕለት ሆድ ለመሙሊያ የሚሆን ጭብጥ አፈር | 7- клочок земли, равный прожиточному минимуму | 7 -a plot of land equal to a minimum wage |
| 8 | ለሰሚው ግራ ነው | 8- для слушателей, читателей это непонятно | 8 -readers and listeners cannot understand it |
| 9 | ሊኖር የሚችል ሀብት | 9..средства к существованию | 9 - means of subsistence |
| 10 | የተፈጥሮ ጣጣ ነው | 10- житейское дело | 10 - down-to- earth |
| 11 | መነሳቆል እነሳ | 11- создавать трудности | 11 -to cause difficulties |
| 12 | ራስ ችሎ ኖረ | 12.- самостоятельно зарабатывать на жизнь | 12- to earn one's life |
| 13 | የፍርድ አስከባሪ | 13.- прокурор (..ፍርድ….-суд,… አስከበረ… - заставлять уважать) | 13. prosecutor ( …ፍርድ - court… አስከበረ… -to make respect) |
| 14 | የቆራጭ ፈላጭነት ሥልጣን | 14- абсолютная власть | 14-absolute power |
| 15 | በማይገባ የሚጫንበት ኃይል አገኘ | 15- угнетать, эксплуатировать | 15 -exploit, oppress |
| 16 | አድልዎ የሌለበት ሕግ ሥልጣን | 16- справедливый закон | 16 – a just law |
| 17 | ዓድማና ረብሻ አስነሳ | 17- поднять мятеж | 17. to start a mutiny |

| | | | |
|---|---|---|---|
| 18 | አጉረመረመ | 18- бормотать | 18- to mumble |
| 19 | ጉድ ለካ | 19- возглас удивления | 19 - an exclamation of surprise |
| 20 | ጥቅምን ቀማ | 20- отобрать силой | 20 - to grab from |
| 21 | ታላቅና አስታራቂ የሌለው ልዩነት | 21- глубокие и непримиримые противоречия | 21- deep and blatant contradictions |
| 22 | ባለሀብት | 22- богатый человек, богач | 22.a rich man |
| 23 | በተቻለኝ መጠን አሳድግሻለሁ | 23 - я сделаю все, что в моих силах, чтобы вырастить тебя…. Устойчивое сочетание предлога …በ.. с отглагольным существительным …መጠን… (мера, предел) имеет значение «соразмерно», «в. соответствии».Употребляется обычно в сочетании с относительными глагольными формами или именами. | 23. I'll do my best to bring you up… A set combination of the preposition ...በ… with the verbal noun …መጠን... (measure, limit) means "according". It is used in combination with relative verbal forms or nouns. |
| 24 | ለምኜም ቢሆን አሳድግሻለሁ | 24- даже если я буду просить милостыню, я выращу тебя… - один из способов передачи реального условия – употребление деепричастия с застывшей формой …ቢሆን... (союз ...በ…+ имперфект 3л., ед.ч., м.р. от глагола …ሆነ… «быть»). | 24. even if I have to beg I'll bring you up … - one of the means of rendering the real condition is the use of the adverbial participle with the set form… ቢሆን… (the conjunction …በ.. + 3rd person singular masculine Imperfect form of the verb …ሆነ.. "to be") |
| 25 | ሥርተሽ በመኖር ፈንታ | 25 - вместо того, чтобы жить в труде….. Устойчивое сочетание предлога…በ.... с существительным …ፈንታ...(очередь) имеет значение «вместо» и употребляется с именами | 25-Instead of a life of working… The set phrase of the preposition…በ.. with the noun …ፈንታ.. (turn) means "instead of" and is used with nouns |
| 26 | እኔማ ምን አደረግሁ | 26 - что же мне было делать…. Энклитика …ማ… имеет значение « ведь», «же» | 26 – What am I to do! The enclitic …ማ… has emphatic meaning. |
| 27 | የቻልሽውን ያህል ለመሥራት | 27- работать по мере своих сил | 27. to work as hard as one can |
| | | | |

| | | | |
|---|---|---|---|
| 28 | በዘርም ሆነ በጉልበት የተገኘ ታላቅነት | 28- и благодаря происхождению, и благодаря силе достигнутого положения…. Составной соединительный союз…ም…ሆነ…… имеет значение «и….и», «как…..так» в утвердительном или « ни……ни» в отрицательном предложении. | 28 – both because of your origin and your acquired position…ም…ሆነ…. The compound copulative conjunction …ም…ሆነ.. means "both… and" in an affirmative sentence and "neither… nor" in a negative one. |
| 29 | ሕግ ይኖር ይሆን? | 29.Неужели закон когда-нибудь войдет в силу?.. | 29….Can it be that this law will be accepted at this time or other?.. |
| 30 | በሥቃይ ከሚኖሩ ሳይወለዱ ቢቀሩ ይሻላቸዋል | 30.чем им жить в мучениях, лучше совсем не родиться…… Сочетание союза…ቢ.. с отрицательной формой имперфекта глагола и глаголом ...ቀረ… передает значение действия, которое не произошло | 30… instead of living in such misery they should not have been born at all… The combination of the conjunction …ቢ.. with the negative Imperfect verb and the verb …ቀረ... denotes an action that has not taken place. |
| 31 | በጥያቄና መልስ ጊዜ ከምናጠፋ ህዝብም በፀሐይና ቆሞ በመዋል ከምናደክም | 31- чем терять время на вопросы и ответы, чем утомлять народ, заставляя его стоять на ногах, на солнце…. Простой подчинительный многозначный союз ….ከ…. в одной из своих функций вводит сравнительное придаточное предложение. | 31… than waste time to ask and answer, than tire people making them stand in the sun … The simple subordinating polysemantic conjunction.. ከ… in one of its functions introduces a clause of comparison. |

*Обложка романа «Слезы (императора) Теодроса».*
Cover of the novel "Tears of the emperor Theodros"

## የቴዎድሮስ ዕንባ ። ከብርሃኑ ዘርይሁን ።
## ግጾቹ ፲፫ - ፳፩ ። (1958)

ዓዋጅ ።

“ገበሬ ይረስ ። ነጋዴም ይነግድ ። ጠቢቡ በሙያው አይፈርበት ። ገገሮች ሳይበድሉና ሳይጨቁኑ ሕዝባቸውን በሚገባ ያስተዳድሩ ። ወታደር ጸጥታውን ያስከብር ።

“ባርያ የሚፈነግል ፤ ቋንጃ የሚቆርጥ ፤ በሬ የሚነዳ ፤ ነጋዴ የሚቀማ ፤ ቤት የሚያቃጥል ፤ ነፍስ የሚገድል ፋኖ ወዮለት !! መፈጠሩን የሚያስረግም ቅጣት ይጠብቀዋል ። በዱር በገደል ፤ የቆየ ከደመኛው ጋር እየታረቀ እንዲገባ ምሕረት ተደርጎለታል ።

“ነገር ግን ይህንን ዓዋጅ አሻፈረኝ ብሎ የሚገኝ ወዮለት! ሥጋውን የምድር አራዊት የሰማይ አእዋፍ ይቀራመቱታል ። ነፍሱንም ሳጥናኤል ይቀበላታል ።

“በያለህበት ርጋ ! ተብለሃል ። ሰጥ ለጥ ብለህ ሥራ ። ተስተዳደር ። በመሳፍንት አጉል ድሎትና ዘመናይነት ተመዝብራ፤ ተዋርዳ የኖረችውን ኢትዮጵያን የቀድሞ ክብሯን ለማስገኘት ቆርጠን ተነስተናል ። እስላሙ ክርስቲያኑ ፤ ሁሉም ከኛው ጋር ይተባበር ።

ቴዎድሮስ ንጉሠ ነገሥት ።”

አዋጅ ነጋሪው ንባቡን ጨርሶ ብራናውን ሲያጥፍ ከታች ሕዝቡ ከቆመበት አንጼ እንደማዕበል ተነቃነቀ ። የሁሉም ዓይን በሰገነቱ ላይ ተተክሎ ነበር ። መጀመርያ ጋሻ ጃግሬዎች ወጡ ። ለጥቆ የጃንጥላው ጫፍ ብቅ ሲል ጥቁሩን ሰማይ የሚበጣጥስ የመሰለ ድምጽ ተከተለው ። እልልታ ነው ። ቴዎድሮስ የሚል ጥሪ ነው ። ድብልቅልቅ ጩኸት ነው ። ቴዎድሮስ ከሰገነቱ ላይ ቆሙና ሕዝቡን ቁልቁል በፈገግታ ተመለከቱት ። ከዚያ ሰገነት ላይ መውጣት ቀላል ጉዞ አልነበረም ። ቋረኛው የኮሶ ሻጭ ልጅ ፤ ከራስ አሊ ጋር

ተኳርፎ ሲሸፍት ተሹፎበት ነበር ። እንኳን ጉማ ሥጋ ቁራጭስ ቢላክለት ! ጉርምስና ነው ተባለ ። ምናልባት ፍሪዳ ተልኮለት ቢሆን ኖሮ ባልሸፈተ ነበር ። ባይሸፍት ደግሞ የጐንደር መሳፍንት አገልጋይ ሆኖ በቀረ ። ማንኛውም ነገር መነሻ ምክንያት ይፈልጋል ።

አንድ ጊዜ የተሳለቀባቸው ፤ ያጥላላቸው ፤ ከባላጋራቸውም ጐን የተሰለፈባቸው ሕዝብ አሁን ከእግራቸው ሥር ሲያሸበሽብና ሲላዝንላቸው ቴዎድሮስ በበኩላቸው በቀል ወይም ፌዝ አላሰቡም ። በመጨረሻ መሪው አድርጎ ከተቀበላቸው ይበቃል ። ለኢትዮጵያ ትልቅ ነገር አልመዋል ። ያ ሕልም ሊደርስ የሚችለው በሕዝቡ በጎ ፈቃድና ትብብር መሆኑ ይሰማቸው ነበር ። ለግባቸው መዳረሻ የሚፈልጉት በጎ ፈቃድ በርሳቸው አጉል አድራጐት እንዲበላሽ አልፈለጉም ።

በቀኝ እጃቸው ጐራዴያቸውን ጨብጥ አድርገው ፤ ግራ እጃቸውን ከሽጉጣቸው ትራስጌ አስደግፈው የሕዝቡን ስሜት በፈገግታ ተቀበሉት ። ፈርጡ የሚብለጨለጭ መጠነኛ ዘውድ ደፍተዋል ። ልብሳቸው ወደቢጫ የሚያደላ ዥንጉርጉር ሐር ነበር ። ከጐናቸው አቡነ ሰላማ መስቀላቸውን ቀና አድርገው ቆሙና አማትበው ቡራኬ አደረሱ ። ጩኸቱ እንደገና ቀለጠ ። ወዲያውም ቄሶች ሽብሸባ ፤ ሴቶች እስክስታ ፤ ወንዶች ጭፈራ ጀመሩ ። ቴዎድሮስ በሰገነቱ ላይ ቆመው ጥቂት ጊዜ ከታዩ በኋላ ወደውስጥ ተመለሰው ገቡ ።

በዚህ ጊዜ ሁሉ መካከል ፤ ደብተራ አክሊሉና ልጅ ጋረድ በፈረሶች ቤት በኩል ፤ ከጭፍሮውና ከሁካታው በማፈንገጥ ከካብ ላይ ተደግፈው ጠቅላላውን ሁናቴ በትዝብት ይመለከቱ ነበር ። ትጥቁን ማሳመር በሚወደው ጋረድና ከካህናትም ከወታደርም ባልሆነው በደብተራ አክሊሉ መካከል እምብዛም የስሜት ወዳጅነት አልነበረም ። እንዲያውም ጋረድ በልቡ አክሊሉን ክፉኛ ይንቀዋል ። ግን የቴዎድሮስ ሞገስ በሁለቱም ላይ ከተቀነሰ ወዲህ እየተጠጋጉ ሄደዋል ።

ያቀራረባቸው ይህ የወል ስሜት ነው ። ስለዚህም ፤ አስቀድመው ባይቃጠሩ ስንኳ ጧት አክሊሉ ከጋረድ ቤት ድረስ ሄዶ ወደበዓሉ አብረው መጥተዋል ።

"ታዲያ ምን ይመስልሃል ?"ሲል አክሊሉ ጠየቀ ጺሙን እያሻሸ ።

"ምኑ ?" ጋረድ የምላሽ ጥያቄ አቀረበ ።

"ከዚያ ላይ የምታየው ነዋ !" አለ አክሊሉ ወደሰገነቱ እየተመለከተ ። አሁን ሰገነቱ ባዶ ነው ። ግን ቴዎድሮስን ማለቱ ግልጥ ነበር ።

"ምንም ! እንደምታየው ነው" አለ ጋረድ ትከሻውን ነቅነቅ አድርጎ ።

"ማለቴ አውጣጡ አይገርምህም ?"

"ዓለም ይኸው ነው ። አንዱ ይነሣል ። ሌላው ይወድቃል" ጋረድ በሐበሻ ፍልስፍና ነገሩን ያቃለለው መሰለ ።

"እሱስ ነው ። ብቻ ግን በማኅበረ ሥላሴ ገዳም አብረን ስንማር ፥ እርሱ ከዚያ ላይ ወጥቶ ፥ እኔ ከዚህ ታች ቀርቸ ቁልቁል ይመለከተኛል ብዬ አላሰብኩም ነበር ። ጋረድ ፤ የትናንቱ ካሣ የዛሬው ቴዎድሮስ ከኔና ካንተ በምንም አይለይም ። እንዲያውም በትምህርት እበልጠው ነበር ።"

"ትምህርት ? ቀለምማ ነው ደብተራ ያስቀረህ !" ጋረድ በፌዝ ፈገግ አለ ።

"አንተስ ?" አክሊሉ ጋረድን ትኩር ብሎ ተመለከተው "በትግል ትጠለው ነበር ። በኢላማ ትረታው ነበር ።

"እባክህ ተወኝ አላውቅም ! ያለፈውን ማውጋት ምን ይጠቅም ብለህ ነው ? ነበር ! ቢሆን ኖሮ !" ጋረድ በራሱ ተናደደ ። የሚያሳክከውን ቁስል ስለነካበትም በአክሊሉ ተናደደ ። አሁን ምን ዋጋ አለው ! እርግጥ ካሣ ከርሱ በምንም የሚሻል ጉልማሳ አልነበረም ። እንዲያውም ካሣ ተጠቅቶ እርሱ እየተተካ ያበረለትን ጊዜ ያስታውሳል ።

"አስቆጣሁህ መሰለኝ ጋረድ ?" አለ አክሊሉ በአዘኔታ መልክ ።

"ምን አስቆጣኝ" ጋረድ ቆጣ ብሎ ተናገረ ።

"እንደርሱ ከዚያ ላይ ወጥተህ ለመቆም ምናልባት ከርሱ ብትበልጥ እንጂ እንደማታንስ ሲሰማህ ።"

"አንስኩም ፤ በለጥኩም ፤ አሁን ከጫማው ሥር ነኝ" የጋረድ አነጋገር የቁጭትም ተስፋ የመቁረጥም ቃና ነበረበት ። ባንድ በኩል አክሊሉ ሰቀቀኑን ባይጠነቋቁልበት ይወዳል ። በሌላ በኩል ደግሞ በካሣ ግዙፍነት የተጋረደው ምኞተኛ ተፈጥሮው በእንደዚህ ያለ ቃላት የሚያጽናናውን ይሻል ።

"ግን ኮ" አለ አክሊሉ የጋረድን ስሜት ከውስጥ ያነበበ ይመስል "እኛ በጎች ባንሆንለት አንበሳ ለመሆን ባልቻለ ነበር ።"

ጋረድ መልስ አልሰጠም ። ወደሰገነቱ አፍጥጦ ብዙ ጊዜ ተመለከተ ። አስተያየቱ ግን ከዚያ አልፎ ወደጠፈር መጥቆ ነበር ። ሐሳቡ ፥ ሕልሙ ምኞቱ ጓዙን ጭኖ መጣበት ። አክሊሉ እውነቱን ነው ። በዚያ ሰገነት ላይ ብቅ ብሎ የዚህን መንጋ ሕዝብ እልልታ የሚቀበል ራሱ ሊሆን ይችል ነበር ። ካሣ ተቀብቶ አልተ ወለደም ። ራሱን እንዲቀባ አደረገ ፤ ወይስ እኛ እንዲቀባ ተመቸነው ? ከሐሳብ እንቅልፉ የቀሰቀሰው አክሊሉ ነበር ።

"ግን ኮ እንዲህ ማለት አልነበረብኝም" አለ አክሊሉ በይቅርታ አንደበት ። ወጥመዱ እንደያዘለት ያውቅ ነበር ። በጋተው ነገር ጋረድ ዘው ብሎ ገብቶለታል ። አሁን ሽምቀቆውን ማጥበቅ ብቻ ነው ።

"ለምን ?" ጋረድ ጠበቅ አድርጎ ጠየቀው ።

"ምንም እኔ ወዳጅህ ብሆን ፥ ካሣ ዘመድህ ነው ። ደም ከውሃ ይወፍራል ። የኋላ ኋላ ሥጋ ነው" አክሊሉ ከራሱ ጋር ቅር የተሰኘ መሰለ ።

"ታውቃለህ አክሊሉ ለካሣ ያለኝን ስሜት ? ቱፍ ሥጋ! ሥጋችንን አሞራ ይብላው ! እንደዚህ ትገምተኛለህ አክሊሉ ?" ራሱን ነቀነቀ ።

"በተለይ አንተን ማለቴ አይደለም ። በጠቅላላው የሰዎች ጠባይ ሆኖ ስላገኘሁት ነው ። ባልንጀራዬን እንደራሴ ላምን እፈልጋለሁ ። ታዲያ ምን ይሆናል !"

"እንዲህ አትበል አክሊሉ ! ልታውቀኝ ይገባል" ።

"ስለማውቅህማ ነው ከሌሎቹ አብልጬ የቀረብኩህ" ።

"ታዲያ በአነጋገርህ አላስከፋኸኝም ?" ጋረድ ፈገግ አለ።

"እሺ ይቅርታ" ።

በዚህ ጊዜ ግብር መግባቱ በነጋሪት ታወጀ ።

"አሁን ትገባለህ ? እኔ ግን ግፊያው ተግ እስኪል ብቆይ ይሻለኛል" አክሊሉ የጋረድን ክንድ ጨበጥ አድርጎ ለጉዞ እየመራ ጠየቀው ።

"እኔ ? እኔ ? ብቀርም ግዴለኝ" ።

"የለም ! የለም ! መቅረት የለብህም" አክሊሉ የጠመዘዘው ሤራ ለመቆጣጠር በማይቻል ፍጥነት እንዳይተረተርበት ፈራ "ከግብረኛው መካከል አንተን መፈለጉ አይ ቀርም ። ያጣህ እንደሆነ ይጠራጠራል" ።

"ደንታ አለኝ !" ጋረድ የመንጠራራት ስሜት አደረበ ች።

"ጋረድ ! ከወንድነትህ ጋር ብልጠትም ይጠቅምሃል ።" ሁለተኛው ግብር ሲገባ አክሊሉ ከቤቱ ድረስ ሄዶ ሊያስነሣው ተስማሙና ተለያዩ ።

"አልሠራሁልህም ! ገና እሠራልሃለሁ !" አለ አክሊሉ ብቻውን ወደቤቱ ሲሄድ ። በሐሳቡ የሚነጋገረው ከካሣ - ቴዎድሮስ - ጋር ነበር ።

ግጾቹ ፻፳፰ - ፻፴ ።

የአፄ ቴዎድሮስን ሕይወት የብቸኝነት ጨለማ ዋጣት። ከውጭ አሽከሩ እየተንጋጋ ፤ ከአልጋቸው ላይ ተጋድመው በዓለም ላይ ዕጣ ነፍሳቸውን የሆኑ መስሎ የሚሰማቸው ብዙ ጊዜ ነበር ። እርግጥ የጥንቱ ፥ የጧቱ ባለሚሎቻቸው እነገብርዬ እነአለሜ አሉ ። ግን ተዋበች ሌላ ነበረች ። ሊቀ መኳስ ዮሐንስም ፥ ስለኢትዮጵያ በሚያስቡት ከፍተኛ ዓላማ የውጭውን ዓለም ሥልጣኔ በሩቅ በጭላንጭል የሚያዩበት አንድ ትንሽ መስኮት ነበር ። በዚያም መስኮት በኩል ብዙ ጠቃሚ ነገር ተከስቶላቸዋል ። ትምህርት ቤቶች እንዴት እንደሚቋቋሙ በሽታ ምን ዓይነት መከላከያ እንደሚገኝላት ሥራና ንግድ እንዴት ሊዳብር እንደሚችል ሁለቱ በቤተ መጻሕፍታቸው ውስጥ ተቀምጠው ፥ ብዙ አዳዲስ ነገር ይገልጥላቸው ነበር። አሁን ያ መስኮት ተዘጋ ።

ይህም ሲሆን ከደባርቅ ጦርነት በኋላ የታላቋ ኢትዮጵያ ትንሣኤ ዓላማቸው የመቃረበ ውጋጋን ማሳየት ጀምሮ ነበር። የየራሳቸውን የጉቶ ግዛት በመመሥረት ኢትዮጵያን የበጫጨቋት መሳፍንቶችና አምባ ገነን መኳንንቶች ይዞታ ጨርሶ ገና ባይደመሰስም ሥርወግንዱ ተፈነቃቅሏል ። በኢትዮጵያ ላይ አንድ መንግሥት ተቋቁሞ ሕዝቡም አንድ ሀገር አንድ መንግሥትና አንድ ገዥ እንዳለው ተቀብሏል ። ሰላምና ጸጥታው ተረጋግቷል ። ከብዙ ክፍለ ዘመናት ቸልታና ስንፍና በኋላ በመላው ኢትዮጵያ የሥራ ወኔ እንደገና ተቀሰቀሰ ። ገበሬው አምርቶ ለመሳፍንት እንደማይገብር ፥ ነጋዴው አትርፎ በወንበዴ እንደማይነጠቅ ባለእጅ በሙያው በመንደር አውደልዳይ እንደማይሰደብ በማወቁ ሥራውን በሙሉ ልብ ተሰማራበት የእረኞች ዘፈን የጊዜውን ስሜት የሚገልጥ ቢሆን እንዲህ ይል ነበር። "አሆሌሌ አህያ መጣች ተጭና ቂጣ

እጅንሱለት ገበሬ መጣ ።"

የከፋው ቢኖር የጌታ ልጅ ነበርኩ ባይ ነው ። አሮጌ ጋሻውን አንግቶ በየቀበሌው እየዞረ ፥ የገበሬን ሚስት ፥ የተመረገ ድፍድፍ በጥብጭ ፥ ቃተኛ ቅቤ ፥ ዕርጎ ቅጅ እያለ መዘባነኑ ቀርቶበታል ። የተከፋ ቢኖር ፥ መኳንንት ነው ። ገበሬን በንብረቱና በጉልበቱ መግዛት ቀርቶበት አሥራትና ግብር በቀጥታ ለንጉሥ እንዲገባ የሚል ትእዛዝ ወጥቷል ። በዘኬ ፥ በአምሾና በጉልት መኖርን የለመደ ደብተራ ሁሉ ተከፍቷል ። በአዲሱ ዓዋጅ መሠረት አምሾ የሚሠፈርላቸው የአንድ ደብር ካህናት ብዛት ከሰባት መብለጥ የለበትም ።

በጋፋት የተቋቋመው ማቅለጫ አፈሩን ወደብረት መለወጥ ጀምሮ ነበር ። በግብርና ለሚስተዳደረው የኢትዮጵያ ሕዝብስ ከማረሻ መርከስ የተሻለ ምን ትልቅ ነገር አለ ? የአንዲት ላም ወተት ለሺህ ሰው የሚበቃበት ትንቢት ቴዎድሮስ እርሱ ነው ። የቴዎድሮስ አዲሲቱ ኢትዮጵያ መርጋት ጀምራለች ። ቅርጽ መያዝ ጀምራለች ። አፄ ቴዎድሮስን ከተዋበች ሞት በመጠኑ ያጽናናቸው ይህ ነበር ።

ይህም ሲሆን ፥ የዓላማቸውን መሠረታዊ እንቆቅልሽ ገና ፍች አላገኙለትም ። የኢትዮጵያ አንድነት በዘለቄታ የዘለቄታ የሚጸናው ምን ቢሆን ነው ? በመሳፍንቶች የተቦጫጨቀውን በጦር ኃይል በዘመቻ አጣብቀውታል ። ነገር ግን የአንድ ሀገር ሕዝብ በፈቃዱ ተባብሮ የሚኖር እንጂ ፥ እንደሸክም በኃይል ገመድ የሚጠበቅ ወይም የሚጠብቅ አይደለም ። ካለፈቃዱ በኃይል የተጠበቀ ሕዝብ ፥ በጥላቻ ስሜት ይወጠራል ። ጐረቤት ካልተወዳጀ ስንኳ ዘወትር ጠብ ነው ። እርስ በርሱ የተቃቃረ ሕዝብም ለውጭ የተመቸ ይሆናል ። ከዚህም ጋር ሕግ እንጅ ኃይልና ኃይል ዘለዓለም አይኖርም ። ኃያል እግዚአብሔር ብቻ ነው ። እግዚአብሔርም የሥርዓትና የሕግ ምሳሌ ነው ተብሏል ። ራሳቸው አንድ ቀን ያልፋሉ ። ሠራዊታቸው ይበተናል ። ኢትዮጵያን አንድ ያደረገው ኃይል ተነሣ ማለት ነው ። ባዶ ሆነ ። አንድነት በምን ስንሰለት ተቆራኝቶ

ይቀጥላል? ጋላው ፥ ጉራጌው አማራው ክርስቲያኑ እስላሙ ፥ ከጎ ሣውና ከሃይማኖቱ ይልቅ በመጀመሪያ የኢትዮጵያዊነት ስሜትና አለኝታ እንዲኖረው የሚያደርገው ምክንያት ምንድን ነው ? አንዱ ተነስቶ ከዛሬ ጀምሮ ጋላ አማራ ጉራጌና ትግሬ የሚባል ነገር የለም ማለት አይቻልም ። አማራው አማራ መሆኑን ጋላው ጋልነቱን አሳምሮ ያውቀዋልና ። ሃይማኖትን መደምሰስ አይቻልም ። ሁሉም ሃይማኖቱን ለውጦ ክርስትና እንዲጠመቅ ማስገደድ ደግሞ በደል ነው ። በግዳጁ የተቀበለው ሃይማኖት ነውና በአጋጣሚ ጊዜ መልሶ ይለውጠዋል ። ማዳቀልና ማሠማራት ? የለም ። የተለያየ ዘር መኖሩ መልካም ነበር ። ጌጥ ነው ። ታዲያ ምን ተሻለ ? ያ ሊቀ መኳስ ምክር ቤት ያለው ነገር መፍትሔ ይሆን ? አዎ ! ከሁሉም ጎሣና ሃይማኖት የተውጣጣ ምክር ቤት ቢኖር ምናልባት አንዱ በሌላው ሳይገዛ ፤ ሁሉም ራሱን የሚያስተዳድር ስለሚመስለው ተባብሮና ተቃቅፎ ይኖራል ። ብቻ ስለምክር ቤቱ አቋም በጣም አልገባቸውም ነበር ።

በዚህ ጊዜ ፤ ከደባርቅ ጦርነት አንድ ዓመት ተመንፈቅ ያህል በኋላ ፤ የሐምሌ ሥላሴ ለት በጐንደር ደብረብርሃን ሥላሴ ፤ ቤተ ክርስቲያን አንድ ባሕታዊ ተከሰተ ። የሐምሌ ሥላሴ በጎንደር ትልቅ በዓል ነው ። እስከ ጎጃም ድረስ ተሳላሚ ይመጣበታል ። እንኳን ባሕታዊ ፀጉረ ልውጥ ይታይበታል የሚባል ነው ። አፄ ቴዎድሮስ ብቻ አልተገኙም ። ጋፋት ወርደው ነበር ። ስለዚህም ፤ የሕዝቡን አስተያየት ማርኮ የነበረው ይኸው ባሕታዊ ነው ። የተፍተለተለ ፀጉሩ ፤ የተንጨፈረረው ጺሑሙ የሚያስደነግጥ ግርማ አለው ። ከወገቡ በታች አጠር ያለች ለምድ ሲታጠቅ በቀር ስለፈጣሪው ፍቅር ፤ ለፀሐይና ለብርድ የገበረውን ሰውነቱን በሰንሰለት ጠፍሮታል ። ከታች አንካሴ፤ ከላይ መስቀል ያለበት መቋሚያው ከቁመቱ ይረዝማል ። በዚህ ላይ ዕድሜው ገና ልጅ ይመስላል። አየ መታደል! አየ መመረጥ ! አየ መቀባት ! ሴቱ

ሁሉ ከንፈሩን መጠጠለት ። ስለአፈጣጠሩና ስለአመጣጡም ፤ ወሬው ከዚያው ተፈጥሮ ከዚያው በሹክሹክታ ይነፍስ ጀመር። ግማሹ ከማኅበረ ሥላሴ ገዳም የዘጉት የታወቁት ባሕታዊ እኒህ ናቸው አለ ። ሌላው ዕድሜ ልካቸውን ሲኖሩ ፤ ዛሬ ብቻ ለንግርት መገለጣቸው ነው አለ ። እናታቸው በል ጅነታቸው ጥላቸው ነብር ፤ እያጠባች ነው ያሳደገቻቸው ተባለ ። ሁሉም ሁሉን ተቀበለው ። ስለኒህ የበቁ ባሕታዊ የሚነገረው ውሸት ሊሆን አይችልም። አክሊሉ መሆኑን ያወቀ ማንም አልነበረም ። ፍጹም ተለውጦ ነበር ። ስማቸው ማነው ? ለሚለው ጥያቄ ፤ መልሱ የምን ስም ? እርሳቸውስ እንደ ሰው ስምም የላቸው እቴ ! የሚል ነበር ።

ስለዚህም ፤ ባሕታዊው ፤ ለመናገር አንደበቱን በከፈተ ጊዜ ፤ ሕዝቡ ፀሎቱን ትቶ አሰፍስፎ ከበበው ። በዓሉም ፤ ታቦቱም እርሱ ሆነ ። ጉሮሮውን ጠረገና ስብከት ጀመረ ። “አይታችሁኝ አታውቁም ። ግን ከመካከላችሁ ነበርኩ ። ወደፊትም አታዩኝም፤ እንድነግራችሁ ብቻ ተልኬ መጥቻለሁ ። ወዮላችሁ ! ወዮላችሁ ! ቤተክርስቲያን ስትዳፈን ዝም ብላችሁ የምትመለከቱ! ወዮላችሁ በዓላትን የምትሽሩ! ወዮላችሁ እግዚአብሔር የመረጠውን ዘር በማርከስ ከጠቢብ ጋር የምትጋቡና የምታጋቡ ! በደጉ የክርስቲያን ንጉሥ ዘመን በሣያ አራት ይቀደስ ነበር ።

እንሆ ዛሬ ግን የአንድ ደብር ካህናት ከአምስት እንዳይበልጡ ተብሎ መላው የኢትዮጵያ ቤተ ክርስቲያን ተዳፍኗል ። ልጁ ሁሉ የሚያቆርበው ጠፍቶ ቀረ ። መጽሐፍ አሽከር ለጌታው ፥ ገበሬ ለመኳንንቱ ጨዋ ለካህናቱ ይታዘዝ ይላል ። ዛሬ ግን መታዘዝ ቀርቶ ትሕትና በዓዋጅ ተከለከለ ። በበዓል ማረስና መቀጥቀጥ ተዘወተረ ። ምን ዓይነት ሰው ነው በአማቹ ላይ ሸፍቶ የሚነግሥ ? ምን ዓይነት ዓረመኔ ነው ካህናት ይጥፉ የሚል ? በኢትዮጵያችን ላይ ታይቶ የማይታወቅ ዓመፅ ነው ። እግዚአብሔር የቁጣ ሰይፉን

መዞበታል ። የተቀበለው ሕዝብም መዓት ታዝቦታል ። እግዚኦ በሉ ! ተማለሉ ! አክሊሉ ስብከቱን ሳይጨርስ ፥ ሕዝቡ ትእዛዙን ቃል በቃል በመውሰድ ምሕላውን ያቀልጠው ገባ ። ባሕታዊውም የሚመለስ ይመስል ቀስ ብሎ በቤተልሔሙ በር በኩል ሾልኮ እልም አለ ። ወዲያው ሲወጣ ያየውም፥ ከፊቱ ላይ እንደተሠወረበት አወራ ።

ነቢይ ከነቢይ ማነስ አይፈልግምና ፥ በሳምንቱ ፥ የጠመ ጠመ ደብተራ ፤ ቡትቶ የደረበ ካህን ፥ ከዚያ ከበቁት ባሕታዊ ላለማነስ ፥ በየቤቱ ትንቢት ይከሰትለት ጀመር ። በሳምንቱ ፥ በጭካኙ ንጉሥ ምክንያት መዓት መታዘዙ በየደብሩ ተሰበከ ። በየመንደሩ ፥ በየቡናው ፥ በየዝክሩ የሚወራው ይኸው ሆነ ። ጨዋውም በሕልሙ ማየቱን ይናገ ራል ። የአንዱን ባሕታዊና ካህን ሌላው እያቀባበለው የኢትዮጵያን ሕዝብ ወደክርስትና ለመመለስ የተጀመረ እንቅስቃሴ መሰለ ። መብረቅ ብልጭ ባለ ቁጥር ሕዝቡ በፍርሃት መሸበር ሆነ ። በጠጅና በጮማ እያባበሉ ስብከቱን የሚያፋፍሙ መኳንንቶች አሉ ።

በመንፈቅ ውስጥ የሕዝቡ መንፈስና ስሜት ተለወጠ ። እረኛም ሌላ ዘፈን አወጣ ። ያ ባሕታዊ በድ ጋሚ አልታየም። መታየት ፥ አላስፈለገውም ። መልእክቱን የሚያደርሱለት አምስት መቶ ሺህ ካህናት ነበሩና ።

ማነው ለሃይማኖቱ የማይሞት ? ካህን ሲቀሰቅስ ጨዋ ልጅ ይዘምታል ። ያደላቸውስ ኢየሩሳሌምን ነፃ ለማውጣት ዘምተው ነበር ።

አፄ ቴዎድሮስ ፥ በሦስት ወር ጊዜ ውስጥ ከሰባት ሽፍቶች ጋር ተዋጉ ። ከዚያም ከዚያም የሚደርሳቸው ወሬ የሚሸፈት ብቻ ነው ። አንዱን አጥቅተው ዞር ሲሉ ፥ ሌላው ተነሣ ይባላል ። እንደአዳኝ ከሥፍራ ሥፍራ መሯሯጥ ሆነ ። ቤተ ክርስቲያን ሲሄዱ ምዕመኑ በርግጎ አፀደ ቤተ ክርስቲያኑ ጭልል ይላል ። የራሳቸው ሠራዊት ብዛት በየቀኑ እየተቀነሰ ይሄዳል ። የየባሕታዊው ስብከት ፥ የሕዝቡ ስሜት ወሬው

ደረሳቸው ። ግን ምክንያቱ ሊገባቸው አልቻለም ሕዝቡን ውለታ ቢስ አደረጉት ። በድንኳናቸው ውስጥ አንገታቸውን ይደፉና ፥ "የጀን ይስጠኝ ። የጅህን ይስጥህ ?" ይላሉ ለሥውር ተወቃቃሻቸው። ስለኢትዮጵያ አንድነትና ዕድገት ፥ ከርሳቸው ከፍተኛና ረቂቅ ዓላማ ይልቅ ፥ ሕዝቡን በቀላሉ የሚገባው፤ ስሜቱን የሚነካው ለክፉም ሆነ ለደግ ነገር የሚቀሰቅሰው ፥ ዝክሩን የሚባርክለት የመንደሩ መምሬ ፥ በአድባሩ ፥ በወንዙ ፥ በደብሩ ታቦት ስም በዚያው በቀበሌው ቋንቋ የሚናገረው ቃል መሆኑን አፄ ቴዎድሮስ አልተረዱትም ። ከፋቸው ።

በ፲፰፻፶፰ ዓ. ም. ጐርጎራ ላይ እንዳሉ ጐንደር መሸፈቱን ሰሙ ። "ማ ጐንደር ?" ሲሉ ጠየቁ ።

"ጐንደር ከተማው" አላቸው አሽከራቸው

"ማንን ይዞ ?"

"ተሰውሮ ይኖር የነበር ባሕታዊ ነው አሉ"

"ችግሩ ጠላቴ ሥውር መሆኑ አይደለም !" ሲሉ ራሳቸውን ነቀነቁና ወደጐንደር ገሰገሱ ።

የአዲስ ዓለም ሕዝብ እንደገለልተኛ ፤ መንገድ ከፍቶ ብቻ አሳለፋቸውና ፊት አቦ ሥር ሲደርሱ ጐንደር ተቀበላቸው ። ጦሩ ፥ ድንጋዩ ፥ ናዳው ሁሉም ባንድነት ተቀላቅሎ እንደመዓት ወረደ ። ከፊት አቦ ደብር ላይ የሴቶች ዘፈን ይሰማል - ጐሮ ወሸባዬን ያቀልጡታል ። እንደዚህ ዓይነት ወጊያ አጋጥሟቸው አያውቅም ። ሠራዊቱ እንደማገርገር አለ ። በዚህ ጊዜ አንድ ጦር ከንዳቸውን ጨርፎ ከመሬት ላይ ሲተ ከል ፥ አፄ ቴዎድሮስ "በላ ጐንደሬ ሴት ትማርክህ !" ብለው እንደሳታቸው ጦር ወደፊት ሲወረውሩ ፤ ሠራዊታ ቸው አንዴ ወግሽቶ የጠላቱን ጦር ገባበት ። የጐንደሩ ጦር አዝማች ስላልነበረው ፥ "ዋይ ! ዋይ !" እያሉ ከበሮዋቸውን እየጣሉ ከሮጡት ሴቶች ጋር አብሮ ድራሹ ጠፋ ።

አፄ ቴዎድሮስ ጐንደርን አቃጠሏት እየተባለ በኋላ ቢተረክም እንድትቃጠል ትእዛዝ አልሰጡም ። ግን ደግሞ

አንዱ ወታደራቸው አንዷን ሳር ቤት በእሳት ሲለኩስ እያዩ አልከለከሉትም ። እንደባሕታዊው ስብከት ፥ እያንዳንዱ ወታደር እግረ መንገዱን አንዳንድ ቤት ሲለኩስ ፥ በፊት አቦ ገብተው በአርባቱንስሳ እስኪዘልቁ መላዋ ጐንደር አንድ ትልቅ ደመራ ሆነች ።

ሠራዊታቸውን ከታች አስፍረው ፥ አፄ ቴዎድሮስ ብቻቸውን ከትግሬ መጨሂያ ጋራ ላይ ወጡ ። መሽቷል ። ወደ ሁለት ሰዓት ገደማ ይሆናል ። ግን አልጨ ለመም ። ጐንደር በርቶ ነበር ። እስከፈንጠር ድረስ ፍትው ብሎ ይታያል ። አፄ ቴዎድሮስ ከአንድ ቋጥኝ ተቀመጡና ቁልቁል ተመለከቱ ። አራባ አራቱ ደብር እንደትልልቅ ጧፍ ይንቦገቦጋል ። የቆላ ሰደድ ሳት እንኳ እንዲህ ሲንቀለቀልና ሲንጣጣ አልታየም ። ደወሎች ይንጫጫሉ ። ዋይታው ፥ እሪታው ሁካታው ከቃጠሎው ጋር አብሮ ያተማል ። ልብሱ ከላዩ ላይ የተያያዘበት የሰው ነበልባል ፥ እንደበራሪ ኮከብ ከዚህም ከዚያም ውልብ ውልብ ይላል ። በሕልምና በመጻሕፍት ዓለም የሚያውቁት ገሃነመ እሳት ከግራቸው ሥር ድንገት የተከፈተ መሰላቸው ።

የሚፍለቀለቅ የእሳት ባሕር በሚመስለው ፥ በዚያ ቃጠሎና የሰማይን ጣራ ሰርጾ የሚሰማ በሚመስለው በዚያ የራሄል ዋይታ መካከል ኢትዮጵያ እጆቿን ወደእግዚአብሔር ዘርግታ ስትለምን በሐሳብ ታየቻቸው ። ከአምኀበቦ ወደ ኀበ አልቦ ስትለወጥ እንደዘበት ቁልቁል የሚመለከቷት የጐንደር ከተማ ቃጠሎ የኢትዮጵያ ጥፋት መሰለቻቸው ፡- ምነው የጥፋት ጭራቅ አደረከኝ ! እንዳጠፋት ነው የላከኝ ? እንዴት ? ሀገሬ ምን በደለችህ እስከዚህ ድረስ የነነዌን ቁጣ የምትፈርድባት ፈጣሪዬ! የለም ። ቅን አሳስበኸኝ አልነበረም ! እንዳለመልማት፥ ትንሣኤዋን እንዳስገኝላት ሕልም አሳይተኸኝ አልነበረም ? ዋ ሀገሬ ፥ እስከአሁን የተጐሣቀለችው አንሶ ፥ ለባሰ ጥፋቷ ለምን ምክንያት አደረግኸኝ !- አፄ ቴዎድሮስ ፊታቸውን በመዳፋቸው ሸፍነው ተንሰቅስቀው አለቀሱ ። ቀና ሲሉ ከአጠገባቸው አንድ

ባሕታዊ ቁሟል ። አልደነገጡም ። ሰውነታቸው ለድንጋጤ ስሜት በድን ሆኖ ነበር ። ግን ቃጠሎው ባሕታዊው ሁሉም ነገር ቅዠት መሰላቸው ።

"አታውቀኝም ካሣ ?" ሲል ጠየቃቸው ከብረት አንካሌው ላይ ተደግፎ ።

"ማን ነህ አንተ ? ግና ማንስ ብትሆን ምንቸገረኝ !። የተላክህበትን ንገረኝ ። የመለኮት ሰይፍ ተመዙብሃል በለኝ። በማጅራትህ አንጠልጥዬ እንጦርጦርስ ውስጥ ልወረውርህ የመጣሁ መላከ ሞት ነኝ በለኝ ። ወይም ኃጢአትህ ተገልጦልኝ ላናዝዝህና ንስሐህን ልሰጥህ የመጣሁ ባሕታዊ ነኝ በለኝ ... ልፋትህ ሁሉ ከንቱ ነው ። ከንስሐ ድንበር አልፌአለሁ ። የገሀነም ፍላት አይሰቀጥጠኝም" ዓይናቸው የቃጠሎውን ብርሃን ማየት ያቃተው ይመስል ፥ በመዳፋቸው ፊታቸውን መልሰው ሸፈኑት ።

"አላወቅሽኝም ? እኔ አክሊሉ ነኝ ። አክሊሉ ተሰማ ነኝ" አላቸው ።

ቀና ብለው ከእግር እስከራሱ አስተዋሉት ። ቁመናውና ድምጹ ይመስላል ። በእርግጥም ይህ ቅዠት አይሎ ባቸዋል። ራሳቸውን ነቀነቁ ።

"ባሕታዊም ምትሐትም አይደለሁም ። በገሐድ ነኝ ዓይንህን አትጠራጠር" አክሊሉም ራሱን በአዘኔታ አወዛወዘ።

"እኮ ምን አመጣህ ?"

የመጣበትን ታሪክ በሙሉ ነገራቸው ። ጋረድን ማሳደሙን የጐንደርን ሕዝብ ማሸፈቱን ቃጠሎው ሲጀመር ከጋራው ላይ ወጥቶ መመልከቱን በዝርዝር አወራቸው ። በሰይፋቸው መሬት እየቆረቆሩ በጥሞና አዳመጡት ።

"ነገር ግን" አለ አክሊሉ "ነገር ግን የደረሰውን ሁናቴ ስመለከት ሀገሪቱን አጠፋሁ ሕዝቡን አሳለቅሁ እንጅ አንተን እንዳልተበቀልኩ ተሰማኝ ። ይህንን ሳስብ አንተ ብቻህን ወደዚህ ስትመጣ አየሁህ ። ከዚያች ቋጥኝ ተደብቄም ስታለቅስ

አስተዋልኩ ። እንደሰው የምታዝን እንደ ሰው ለሰው የምትራራ እንደሰው የምታነባ አትመስለኝም ነበር ። በሕይወቴ ለመጀመርያ ጊዜም ከባድ ፀፀት ቀሰፎ ያያዘኝ ። ሳላነጋግርህ መሔድ አልቻልኩም” ሲያበቃ አንገቱን ደፋ አደረገ ።

“በእጇ ለመሞትና ለመጽደቅ ነው ? ይህንን ዕድልስ አልሰጥህም ።”

“እኔ ብሞትም ብድንም ግዴለኝም ። ሕሊናህ ይቅር ቢለኝ ደግሞ አልጠላም።”

“ይቅርታ ! ይቅርታ አልከኝ ! “አፄ ቴዎድሮስ ከተቀመ ጡበት እንደመነሣት አሉና መልሰው ተቀመጡ” ሙታኖች ይቅርታ አይጠየቁም ። ቴዎድሮስ ሞቷል ። ይልቅስ ሂድና ቴዎድሮስ በሕልሙ ኖሮ በሕልሙ ሞተ ብለህ ንገራቸው።”

ሁለቱም አዘቅዝቀው ቃጠሎውን አዩ ።

“ግን ’ኮ” አሉ አፄ ቴዎድሮስ በቅዠት አኳኋን “ከዚህ ከሚቃጠለው ውስጥ ብዙ ተባይ ነበረበት ። ለተባይ ሲባል ቤት ማቃጠል ሆነ እንጂ ። ምናልባት ከዓመዱ ደህና ዘር ይበቅል ይሆን ?” ድንገት ሰውነታቸው ተወራጨና የሚያንሰቀስቀው ተቀሰቀሰባቸው ።

አክሊሉም ከቋጥኙ ላይ ተቀምጠው ሲያነቡ ትቷቸው ዳገቱን ወረደ ። “ቴዎድሮስ ሞቷል ሂድና ንገር” የሚለው ድምጽ ግን ከጆሮ ግንዱ ሥር እንደተንጠለጠለ ቃጭል ተከትሎ ይሰማው ነበር ። አዎ ! እንደእውነተኛ አፍቃሪ ዓላማው ስትቀጭ ቴዎድሮስ አብሮ ሞቷል በል ።

Abe Gubeghna

Эфиопские герои. Художник Тадессе Wolde Aregay

## Филологический комментарий. Philological commentary. የፊሎሎጂ ማስረጃ።

| | | | |
|---|---|---|---|
| 1 | ፋኖ | 1- бандит, разбойник | 1.... – a gangster, gunman |
| 2 | ደመኛ | 2- враг | 2.....- an enemy |
| 3 | ጋሻ ጃግሬ | 3- оруженосец | 3... - a sword-bearer |
| 4 | ጉማ ሥጋ | 4- мясо передней лапы | 4.... – flesh of the fore paw |
| 5 | እስክስታ | 5- танец, где особенно подвижна верхняя часть туловища | 5..... – a dance with top body mobility |
| 6 | ጭፈራ | 6- быстрый танец, сопровождающийся прыжками, хлопаньем в ладоши | 6..... – a temperamental dance with hops, vaults and claps |
| 7 | ትጥቁን ማሳመር | 7-1) готовить обмундирование; 2) наряжаться, следить за собой | 7..... - 1) to prepare uniforms 2) to dress up, to care about your dress |
| 8 | ቀለምማ(ቀለማም) ደማም፤ ደመግብ | 8- цветущий, полный сил ( о мужчинах ); ደማም፤ ደመግብ - цветущая, привлекательная ( о женщинах) | 8..... – in full bloom, in his prime (about a man), ደማም፤ ደመግብ .. attractive, fresh as a daisy (about a woman) |
| 9 | ሰቀቀን | 9 - крах надежд, мечтаний; | 9..... wreck of hopes and expectations |
| 10 | ቱፍ | 10- тьфу | 10..... –ugh! |
| 11 | ተማ አለ | 11- зд. остынуть, охладиться | 11... - (here) to cool down |

| | | | |
|---|---|---|---|
| 12 | ተንጋጋ | 12- томиться | 12… - to be sick at heart |
| 13 | ጭላንጭል | 13- щель | 13….. – a crack |
| 14 | ተከሰተ | 14- появляться, открываться, обнаруживаться | 14…. – to appear |
| 15 | ቁጣ | 15- тонкие хлебные лепешки | 15….. – thin crumpets |
| 16 | እጅ ነሣ | 16- кланяться | 16… - to bow |
| 17 | የጉቶ ግዛት | 17- гульт (мера земли) | 17…. – *gult* (square measure) |
| 18 | ቃተኛ ቅቤ | 18- хлеб, который сразу после выпечки, в горячем виде, обильно смазывают маслом | 18…. – fresh bread, immediately out of the oven, eaten hot and well - buttered. |
| 19 | አሥራት | 19- налог в десятину урожая | 19… - tithe, tax amounting to one tenth of the harvest |
| 20 | ዘኬ | 20- подношения в виде натуральных продуктов (лицам духовного сана) | 20…. - offering in nutriment (to the clergy) |
| 21 | አምሾ | 21- налог в 1/5 урожая | 21… - tax amounting to one fifth of the harvest |
| 22 | ባሕታዊ | 22- отшельник | 22… - a hermit |
| 23 | የአንድ ሀገር ሕዝብ በፈቃዱ ተባብሮ የሚኖር እንጅ፤ እንደሸክም በኃይል ገመድ የሚጠበቅ ወይም የሚጠብቅ አይደለም | 23- единство народа в государстве основывается на добровольном стремлении к объединению, силой же единство не навязывается, а навязанное не бывает прочным | 23…. – unity in a state is based on voluntary strife for unification; it cannot be forced, and when forced it is not lasting |
| 24 | ተሳለመ | 24- бить челом | 24….. – make obeisance |
| 25 | ተሳላሚ | 25- паломник | 25… - a palmer, pilgrim |
| 26 | ፀጉረ ልውጥ | 26- никому неизвестный человек | 26… - a stranger |
| 27 | የተፍተለተለ ፀጉር=ከርዳዳ | 27- очень мелко вьющиеся волосы | 27… - fizzy hair; (…. Is a synonym) |

| | | | |
|---|---|---|---|
| | ፀጉር | | |
| 28 | የተንጨፈረረ ጺሕም | 28- свалявшаяся борода | 28… - clotted beard |
| 29 | ከንፈሩን መጠጠ | 29- досл. «сосать губу» - выражение сожаления, сочувствия | 29… - (lit.) to suck one's lip – an expression of sympathy and regret |
| 30 | ዕድሜ ልኩን ኖረ | 30- прожить всю жизнь | 30…. - to live all one's life |
| 31 | ንግርት | 31- пророчество | 31… - a prophesy |
| 32 | የበቁ ባሕታዊ ዓለም በቃኝ | 32- отшельник, ранее живший мирской жизнью. Выражение, декларирующее отказ от мирской жизни: «…ዓለም በቃኝ….» | 32…. – a hermit, who used to live the worldly life. "…ዓለም በቃኝ…" is the phrase by which people give up their worldly life. |
| 33 | የዘጋ ባሕታዊ | 33- затворник | 33… - an anchorite |
| 34 | ቤተልሔም | 34- «дом хлеба» (из языка иврит). Хозяйственная постройка недалеко от церкви, внутри церковной ограды, где пекут хлеб для евхаристии. | 34…. – the "house of bread" (from Hebrew). A utility building for baking not far from the church within the church walls |
| 35 | አፋፋመ | 35- распространять | 35… - to spread |
| 36 | አፀደ ቤተክርስቲያን | 36- внешняя ограда церкви | 36 … - an outer church wall |
| 37 | ጨረፈ | 37- задеть, слегка коснуться | 37… - to touch lightly |
| 38 | ሠራዊታቸው ወግሸቶ የጠላቱን ጦር ገባበት | 38- В состоянии боевого подъема духа его армия наступала на войско противника. | 38…. – The morale high, his army attacked the enemy. |
| 39 | እግረ መንገድ | 39- по дороге | 39…. – on the road, on the way |
| 40 | ፍትው(ፍንትው) አለ | 40- быть ясным, отчетливым | 40….. –to be distinct |
| 41 | እንጠለጠለ | 41- хватать, вцепляться | 41….. – to take a tight grip on |
| 42 | እንጦርጦር | 42- край земли ( при космогоническом представлении о земле как о плоском предмете) | 42…… - earth's edge (within the frame of a cosmogony of " flat earth") |
| 43 | ሰቀጠጠ | 43- пугать | 43….. – to frighten |
| 44 | ምትሐት | 44- колдовство, чудо | 44……. – witchcraft, wonder-work |

| | | | |
|---|---|---|---|
| 45 | አነባ | 45- плакать | 45….. – to weep, cry |
| 46 | ተቀጨ | 46- рухнуть | 46…. – to collapse |
| 47 | የጅን ይስጠኝ | 47- досл.: Пусть ко мне возвратится дело рук моих. Значение: если я виноват, я готов отвечать за это. | 47….. – (lit.) Let my handwork come back to me. Meaning: if I am guilty I am ready to answer for it |
| 48 | ከአምነበቦ ወደ ኀበ አልቦ | 48- из чего-либо в никуда (например, из бытия в небытие ) из языка геэз.<br>В данном случае амхарские предлоги повторяют предлоги языка геэз. | 48…… - from somewhere to nowhere (for example, from being to nonentity): from the Geez language. In this case, the Amhar ic prepositions repeat prepositions of the Geez language. |
| 49 | ደም ከውሃ ይወፍራል፤ የኋላ የኋላ ሥጋ ነው | 49- пословица: кровь гуще воды. Значение: родственные связи крепче дружеских. | 49…. – a proverb: Blood is thicker than water. Meaning: family links are stronger than links of friendship. |
| 50 | ያለፈውን ማውጋት ምን ይጠቅም ብለህ ነው? | 50- О чем ты? Что за польза в рассказах о былом? | 50….. – What are you speaking about? What's the use of telling tales about the past! |
| 51 | እንደርሱ ከዚያ ላይ ወጥተህ ለመቆም ምናልባት ከርሱ ብትበልጥ እንደማታንስ ሲሰማህ | 51- когда тебе стало понятно, что ты не меньше, а может быть даже более достоин как и он, стоять там наверху? | 51….. – When did you realize that you are worthier than him to be there, at the top? |
| 52 | እንደዚህ ዓይነት ውጊያ አጋጥሟቸው አያውቅም | 52- (до этого момента) он не участвовал в подобной битве | 52…. – (up to that moment) he had not taken part in such a battle |
| 53 | አይታች ሁኝ አታውቁም። ግን ከመካከላች ሁ ነበርኩ። | 53- вы меня не видели, но я был среди вас | 53…. – You did not see me, but I was there, among you. |
| 54 | ሠራዊቱ እንደማገርገር አለ | 54- Его войско начало отступать | 54….. – His army started to give in. |
| 55 | ሕልም አሳይተኸኝ። አልነበረም? | 55- Разве ты не внушал мне эту мечту? | 55…… - Didn't you impress this dream upon me? |
| 56 | ቋረኛው የኮሶ ሻጭ ልጅ | 56- ребенок продавщицы косо (глистогонного средства) из | 56….. – the child of a *koso*-seller from Kuara (*koso* is |

| | | | |
|---|---|---|---|
| | | Куара | vermicide) |
| 57 | ቋራ | 57- область на северо-западе от озера Тана | 57….. – a territory to the North-West of lake Tana |
| 58 | ጋተ | 58- прозвище императора Теодроса | 58….. – a nick-name of the Emperor Theodros |
| 59 | ደባርቅ ጦርነት | 59- вероятно, сражение с местными феодалами неподалеку от г. Дебарка.<br>……- Дебарк – город в бывшей провинции Гондэр, приблизительно в 150 км. от столицы этой провинции г.Гондэр. | 59…..- evidently, the battle with the local feudal lords not far the town of Debark.<br>- Debark is a town in the former province of Gondar, at about 150 km off the city of Gondar, its capital |
| 60 | ጉሮ ወሸባዬ | 60- название народной песни, в которой прославляется подвиг героев, часто поют в армии для поднятия боевого духа | 60…… - the title of a folk song glorifying heroes and their deeds; often sung in the army to heighten the morale. |
| 61 | አፀደ ቤተክርስቲያን | 61- церковная ограда<br>Наиболее распространенная форма эфиопских церквей – круглая. Помещение внутри здания состоит из трех кругов, обычно отделенных друг от друга колоннами, иногда небольшими стенками. Первый, центральный круг, является хранилищем табота – деревянной или каменной доски с изображением креста посередине и символов евангелистов по углам. Табот играет роль антиминса в православной церкви, являясь ее «святая святых», и выносится из нее лишь во время крестного хода. Второй круг – место нахождения клироса во время службы. В третий круг допускаются прихожане, но не все, а обладающие специальным допуском. Женщины допускаются, но только в определенное место третьего круга с левой стороны от входа. Остальная часть прихожан находится во время службы вне здания церкви, но в пределах …**አፀደ፡ ቤተ፡ክርስቲያን**, где также имеются подсобные помещения церкви, и может располагаться церковно-приходская школа. | 61….. – a church wall<br>The most typical shape of Ethiopian churches is round. The church interior comprises three circles usually separated by rows of columns, sometimes by wall partitions. The first, central circle is a repository of the *tabot* – a wooden or stone board with the cross in the middle and the symbols of Evangelists in the corners. The *tabot* is an equivalent of the antimension in the Orthodox church; it is sancta sanctorum and is taken out only for the sacred procession. The second circle is a choir-place during the service. The third circle is allowed for the congregation, but only for selected members. Women are allowed there, only within restricted area to the left of the entrance. The rest of the congregation stay outside the church during the service, within the …**አፀደ፡ ቤተ፡ክርስቲያን**.. area, where there are also church buildings for other purposes including the church school. |
| 62 | የሐምሌ ሥላሴ ለት | 62- день святой Троицы в июле. | 62….. - Whitsunday in July |

| | | | |
|---|---|---|---|
| | | 7 числа каждого месяца в Эфиопии празднуется день святой Троицы. Ежегодный<br>Общенациональный праздник св.Троицы является скользящим. Празднуется на 50-й день после Пасхи. | On the 7th of every month Ethiopia celebrates the day of the Holy Trinity. The annual national holiday of Pentecost is a movable feast and is celebrated on the 50th day after Easter. |
| 63 | ትግሬ መጮሂያ ጋራ | 63- гора под названием «Крик тигра» расположена недалеко от г.Гондара. | 63….. – the mountain "Cry of Tiger" is situated not far from the city of Gondar |
| 64 | የየራሳቸውን የጉቶ ግዛት በመመሥረት ኢትዮጵያን የቦጫጨቋት መሳፍንቶችና አምባ ገነን መኳንንቶች ይዞታ ጨርሶ ባይደመሰስም ሥርወግንዱ ተፈነቃቅሏል | 64- Хотя ему (Теодросу) не удалось путем установления собственных гультовых владений полностью ликвидировать власть раздирающих Эфиопию на части принцев и прочей узурпаторской знати, он сумел подорвать их влияние.<br>Отбирая у знатных семей их потомственные земли и раздавая их в качестве гультов находившимся у него на службе феодалам, Теодрос пытался ослабить могущество родовой знати, склонной к сепаратизму, и тем самым заложить базу для создания в стране абсолютизма.<br>Гульт – земля за службу ( не передается по наследству). | 64…- Though, by introducing his own *gult* lands, Theodros did not succeed in completely destroying the power of princes and other usurping nobility, who tried to tear the country to pieces, still he managed to reduce their influence.<br>Theodros confiscated hereditary lands belonging to noble families and passed them over to feudal lords in his service as *gults*; in such a way he tried to weaken the might of ancestorial nobility, liable to separatism, and thus to lay the foundation for absolutism in the country.<br>– *gult* – land possessions granted for good service (cannot be inherited) |
| 65 | ወዮላችሁ እግዚአብሄሐር የመረጠውን ዘር በማርከስ ከጠቢብ ጋር የምትጋቡና የምታጋቡ ! በደጉ የክርስቲያን ንጉሥ ዘመን በጎያ አራት ይቀደስ ነበር። እንሆ ዛሬ ግን የአንድ ደብር ካህናት ከአምስት እንዳይበልጡ ተብሎ መላው የኢትዮጵያ ቤተክርስቲያን | 65-Бог накажет Вас, тех, кто женится и женит на ремесленниках, за осквернение рода!<br>Во времена истинно христианских негусов службы в церквях проводились ее священнослужителями. Как только вышел указ о том, чтобы духовенство одной церкви не превышало 5-ти человек, церкви по всей Эфиопии стали приходить в упадок.<br>В этом и следующих абзацах текста речь идет о борьбе Теодроса с влиянием церкви и духовенства. Теодрос пытался установить в стране сильную централизованную власть. Он ставил своей задачей ослабить власть церкви, превратить ее из силы, давлеющей над императором, светской жизнью, повседневной жизнью народа в силу, подвластную императору, проводящую в массы его волю. | 65……. – God will punish those who marry artisans for defiling their family!<br>At the time of genuine Christian *negus* the church service was conducted by its clergy. After the issue of the regulation saying that the number of clergymen per church must not exceed five persons, the churches all over Ethiopia fell into decay.<br>This and the following paragraphs speak about the strife of Theodros against the influence of the church and the clergy. Theodros was trying to establish a strong centralized power in the country. His objective was weakening the clerical power, reducing it from the power oppressive and standing above the emperor, affecting the laymen in their everyday life to the power |

| | | | |
|---|---|---|---|
| | ተዳፍኗል። | | subordinate to the emperor, conducting his ideas to the people. |
| 66 | ምን ዓይነት ሰው ነው በአማቹ ላይ ሸፍቶ የሚነግሥ? | 66- Что за человек, осмеливший поднять мятеж против тестя, правит нами? | 66……. – What kind of man, who dared to raise a revolt against his father-in-law, is our ruler? |
| 67 | የነነዌን ቁጣ የምትፈርድባት ፈጣሪዬ! | 67- Господи! За что обрушил на мою страну гнев, точно на Ниневию?<br>Глядя на объятый пожаром Гондар, Теодрос взывает к Богу в поисках справедливости. Он вспоминает известную библейскую легенду о Ниневии: разгневавшись на жителей г. Ниневии (столица Ассирии), Бог послал пророка Иону вернуть ее жителей на путь истины и справедливости. Иона ослушался, за что был наказан заключением в чрево кита на трое суток. Отбыв наказание, Иона отправился в г.Ниневию. Проповеди его имели успех. Жители города в знак раскаяния облачились в рубища и установили пост.<br>В Эфиопии в феврале месяце соблюдается 6-ти дневный Ниневийский пост | **67 ….. – Our Lord! What for have you discharged your rage upon my country, like you did to Nineveh?**<br>Looking at the fire consuming Gondar, Theodros calls to the God for higher justice. He recalls a well-known biblical legend of Nineveh: angry with the citizens of Nineveh, the capital of Assyria, God sent Prophet Jonah to return the Ninevites to the righteous life of truth and justice. Jonah disobeyed and was incarcerated in the whale's stomach for three days as a punishment. After the penance, Jonah went back to Nineveh to preach, and the Ninevites fasted and repented, dressing in sackcloth. In Ethiopia, in the memory of Nineveh, Christians observe the six day Nineveh fast in February. |

# ХАДДИС АЛЕМАЙЕХУ (1909–2003)

Родился в маленькой деревушке бывшей провинции Годжам Индодем в районе Дебре-Маркоса. Получил традиционное церковное образование: окончил школы «Зема Бет» («Школа пения»), «Цома-Дэггуа» («Школа пения во время постов»), «Кыне бет» («Школа поэзии»). В 1925 г. переехал в Аддис-Абебу, учился в шведской миссионерской школе, затем в средней школе им. Тэфари Мэконнына. Уже в школе он написал первую пьесу «Брак между Эфиопией и отсталостью», в которой пытался объяснить экономическую неразвитость страны и представить возможный выход из создавшегося положения. Пьеса была поставлена в 1929 г. и пользовалась большим успехом, но не была опубликована. В 1931–34 работал учителем в начальной школе в Дебре-Маркосе. Написал патриотическую пьесу «Эфиопо-итальянская война при Адуа (1934). В период итало-эфиопской войны был направлен в Судан для подготовки к ведению партизанской войны, затем в Италию для сопровождения раса Имру (родственника императора), где пробыл более пяти лет. Вернулся на родину в 1943. Работал в Департаменте прессы и пропаганды, затем в Министерстве иностранных дел. В 1945–47 — консул в Иерусалиме.

В 1946–50 — первый секретарь эфиопского представительства в США, в 1956–60 Чрезвычайный и Полномочный посол Эфиопии в США. В 1960 министр иностранных дел, а затем — министр образования Эфиопии. В 1961–65 — Чрезвычайный и Полномочный посол в Великобритании и Нидерландах. По возвращении в Эфиопию — министр планирования и развития (до 1968). В 1968–74 член Сената (Верхней палаты парламента), с 1974 — член «Шэнго» — нового парламента, назначенного Временным Военным Административным Советом ( до его расформирования).

Основное литературное произведение Х., принесшее ему большую известность — роман «Любовь до гроба» (1965) на амхарском языке. Написал также две небольшие книжки: («Сказки» (1955); 12 историй-притч в духе народного фольклора) и «Значение образования и школы» (обе — 1955). Второй большой роман Х. — «Судья-преступник» (1981), в котором особое место отводится описанию жизни эфиопов, их нравов и обычаев, традиций разных народов. Роман изобилует пословицами и поговорками.

Последняя книга Х. А. — «У каждого есть мечты» (1984) посвящена событиям после окончания итало-эфиопской войны. Три романа представляют своеобразную трилогию, хотя тематически и не связаны между собой.

*(Даты приведены по григорианскому календарю)*

# HADDIS ALEMAYEHU (1909–2003)

Haddis Alemayehu was born in small village in the former province of Gojam Indodem, the district of Debre-Markos. He got a traditional clerical education in schools zema bet (school of singing), Tsoma –Deggua (School of singing during religious fasts ) and qene bet (School of poetry). In 1925 he moved to Addis-Ababa to study in the Swedish missionary school and later in the Tefari Makonnen secondary school. When at school, he wrote his first play "Marriage between Ethiopia and

Backwardness" — an attempt to explain the reasons of economic backwardness of the country and propose a way of overcoming it. The play was staged in 1929 and was a success but it was never published.

In 1931-34 Haddis Alemayehu worked in a primary school in Debre-Markos, and at the same time he wrote the patriotic play "Ethiopian and Italian War at Aduwa" (1934). During the war between Italy and Ethiopia he was sent to Sudan to train for guerrilla war, then he was sent to Italy in attendance to ras Imru (the Emperor's relative) and stayed there for more than five years, returning Ethiopia in 1943. On return, Haddis Alemayehu worked in the Department of Press and Propaganda, in the Ministry of Foreign Affairs; in 1945-47 he was Consul in Jerusalem; in 1946-50 he worked as first secretary of Ethiopian Embassy in the USA; in 1956-60 he was Ethiopian Ambassador Extraordinary and Plenipotentiary in the USA; in 1960 was Minister of Foreign Affairs of Ethiopia and later Minister of Education; in 1981-65 he was Ethiopian Ambassador Extraordinary and Plenipotentiary in the Netherlands. On returning to Ethiopia up to 1968 he worked as Minister of Planning and Development; from 1968 to 1974 he was member of the Senate (The upper chamber of the Ethiopian parliament); from 1974 he was member of Shengo, the new parliament appointed by the Provisional Military Administrative Council (Derg) (until its dissolution).

The principle literary writing by Haddis Alemayehu, which brought him fame, was the novel "Love to the Grave" (1965) in Amharic. He also wrote two small books — "Fairy-Tales (1955); twelve folkloristic parables, and "Importance of Education and School" (1955). His second big novel "The Criminal Judge" (1981) contains masterful descriptions of everyday life of Ethiopians, their customs and traditions; it abounds in proverbs and sayings. The last book of Haddis Alemayehu, "Everyone Has His Dreams" (1984), is focused on the events after the end of Italo-Ethiopian war. The three novels form a kind of a trilogy, though they are not linked in their subject-matter.

*(The dates are given in accordance with the Gregorian calendar)*

## ፍቅር እስከ መቃብር ። ከሀዲስ ዓለማየሁ ። ምእራፍ ፲፰ የባላገር መላከተኞች ። (1958)

በዛብህ ከምሳ በሁዋላ ለማስተማር የሚመጣ መሆኑን አባ ሞገሴ እግብር ላይ ሲናገሩ ቤተሰቡን በሙሉ ደስ አለው። ፊታውራሪ እንኳዋ ምንም ስብለን አንቺ ማለቱ ትልቅ ስተት መሆኑን ቢያውቁ ወደዚህ ስተት የመሩት ምሽታቸውና ልጃቸው በመሆናቸው ለሱ ይቅርታ ያደረጉለት መሆናቸውን ሲመጣ አስጠርተው ለመንገር አስበው ነበር። ነገር ግን እነማይ ውስጥ ካሉ አንዳንድ ጉልቶቻቸው ጥቂት ባላገሮች ድንገት ስለመጡ እነሱን ሲያዩ በዛብህን ረሱት።

ግብር ምላሽ ሊሆን ትንሽ ሲቀረው አጋፋሪው ወደ ፊታውራሪ ቀረብ ብሎ ከሶስት ጉልቶቻቸው ሶስት የባላገሮች ወኪሎችና ሹማቸው ብላታ መንግስቱ ዘላለም መምጣታቸውን ሲነግራቸው :-

“እህ ! መጡ ? ምሳቸውን አብላቸው ።” አሉ ፊታውራሪ

“አዳራሽ ይብሉ ወይስ እዚህ ?”አለ አጋፋሪው ግብር ምላሽ ሊሆን ምንም ያክል ያልቀረው መሆኑን በመመልከት።

“እእ—ግዴለም እዚህ አብላቸው !” አሉ ፊታውራሪ።

መጀመሪያ ሹሙ ከዚያ የባላገሮች ወኪሎች ተጠርተው ገብተው ምሳቸውን በልተውና አንዳንድ ብርሌ ጠላ ጠጥተው እስኪወጡ ድረስ ፊታውራሪ በቁጣ በቀላ ከፉ አይን ይመለከቱዋቸው ነበር።

ግብር ምላሽ ሆኖ አዳራሽ እንደ ተነጠፈ ፊታውራሪ ቶሎ እዚያ ሄደው ተቀምጠው ባላገሮች እንዲጠሩ አዘዙ። ቀኛዝማች አካሉ ባላምባራስ ምትኩ አባ ሞገሴ አዛዥ ደስታ ሌሎችም ዘመድ ወዳጆቻቸው ነበሩ። ጉዱ ካሳ ስብለ በምትማርበት ሄዶ እክስቱንና እስዋን ሰላም ካለ በሁዋላ ፊታውራሪ ከባላገሮች ጋር ወደሚጨቃጨቁበት ወዳዳራሽ መጥቶ ተጨመረ።

"እስቲ እባክህ አሽከሮችን ብልክ አጉላልታችሁ አንገላታችሁ ባዶጃቸውን የመለሳችሁበትን በፋሲካ ምድር እናንተ በዩቤታችሁ እያረዳችሁ ስጋ በልታችሁ ስትውሉ እኔ ሽሮ በልቼ እንድውል የፈረዳችሁብኝ በምን ምክንያት መሆኑን ንገረኝ!"አሉ ፊታውራሪ ሹሙን በብርቱ ቁጣ እዩተመለከቱ።

"እኔ ጌታዬ የመንታ እናት ተንጋላ ትሞት እንደሚሉት ተረት እዚህ ጌታዬን ደስ ለማሰኘት እዚያ ባላገሮች ቀምበር ከበደን እንዳይሉ ለማድረግ ብሞክር ከሁለቱም ወገን ወቀሳ እንጂ ምስጋና አላገኘሁም። የጌታየ አሽከሮች ተልከው ሲመጡ እነሱን ይዤ በሶስቱም ጉልቶችዎ እዩዞርሁ ባላገሮችን እዩሰበሰብሁ መልክቱን አድርሻለሁ። ለመስቀልና ለገና አዋጥተን ፍሪዳ እዩገዛን ሰጥተናልና አሁን እንደገና ፍሪዳ መግዛት አንችልም ቢሉ ባይሆን አንዳንድ ሙክትና ማር ወይም ቅቤ ይዛችሁ ሂዳችሁ ችግራችሁን አመልክቱ ብያቸው ነበር። ነገር ግን ሁሉም አንድ ላይ ሆነው አንችልም አሉኝ። ስለዚህ ከኔ የጎደለ ነገር የለም ድካሜን ሁሉ ከጌታዬ ተልከው መጥተው የነበሩት አሽከሮች ያውቃሉ። አሁን ከሶስቱ ጉልቶችዎ አገር እዩመረጠ የላካቸው ይሄው ሶስት ሰዎች መጥተዋል እነሱ ይጠየቁ።" አሉ ብላታ መንግስቱ ዘላለም።

"አሽከሮችማ----እኔን አክለው እኔን መስለው ወደናንተ የተላኩት አሽከሮችማ በገዛ ጉልቴ በገዛ አገሬ አንድ እንጀራና አንድ ዋንጫ ጠላ የሚላቸው አጥተው በራብና ጥም ሲጉላሉ ሰንብተው ተመልሰዋል። ብቻ ይህ የሆነበትን ምክናያት በሁዋላ ትነግሩኛላችሁ ግዴለም። አሁን በፋሲካ ምድር ሳልገድፍ ጾም ሳይፈታልኝ እንድውል የተደረገበትን ምክናያት ልወቀው!" አሉ ፊታውራሪ ባላገሮችን በቀላ አይን እዩተመለከቱ።

"ደሀ ምንጊዜም ቢሆን ሞልቶለት አያውቅም። ምን ጊዜም ቢሆን ከደሀ ጉድለት ከጌታ ምህረት ተለይቶ

አያውቅም። ስለዚህ አልሞላልን ብሎ አጥፍተናልና ጌታችን ምህረት እንዲያደርጉልን ነው የምንለምነው!” አለና ከባላገሮቹ አንዱ ራሱን እስከ ጉልበቱ ዝቅ አድርጎ ሲያጎነብስ ጉዋደኞቹም አብረውት አጎንብሰው ምህረት ይለምኑ ጀመር።

“እባክህ አትጫወቱብኝ ይልቅ ተነሱ ! ቀና በሉ !” አሉ ፊታውራሪ እንደተቆጡ ። “የልባችሁን ሰርታችሁ አሁን ካንገት በላይ ምህረት ልመና ወግቶ በቅቤ እንደሚሉት ተረት ነው ! ለመስቀልና ለገና ፍሪዳ የሰጠ ባላገር ለፋሲካ አይሰጥም ብሎ አዋጅ ያወጀ ማነው ? እናንተ ያወጃችሁት አዋጅ ይሆናል ! መቸም ባላ ገር ሲጠግብ ወሰኑን አያውቅ ባላገር እንዲህ ያለ አዋጅ አውጆ እንደሆነ ንገረኝ ! ከዚያ በሁዋላ እናንተ ገዢዎች እኛ ተገዢዎች እንሆናለን !”

“እሱ እንኩዋ አንዳንድ አላዋቂ ወጣቶች የተናገሩት ነው እንጂ ካስተዋይ ሽማግሎች እንዲህ ብሎ የተናገረ ስለሌላ ብላታ መንግስቱ እዚህ በጌታችን ፊት ሊደግመው አይገባም ነበር። አሁን እኛ----” ብሎ ሁለተኛው ባላገር ንግግሩን ሊቀጥል ሲል ፡-

“ኧረ ለመሆኑ!” አሉ ፊታውራሪ አቋርጠው “ኧረ ለመሆኑ እነዚህ ጉልቶች የደም ዋጋ የነፍስ ዋጋ መሆናቸውን አታውቁም ? ካያቶቼ እስከኔ ተራራ ዞረን ወንዝ ተሻግረን አቀበት ወጥተን ቁልቁለት ወርደን በሩቅ በቅርብ ዘምተን በጦር ሜዳ ደረታችንን ለመድፍ አንገታችንን ለሰይፍ ሰጥተን እንዲህ አድርገን ያገኘናቸው የነፍሳችን ዋጋ እንጂ እዚህ ቁጭ ብለን ሆዳችን እስኪነፋና ብስና እስኪይዘን እዬበላን እዬጠጣን ፍዬልና ጥጃ ዝንጀሮና ጦጣ ወይም አህያ እዬጠበቅን ያገኘናቸው አለመሆናቸውን አታውቁም ? ታዲያ ነፍሳችንን ሰጥተን ላመትባል መዋያ አንዳንድ ፍሪዳ ብንጠይቅ ይብዛብን ? ወዬው ጉ...ድ ! ግሩምኮ ነው !”

“አይቆጡን አይጣሉን ጌታችን ” አሉ ከባላገሮቹ ሳይናገሩ የቆዩት ሽማግሌ። “እኛ ያለስዎ እስዎም ያለኛ መኖር

ስለማንችልና እዬተጣሉም አብሮ መኖር የልብና የአእምሮ በሽታ ስለሆነ አይጣሉን አይቆጡን። አለባብሶ ቢያርሱ ባረም ይመለሱ እንደሚሉት ተረት ነገ የሚገለጠውን ዛሬ አለባብሰን ብናልፈው ነገ ደግሞ ችግር ተፈጥሮ እኛም እንደገና ተቸገርን ብለን እንዳንመጣብዎ ጌታችንም እንደገና ሰላምዎን እንዳያጡ ከመጣን አይቀር በሶስቱ ጉልቶችዎ የሚኖረው ህዝብ የተቸገረበትን ግልጥ አድርገን እንንገርዎና ጌታችን እግዚአብሄር ባሳዬዎ መንገድ ውሳኔዎን ወስነው ይስጡን። ቅድም ብላታ መንግስቱ ያለው አንዳንድ አላዋቂ ወጣቶች የተናገሩት አይደለም። በሶስቱ ጉልቶችዎ የሚኖረው ህዝብ ሁሉ የሚለው ነው።

ዘመን ከተለወጠ በሶስቱ ጉልቶችዎ የምንኖር ድሆችዎ ለመስቀል ሶስት ለገና ሶስት ፍሪዳ ከብቶቻችንን እዬሸጥን ከፍለናል። ይህም ርስት የሚያርስ እርቦ በጉልት ተቀምጦ የሚያርስ ገመታ ከምንከፍለው ሌላ ነው። በዚያ ላይ ለወረዳ ለምስለኔ ለጭቃ ሹም የምንከፍለው የገንዘብና የጉልበት እዳ አለ ይህን ሁሉ አንችለውም። በተለይ ዘንድሮ እግዚአብሄርም ተቆጥቶን እህል ብንዘራ በቡቃያው ትል ከዚያ የተረፈው በሚሰበሰብበት ጊዜ በረዶ ስለወረደበት እንዲሁ እጃችንን አጨብጭበን ወደዬቤታችን ገባን። እግዚአብሄር በዚሁ ብቻ ቢምረን እንኳዋ ባላማረርን ነበር። ይሄው አሁን ባገራችን የከብት በሽታ ገብቶ ከብቶቻችን በዬቀኑ ከያንዳንዳችን አንድም ሁለትም ሲሞቱ ቆመን እዬተመለከትን እናለቅሳለን። በሽታውን በመፍራት ስጋቸውን እንኳዋ አንበላውም። የሞቱትን ከብቶች ስጋ የበላ አውሬም ይሁን ውሻ ወዲያው ይሞታል ። በንደዚህ ያለ የሚያሳዝን ሁኔታ ነው ያለን ። በነበረን ጊዜ እንዲህ ያለ ችግር ሳይደርስብን ሹምን ከማሳዘን ጦም አድሮ ሹምን ደስ ማሰኘትና ሰላምን ማግኘት ይሻላል እያልን የኛ ቀርቶብን የተቀባችሁትን ሰዎች ጌቶቻችንን ደስ ስናሰኝ እንኖር ነበር ።

ሳይኖረን ግን ስንቸገር ባይሆን ጥንት የተሰራብነን እዳ እንከፍላለን እንጂ ያለዳችን አንከፍልም እንላለን። ችግራችን ከዚያ ያለፈ እንደሆነ ደግሞ ጥንት የተሰራብነን እዳ እንኳዋ መክፈል ወደማንችልበት ሁኔታ እንደርሳለን።

"ጥንት የተሰራብን እዳ መክፈል የሚገባን መክፈል የማይገባን የምትለው ምንድነው እባክህ ? ባላገር ሊከፍለው የሚገባውን ገዢ ይወስናል እንጂ ከመቸ ወዲህ ነው ባላገር መወሰን የጀመረ ?" አሉ ፊታውራሪ ሽማግሌው የተናገሩት ከማስቆጣቱም በላይ አስገርሞዋቸው።

"ጌታየ እግዚአብሄር ሀብት ባያድለኝ እድሜ አድሎኛል! በዚህ በረዥም እድሜዬ ርስትና ጉልት ያለው እንደጌታየ ያለ ጌታ ከርስትና ከጉልቱ ምን እንደሚያገኝ በንዲህ ያሉ ርስተጉልቶች ላይ የሚኖሩ ሰዎች እዳቸው ምን እንደሆነ የጥንት ስሪቱን አውቃለሁ። በታላቁ አባትዎ ጊዜም ልጅ ልሁን እንጂ አባቶቼ ዘመዶቼ በጠቅላላው ባላገሩ ላባትዎ የሚከፍለውን አውቃለሁ። አሁን ጌታችን የሚጠይቁን ሁሉ ድሮ ያልነበረ ነው።"

"ያንተ እድሜ ለኛ ምንም ዋጋ ስለሌለው እሱን ተወውና ምኑ ነው ድሮ ያልነበረው ?" አሉ ፊታውራሪ በባላገሩ ድፍረት በጣም ተቆጥተው።

"ለጌታየ የደሀ እድሜ ዋጋ የለሌው ቢመስልዎ እኔ በኀውንም ከፉውንም ስላሳዬኝ እድሜየን እወደዋለሁ። እንዲህ ያለ ረዥም እድሜ የሰጠኝን አምላክም አመሰግነዋለሁ። ሀብት አጣን ብለው እድሜያቸው እንዲያጥር የሚፈልጉ ብዙ አይመስሉኝም። ድሮ ያልነበረ ምንድነው ብለው ጌታየ ለጠየቁኝ የጉልት ስሪት ሁለት አይነት መሆኑን ጌታየ ስለሚያውቁት እኔ አልነግርዎትም። እኛ የምንኖርባቸው ሶስቱ ጉልቶችዎ ርስተጉልት ሳይሆኑ እንዲሁ ነጠላ ጉልቶች በመሆናቸው ባላገሮች ለባለጉልቶች የሚከፍሉት ገመታ ብቻ ነው። ያመት ሰብላቸውና ልዩ ልዩ ገቢያቸው በሹም ተገምቶ

በዚያ መሰረት አንድ የተወሰነ ገንዘብ ወይም ጉልተ ገዢዎች ቢፈልጉ በገንዘብ ፈንታ ባይነት ግብራቸውን ይወስዳሉ። ከዚህ ሌላ የምንከፍለው እዳ ጥንት ያልተሰራ ነው። ሳንከፍል የቀረን እንደሆን የምንታሰርበት ፥ መቀጫ የምንከፍልበት ይህ ብቻ ነበር። አሁን በቅርቡ በታላቁ አባትዎ በፊታው ራሪ በሪሁን ጊዜ እንኩዋ አባቴና ሌሎቹ ዘመዶቹ የሚከፍሉት ይህ መሆኑን አውቃለሁ። ነገር ግን ባመትባልና ባንዳንድ የደስታ ወይም የመከራ ጊዜ ዘመዶ ቻችን እንኩዋን አደረሰዎ እንኩዋን ደስ አለዎ ወይም እግዚአብሄር ያጥናዎ ለማለት ወደ ጌቶቻቸው ሲመጡ ባዶ እጃቸውን መጥተው በልተውና ጠጥተው መሄዱ እዩከበዳቸው ያገኙትን ማር ይሁን ቅቤ ፍሪዳ ይሁን ሙክት ይዘው መጥተው ያበረክታሉ። ነገር ግን መጥቶ ማየቱም ሆነ በረከት መስጠቱ የበጎ ፈቃድና በመልካምም ቢሆን በክፉ ጊዜ በገገርና በተገገር መሀከል መተሳሰብ ለመኖሩ ምልክት ወይም ምሳሌ ነውንጂ እዳ አይደለም። አሁን ዘመኑም ሰዎችም ተለወጡና ልማዱም ተለወጠ። ለበጎ ፈቃድ ላንድነትና ለወዳጅነት መግለጫ ተብሎ ይሰጥ የነበረው በረከትም በግድ የሚከፈል እዳ ሆነ። ረዥም እድሜ ይህን ሁሉ ያሳያል !” አሉ ሽማግሌው ባላገር ባዘን በተሰበረ ድምጽ።

“እንዲያው ባጭሩ ያመትባል መዋያ አልተሰራብንምና አንከፍልም ነው የምትለው ! አይደለም ?” አሉ ፊታ ውራሪ አይናቸው መቅላት ብቻ ሳይሆን ስራቸው ሁሉ ግትርትር ብሎ።

“አዎን ! ያልተሰራብነን እዳ አንከፍልም ነው የምንል ! ሲሆን ሲሆን ጌታችን ደሆችዎን ገፍተው መሸሻ በሌለበት ገደል ባያደርሱን መልካም ነበር። ይህ ክፉ ጊዜ እስኪያልፍልን ቢታገሱን መልካም ነበር። ከጨከኑብንና ካስገደዱን ግን ያለዳችን አንከፍልም ነው የምንል !” አሉ

ሽማግሌው ባዘን ፊንታ ድፍረትና ደስታ ልባቸውን ሲያሞቀው ጸዳሉ በተዋበ የሽማግሌ ፊታቸው ወገግ ብሎ እዩታዩ።

"ዝም ይበሉ እስዎ ! ምን ያሉ የሽማግሌ ባህሪ የሌላቸው ናቸው እባካችሁ ? እዚህ ጠብ ለመፍጠር የሳይጣን መላክተኛ ሆነው ነው የመጡት ?" አሉ አባ ሞገሴ ፊታውራሪ በጣም ሲቆጡ ስላዩ።

"ምነው አባቴ ሃሰት ተናገርሁ ?" አሉ ሽማግሌው።

"ሃሰት ባይናገሩም ድፍረትዎና ንግግርዎ የሽማግሌ ንግግር አይደለም !"

"ህእ ! እሰት ባይናገሩም ! የትኛው ነው ከተናገረው እውነቱ?" አሉ ፊታውራሪ የንስሀ አባታቸውን በቁጣ እዩተመለከቱ።

"በተናገሩትማ ምን እውነት አለ ? ብቻ ከሁሉም ድፍረታቸው ይብሳል ማለቴ ነውንጂ !"

"እኔ እውነቱን ለመናገር ያልደፈርሁ ማን ይድፈር አባቴ ? ያሰብሁት ቅን አሳብ የሰራሁት መልካም ስራና የተናገርሁት እውነት ከሚቆጠርበት አለም የምሄድበትን ቀን የምጠባበቅ የዚህን አለም ኑሮ ጨርሼ የወዲያኛውን አለም ኑሮ ለመጀመር የምሰናዳ ሽማግሌ ነኝ። እኔ እውነት ለመናገር ያልደፈርሁ ማን ይድፈር ?"

"አንተ በየትኛው ጉልት የሚኖሩ ባላገሮች ወኪል ነህ?" አሉ ፊታውራሪ ።-

"የጉሊት ባላገሮች ወኪል ናቸው ።" አሉ ብላታ መንግስቱ ዘላለም ።

"እንግዲህ አሁን ያልኸው ሁሉ የጉሊት ህዝብ የላከህ ነው ማለት ነው ?"

"አዎን።" አሉ ሽማግሌው።

"እንግዲህ የጉሊት ህዝብ ሸፍቶዋል ማለት ነዋ !"

“አልሸፈተም። ጽኑ ችግር ደርሶብናልና ጥንት እዳ ሆኖ ያልተሰራብን ይቅርልን ብሎ ለማኝ መላክተኛ ላከ እንጂ አልሸፈተም።”

“አንተ ሁላችሁም የምትሉት ይሄው ነው ? እናንተንም የላኩዋችሁ እንደ ጉሊቶች ሸፍተዋል ?” አሉ ፊታውራሪ ዝም ብለው ይሰሙ ወደነበሩት ሁለት ባላገሮች እያዩ።-

“እህላችንን ትል - በረድ ከብታችንን ወረርሽኝ ስላጠፋብን በዚህ አመት መክፈል አንችልምና ጌታችን ምህረት ያድርጉልን ብሎ ነው አገር የላከን። ወዲያውም ያመትባል መዋያ -------- ጥንት ያልተሰራብን ነውና አንከፍልም ብሎዋል አገር አንድ ላይ ሆኖ።” አለ ሁለተኛው ባላገር ትንሽ እያመነታ። “እንዲህ ያለ ችግር ሲደርስብን ሲሆን ጌታችን የተሰራብንን እዳም ሊምሩን ይገባ ነበር ይህም ካልሆነ የልተሰራብነን እዳ ምንም ቢሆን አንከፍልምና ይህን ለጌታችን ንገሩ ተብለናል ” አለ ሶስተኛው ባላገር።

“ሶስቱንም ያዝና በግር ብረት እሰራቸው !” አሉ ፊታውራሪ በጽኑ ቁጣ።

“እስቲ መታሰራቸው ይቆይና አንድ ጊዜ እነሱ እውጭ ሆነው በነገሩ እኛ ትንሽ እንነጋገርበት።” አሉ ቀኛዝማች አካሉ።

ምእራፍ ፴፬ ። ገጾች ፫፻፵፯ - ፫፻፶፪ ።

“እንዴት ዋሉ ? እማሆይ ።” አለ እንግዳው።

“እግዚአብሄር ይመስገን እንዴት ዋሉ ? ጌታው።” አሉና መነኩሲትዋ አንድ ጊዜ ቀና ብለው እንግዳውን የውልብታ ያክል ባይናቸው አሳልፈው ወዲያው ወደ ስንዴ ለቀማቸው ጎንበስ አሉ። ብቻ ያ ላንድ አፍታ ቀና ብለው ያዩት እንግዳ እንደሚያውቁት ሁሉ በውስጣቸው አንድ ሽብር አስነሳና እንደገና ቀና ብለው ማየቱንም ፈርተው አሳባቸው

ስለታወከ ስንዴውን ከጉድፍ መለዬት አቅቶዋቸው እንዲሁ እጃቸውን እተሰጣው ስንዴ ላይ ጣል አድርገው “ቀና ብዬ ልይ ? ልቆይ !” እያሉ ሲጨነቁ :-

“እባከዎ አንድ ነገር ልጠይቅዎ እናቴ።” አለ መንገደኛው።

“ምን ?” አሉ መነኩሲትዋ ቶሎ ቀና ብለው አይናቸውን እንግዳው ላይ ተክለው። እሱም አስተያየታቸው አስገርሞት ሊጠይቅ የፈለገውን መጠየቅ ትቶ ዝም ብሎ ይመለከታቸው ጀመር። ከዚያ አይንዎን የመለሱ እንደሆነ ያ ሰው ያመልጥዎታል እንደ ተባሉ ሁሉ እንዲሁ አይናቸውን ሳያረግቡ ፍጥጥ አድርገው እመንገደኛው ላይ እንደ ተከሉ ቀስስስ ብለው ተነሱና :-

“ማነህ አንተ ? አያ ካሳ ነህ ? ወይስ---እቃዣለሁ ?” አሉ በሻከራ ድምጽ። መንገደኛው ልክ መብረቅ እፊቱ እንደ ወደቀ ክው ብሎ ደንግጦ አይኖቹን በጥፍ አውጥቶ መነኩሲትዋን እዬተመለከተ ዝም ብሎ ቆመ። እንዴት ያለ ነገር ነው ? ስሙን እንዲያ አድርጋ በንዲያ ያለ ድምጽ የምትጠራው ሰብለ ነበረች ! ብቻ እስዋ ከሞተች አስራሁለት አመትዋ አልፍዋል ! የሰብለን የወዳጁን የህቱን ድምጽ ለኒያ አሮጊት መነኩሲት ማን ሰጣቸው ? ምን አይነት ነገር ነው ? አይኑን አፍጦ እንደ ቆመ ትንሽ ሲያስብ ቆዬና

“አዎ ካሳ ዳምጤ ነኝ ። እስዎ ማነዎ ? የምንተዋወቅበትን ዘነጋሁት ይቅር ይበሉኝ እናቴ !” አለ።

“አያ ካሳ በህይወትህ አለህ ? ሰብለኮ ነኝ ! ረሳኸኝ?” ብላ እንባዋ እንደ መስከረም ዝናም ደቦል ደቦል ሆኖ ፊትዋን ሳይነካ እዬወደቀ ክንዶችዋን እንደክንፍ ቀኝና ግራ ዘርግታ አንገትዋን ልታቅፍ ስትሄድ እሱ እንደ ተወጋ አውሬ ጉዋጉሮ እፊትዋ ወድቆ መሬት እዬነከሰ እግርዋን እዬሳመ ይጮህ እግዚኦ ይል ጀመር። ወድቆ ከሚንከባለልበት ለማንሳት አቅም አጣች ብትለምነውም ብታባብለውም አልሰማት አለ። ስለዚህ

እስዋም ቆማ ሁኔታውን እዬተመለከተች ጮሀ ማልቀስ ጀመረች።

"ሰብለ ልጄ እህቴ እናቴ አንጀቴ አንቺ ነሽ እንዲህ ከሰውነት የወጣሽ ? አንቺ ነሽ እንዲህ ምልክትሽ ጠፍቶ የተረሳሽ ? እኔ ከሰውነት ልውጣ የኔ ምልክት ይጥፋ እኔ ልረሳ ልጄ ልጄ ልጄ !" እያለ እግርዋን በንባው እያጠበ ሲስም የሱ ልቅሶ ያጣችውን ብዙ መልካም ነገርና ያገኛትን ብዙ ክፉ ነገር አንድ ላይ አድርጎ በዬውነተኛ መልኩ አሳያትና እስዋም እንደሱ ስቅቅ ብላ አለቀሰች።

ከዚያ በዬመቃብር ቤቱ ያሉት መነኮሳትና ልቅሶውን የሰሙት ሁሉ ተሰብስበው ሰብለና ጉዱ ካሳ የሚያለቅሱበትን ምክናያት ሳያውቁ እንዲያው የነሱን አለቃቀስ በማየት ብቻ አብረው ሲያለቅሱ ብዙ ቆይተው ሲደክማቸው ለልቅሶው ምክናያት የሆነውን ነገር መጠዬቅና ሰብለንም አኅትዋንም ዝም እንዲሉ መለመን ጀመሩ።

ጉዱ ካሳ ምንም እንኩዋ የሚገላግሉትን መነኮሳት ላለማሳዘን ለጊዜው ዝም ቢል እነሱ ከሄዱ በሁዋላ ሰብለን ባዬ ቁጥር ሳጉን መዋጥና እንባውን ማገድ አቅቶት እንዲሁ እንዳለቀሰ አመሸ። በሁዋላ ብቻ በስዋ ማጽናናትና ማባበል ብዛት ጸጥ እያለ ሄደ።

"ለመሆኑ ምንድነው እንዲህ ያደረገሽ ? ብዙ ጊዜ ታመሽ ኖሮዋል ?"

"ምን ሆንሁ ? ደህና ነኝኮ እያ ካሳ ! ብዙ ጊዜ አስተኝቶ የሚያቆይ በሽታም የለኝ ደህና ነኝ። አንዳንድ ጊዜ ብቻ ድንገት ብርቱ ድካም ይደክመኝና ወዲያው ራሴን አዙሮ ይጥለኛል። ከዚያ በሁዋላ አንድ ቢበዛ ሁለት ቀን ተኝቼ እነሳለሁ። ይህ ብቻ ነው ሌላ በሽታ እግዚአብሄር ይመስገን የለብኝም።"

"መቸ ጀመረሽ ?"

"ወዲያው በዛብህ እንደ ሞተ።"

ጉዱ ካሳ የበዛብህን መሞት ሲሰማ ድምጹን ሳያ ሰማ አንገቱን ደፍቶ እንባውን ሲያፈስ ቆዩና :-

"ተገናኝታችሁ ኖሮዋላ !" አለ አንገቱን ከደፋበት ሳያቀና።

"አዎ ላምስት ቀን ብቻ።"

"ምን ገደለው ?"

"ያባይ ሽፍታ ደብድቦት ደክሞ ቆዬኝ።"

ከዚያ ሁለቱም አንገታቸውን ደፍተው ብዙ ሲተክዙ ከቆዩ በሁዋላ :-

"ለምን መነኮስሽ ?" አለ።

"ቆርበን ነበር ስለዚህ እሱ ሲሞት መነኮስሁ።"

"ታሞ ደክሞ ከደረስሽ እንዴት ቆረባችሁ ?"

"ከመሞቱ በፊት አንድ ቀን ቀደም ብሎ ሲቆርብ በቃል ኪዳን አጋብተው አንድ ላይ እንዲያቆርቡን ገበዙን ለምኜ አቆረቡን።"

"አንችስ ይሁን ለጊዜው ባዘንሽ ምክናያት ይህን አሰቢ ካህናቱ ግን ደክሞ እመቃብር አፋፍ የቆመ ሰው ከጤነኛ ሴት ጋር አጋብተው ማቁረባቸው የሚያስገርም ነው !" አለ ጉዱ ካሳ ትንሽ ሲያስብ ቆይቶ።

"እጅግ ደጎች ናቸው። የኔን ፈቃድ ለመፈጸም ነው እንጂ መጀመርያ አሁን አንተ እንዳልሽው ከደከመ በሽተኛ ጋር ጤነኛ ሴት አጋብተን አናቆርብም ብለው እንቢ ብለው ነበር። ነገር ግን ምንም ቢሆን መመንኮሴ የማይቀር መሆኑን ሲረዱ የፈለግሁትን አደረጉልኝ።"

"መቸም የሆነው ሆኖዋል እንደገና ወደ ሁዋላ ተመልሶ የሆነውን መለወጥ አይቻል ! ብቻ እንዲያው ለነገሩ ለምን መመንኮስ ፈለግሽ ?" አለ ዘለግ ያለ ጊዜ ዝም ብሎ ሲተክዝ ከቆዬ በሁዋላ።

"ምን ላድርግ ?"

"እንዴት ምን ላድርግ ? ሰው ሁሉ ምን ያደርጋል ? የሚወደው የሞተበት ያዝናል እንጂ አብሮ ሞቶ ያውቃል?"

“እኔምኮ አዘንሁ እንጂ አልሞትሁም !” አለች ትንሽ የቅርታ ፈገግታ ፈገግ ብላ።

“እንዳንቺ ላሉት መመንኮስ መሞት ነው !” አለ በሻከረ ድምጽ።

“ለመመንኮስ ያስወሰኑኝ ሁለት ምክናያቶች ናቸው።” አለች አንገትዋን ደፍታ መሬት መሬት እያዬች ስታስብ ቆዬችና።

“ምንና ምን ?”

“አንዱን ስሙን አላውቀውም ሁለተኛው ፍራት ነው።”

“ፍራት ያልሽውን ምን እንዳስፈራሽ በሁዋላ ትነግሪኛለሽ ነገር ግን ስሙን አላውቀውም ያልሽው :- ስሙን እንኩዋ የማያውቁት ነገር ለኑሮ ተስፋ አስቆርጦ እንዴት ሊያስመነኩስ ይችላል ?”

“ስሜቱን ልንገርህና አንተ ስም ስጠው።” “እስቲ።”

“ከበዛብህ ጋር የተዋወቅንበትን ጊዜ ታስታውሳለህ ? ሰው ሁሉ ትቶዋት ተረስታ መውደቅያ አጣች እዬተባልሁ ለሚያውቁኝም ለማያውቁኝ እንኩዋ በወሬ መሳቂያ ሆኜ አንገቴን ቀና አድርጌ ሰው ለማየት አፍር በነበረበት ጊዜ ነው። በዚያን ጊዜ በዛብህ ብቻ ከልቡ የሚወደኝ መሆኑን ስረዳ ልክ ወድቄ ከተረሳሁበት ፈልጎ ያነሳኝ ከሙታን መሀከል ለይቶ ህይወት የሰጠኝ መስሎ ተሰማኝ። ከሱ ከተለዬሁ እንደገና ወድቄ ወደምረሳበት የምመለስ መሰለኝ። ከሱ በቀር ለኔ የተፈጠረ ያለ አልመሰለኝ ብሎ እሱን ፍለጋ ብሰደድ እመቃብር አፋፍ ላይ ቆሞ ደረስሁበት። ይገርምሀል ! በቅሬ ይገው ጣር ሲያንገላታው ይቆይና ትንሽ ሽልብ አድርጎት ሲቃዥ :- “ሰብለን ለማን ትቻት ልሙት ? የለም አልሞትም ከሰብለ ጋር እኖራለሁ ” ይልና ወዲያው ሲነቃ እኔ ከሞት የማድነው ይመስል በደካማ እጁ ጥብቅ አድርጎ ይዞ :- “አትለይኝ እባክሽ እፈራለሁ ” ይላል። ያንጊዜ እንኩዋንስ በህይወቱ እያለ ቢሞትም ሬሳውን ትቼ መሄድ ውለታ ቢስ የሚያደርገኝ መሰለኝ። ሬሳው የሚፈራና ብቻውን

ትቸው በመሄዴ የሚታዘበኝ የሚወቅሰኝ መስሎ ተሰማኝ። ስለዚህ በሄደበት እስክከተለው ድረስ መንኩሼ በሬሳው አጠገብ እንድኖር ቆረጥሁ።

ሁለተኛው ፍራት ነው ያልሁህ አባባንና እማማን በጀም ባልገድላቸው ገዳያቸው እኔ በመሆኔ በእግዚአብሄር ፊት ወንጀለኛ ሆኜ መታየቴ የማይጠረጠር ነውና መንኩሼ እሱን ካላገለገልሁ ምህረት አላገኝም ብዬ አመንሁ።"

"ላባትሽና ለናትሽ ገዳያቸው የገዛ ከንቱነታቸው ነው እንጂ አንቺ አይደለሽም። ስለ በዛብህ ለነገርሽኝ ግን የምሰጠው ስምም መልስም የለኝም።" አለ ጉዱ ካሳ እንባው በግራ ቀኝ ጉንጮች እዬወረደ።

"እባክህ አታልቅስ አያ ካሳ። እኔኮ ደስ ብሎኝ ነው የምኖር ! አንተ ተለወጥሽ ሌላ ሆንሽ አልሽኝ እንጂ ለኔ መለወጤ በጭራሽ አይታወቀኝም። አዬህ በዛብህን ምንም ቢሆን በቀን በቀን አንድ ጊዜ አውጥቼ ምኝታውን ጠርጌ ሳላስተኛው ውዬ አላውቅም። ታዲያ በዬቀኑ ሳየው በህይወቱ ያለና አብረን የምንኖር እዬመሰለኝ ደስ ብሎኝ እኖራለሁ።"

"እንዴት ?" አለ ጉዱ ካሳ ግራ ገባውና።

"በዛብህን ላሳይህ ?"

ጉዱ ካሳ የሰብለን ጤንነት ተጠራጥሮ መልስ ሳይሰጥ እንዲሁ ትኩር አድርጎ ይመለከታት ጀመር።

ከዚያ ተነስታ ወፍራም ጡዋፍ አበራችና ተቀምጠው ሲነጋገሩ ካመሹበት መደብ አንጣር አንድ ያበባ ምንጣፍ የለበሰ የሳንቃ ክዳን ከፈት አድርጋ ፦ "እየውልህ !" አለች።

መቃብሩ ከውስጥ በደንጋይ ተገንብቶ ከተለሰነ በሁዋላ ወለሉም ህንጻውም ጥሩ ሆኖ ባመድ ተለቅልቆ ተጠንቅቆ የያዙት ቤት እንጂ የመቃብር ጉርጉዋድ አይመስልም። እዚያ ውስጥ አንድ ንጹህ ሸማ የለበሰ ሳጥን በቀኝ አንድ ያልለበሰ ሳጥን በግራ ሆነው ይታያሉ። ጉርጉዋዱ ግን ሌላ ሳጥንም ሊያስቀምጥ የሚችል ሰፊ ነው።

"ሸማ የለበሰው ብዛብህ ነው።" አለች ሰብለ።

"ያልለበሰውስ ?"

"ያልለበሰውማ ---- እስቲ ገምት ።" አለች ፈገግ ብላ።

"የማነው ?"

"መገመት አቃተህ ? የኔ ነው !"

ጉዱ ካሳ ስቅቅ ብሎ ያልቅስ ጀመር።

"አታልቅስ እንጂ ! እንድታለቅስኮ አይደለም ብዛብህን ያሳየሁህ !"

"አንድ ነገር ልለምንሽ ሰብለ።" አለ አይኖቹንም አፍንጫውንም ኩታውን ነጥሎ በጫፉ እዬጠራረገ።

"ሰብለ አልባልም ! እማሆይ !"

"እሺ ፤ እማሆይ !"

"ምን ?"

"ስሞት እዚህ አብሬያችሁ ልሁን ቦታው ሰፊ ነው ፤ ይበቃል።"

"አገርህን ትተህ ?"

"አገሬን ያገረ ሰው ካስለቀቀኝ ብዙ ጊዜየ ነው ፤ አንቆጳም ከሞተች ሶስት አመት ሆኖዋታል።"

"እንግዲያስ ደህና አሳብ ነው !" አለች አንገትዋን ደፍታ ካቆዬችበት ቀና አድርጋ እንባ በሙሉ አይኖችዋ አጎትዋን እዬተመለከተች እሱም እንደስዋ በመከራ የኖረ መሆኑ ታሰባትና

ጉዱ ካሳና ሰብለ በተገናኙ ባስራምስተኛው ቀን የልብ በሽታዋ ተነሳባትና እንደ ልማድዋ ወደቀች። ነገር ግን ዳግም አልተነሳችም። ጉዱ ካሳ ከባልዋ አጠገብ አስተኛት በሶስተኛ አመቱ እሱም ከነሱ ጋር ተጨመረ።

| | Филологический комментарий. Philological commentary. የፊሎሎጂ ማስረጃ። | | |
|---|---|---|---|
| 1 | አጋፋሪ | 1- слуга, занимающий высокое положение в доме феодала. Приблизительно соответствует управляющему в русских имениях.2) высокопоставленный сановник при дворе (соответствует церемонимейстеру европейских королевских дворов) 3) предводитель стражи | 1….. - 1) a servant of high position in the house of the feudal lord. An approximate equivalent to the *housekeeper*. 2) a high ranking official at court (equivalent to the *master of ceremonies* at European royal courts). 3) marshal of guard. |
| 2 | ምላሽ ሆነ | 2- закончиться | 2.– to end |
| 3 | አዳራሽ ተነጠፈ | 3- привести зал в порядок, убрать | 3…… - to put the hall in order, to clean up |
| 4 | አጉላላ | 4- препятствовать | 4….. – to prevent, to hinder |
| 5 | አንገላታ | 5- глумиться | 5….. – to scoff, to sneer |
| 6 | ጦም(ፆም)ፈታ= ጦም ገደፈ | 6- прерывать пост | 6….. – to break the fast |
| 7 | የልቡን ሥራ | 7- совершать поступки, не считаясь с чужим мнением | 7….. to act irrespective of other people's opinion |
| 8 | ካንገት በላይ ምህረት ልመና | 8- неискренняя просьба о прощении | 8….. – an insincere plea for mercy |
| 9 | ኧረ ለመሆኑ | 9- вводное сочетание типа «ну, кстати», « ну, между прочим» | 9….. an introductory phrase of "Well, by the way" type |
| 10 | ብስና | 10- отрыжка | 10….. – belch |
| 11 | ገመታ | 11- налог, ограниченный условиями договора | 11….. – tax limited by conditions of a contract |
| 12 | የተቀባ ሰው | 12- помазанник ( имеется в виду феодал, владелец крестьян) | 12….. – landlord (owing peasants) |

| | | | |
|---|---|---|---|
| 13 | እጅ አጨብጭቦ ወደ ቤት ገባ | 13- идиом. входить в дом с пустыми руками | 13.... – (idiom) to come to the house empty-handed |
| 14 | መተሳሰብ | 14- взаимная забота | 14.... – mutual care |
| 15 | ጸዳል | 15- луч | 15..... a ray |
| 16 | መገግ አለ | 16- просветлеть ( о лице) | 16.... – to lighten up (about the face) |
| 17 | የንስ ሀ አባት | 17- духовный отец | 17..... Spiritual father |
| 18 | ላንድ አፍታ | 18- на мгновение | 18..... – for an instant |
| 19 | ስንዴውን ከጉድፍ መለዩት | 19- отделить зерна пшеницы от шелухи | 19...... - to peel grain of shelling, or glume |
| 20 | አይኑን በጥፍ አወጣ | 20- вытаращить глаза | 20..... to open one's eyes wide |
| 21 | በህይወት አለው | 21- быть живым | 21..... - to be alive |
| 22 | ደቦል ደቦል ሆነ | 22 - падать каплями | 22..... - to drop |
| 23 | ሳግ | 23- имеется в виду ком, застревающий в горле ( когда человек сдерживает слезы) | 23..... - a lump in the throat (when you force your tears back) |
| 24 | ድምጹን ሳያሰማ | 24- молча | 24......- silently |
| 25 | የሆነው ሆኖዋል | 25- сделанного не воротишь | 25..... – what is done is done |
| 26 | መውደቅያ አጣ | 26- потерять интерес к жизни | 26..... - to lose interest in life |
| 27 | መሳቂያ ሆነ | 27- стать посмешищем | 27..... – to become a laughing stock |
| 28 | ሙታን | 28- мертвец | 28.... – a dead man |
| 29 | ምህረት ይለምኑ ጀመር | 29- они начали просить прощения<br>Прошедшее длительное время может передаваться не только сочетанием простого имперфекта смыслового глагола и вспомогательного глагола ...ነበረ..., но также сочетанием со | 29..... they started to apologize<br>The Past Continuous Tense can be rendered not only by a combination of the Simple Imperfect of the notional verb with the auxiliary verb ...ነበረ.. , but also by a combination |

| | | | |
|---|---|---|---|
| | | вспомогательным глаголом …ሆነ... или некоторыми глаголами, выражающими состояние, например, …ጀመረ.., которые также обычно выступают в усеченной форме (…..ነበር, ጀመር ……). Однако иногда вспомогательные глаголы (…ነበረ,..ሆነ ..) и глагол состояния …ጀመረ... могут изменяться по лицам и числам | with the auxiliary verb …ሆነ… or other verbs of state, such as …ጀመረ…. Usually used in a reduced form (…ነበር, ጀመር…). Sometimes, though, the auxiliary verbs (…ነበረ,..ሆነ…) and verbs of state …ጀመረ… can conjugate, changing the person and number. |
| 30 | መቼም ባላገር ሲጠግብ ወሰኑን አያውቅ ባላገር እንዲህ ያለ አዋጅ አውጆ እንደሆነ ንገረኝ ! | 30-Обычно после местоимений, а иногда после союзов и частиц на , …ም.. суффикс …ም.. отрицательной формы глагола может опускаться; Сочетание деепричастия с застывшей формой…እንደሆነ (እንደሆን) – один из способов передачи реального условия. | 30…… - 1) Usually after pronouns, sometimes after conjunctions and particles with …ም.., the suffix …ም… of the negative verbal form can be omitted; 2) A combination of adverbial participle with the fixed form …..እንደሆነ (እንደሆን) is one of the means of rendering real condition. |
| 31 | የሞቱ ከብቶች ስጋ የበላ አውሬም ይሁን ውሻ ወዲያው ይሞታል | 31- Дикий зверь или собака, съевшая мясо умершего домашнего животного сразу умирает | 31. – A wild beast or a dog, that has eaten the meat of a dead animal, dies at once. |
| 32 | ም…ሆነ፤ ም…ቢሆን | 32- разделительный союз идиоматического типа, образованный от глагола ..ሆነ. К этому типу разделительных союзов относятся и словоформы: Например: ም…ሆነ፤ ም…ቢሆን | 32- a disjunctive conjunction of an idiomatic type formed of the verb ..ሆነ.. This type of disjunctive conjunctions includes the following word forms: …… , for example, ም…ሆነ፤ ም…ቢሆን |
| 33 | ጉልተ ገዢዎች ቢፈልጉ | 33-если хотят правители гультов… В некоторых случаях, обычно в устоявшихся выражениях, сохранился так называемый «эфиопский аккузатив» или «статус конструктус». Обычно передает следующему имени объектное значение. Образуется путем постановки последнего радикала имени в 1-й порядок: ጉልት፦ጉልተ፡ገዢዎች. Часто аккузативным является не значение, а лишь форма словосочетания. | 33 – if the *gult* masters want… In certain cases, in set expressions as a rule, the so-called "Ethiopian accusative", or "status constructus", is still preserved. Usually it passes objective meaning to the following noun. It is formed by placing the last radix of the noun in the first order; ጉልት፦ጉልተ፡ገዢዎች. Very often the accusative is not the meaning but the form of the phrase |
| 34 | እግዚአብሄር በዚህ ብቻ ቢምረን | 34- Если бы на этом кончился божий гнев, мы бы не обижались. Одним из способов передачи придаточного предложения нереального условия является сочетание союза …ቢ.. с простым | 34….. – If God's rage stopped at this, we would not take offence. One of the means of rendering unreal condition is a |

| | | | |
|---|---|---|---|
| | እንኩዋ ባላማረርን ነበር ። | имперфектом смыслового глагола в придаточном предложении и сказуемого в главном предложении, которое выражено глаголом в прошедшем длительном времени + союз …በ..в отрицательной форме | combination of the conjunction …በ.. with the Simple Imperfect form of the notional verb in the subordinate clause and the predicate of the principle clause expressed by the verb in the Past Continuous Tense plus the conjunction …በ… in the negative form |
| 35 | በታላቁ አባትዎ ጊዜም ልጅ ልሁን እንጂ ባላገሩ ላባትዎ የሚከፍለውን አውቃለሁ | 35- Хотя во времена Вашего отца я был ребенком, я знаю, сколько крестьянин платил Вашему отцу.<br>Сочетание юссива смыслового глагола с противительным союзом …እንጂ. – один из редко употребляемых способов передачи придаточного уступительного предложения. | 35- Though at the time your father ruled I was still a child, I know how much a peasant had to pay to your father.<br>The combination of the Ussive form of the notional verb with the adversative conjunction …እንጂ. is one of the means to express concession, used but rarely. |
| 36 | ሲሆን ሲሆን ጌታችን ደሆችዎን ገፍተው መሸሻ በሌለበት ገደል ባይደርሱን መልካም ነበር | 36- Если бы Вы, наш господин, не толкнули Ваших бедняков в пропасть, из которой невозможно выбраться, было бы хорошо.<br>Составной союз ..ሲሆን፡ ሲሆን …., образованный от глагола …ሆነ.. «быть», передает нереальное действие, например: …ሲሆን ሲሆን ማጥናት ነበረባችሁ - Вы должны были бы учиться. В данном предложении этот союз играет эмфатическую роль, так как значение нереального условия выражено распространенным способом, а именно: сочетание союза ..በ… с простым имперфектом смыслового глагола в главном и причастия с глаголом …ነበረ.. в придаточных предложениях. | 36…………- It would have been a good thing if you, our Lord, hadn't pushed your poor peasants into an abyss which there was no way out.<br>The compound conjunction …ሲሆን፡ ሲሆን …. formed of the verb.. ሆነ..“to be”, denotes unreal condition, for example, …ሲሆን ሲሆን ማጥናት ነበረባችሁ - You should have studied. In this sentence this conjunction is emphatic because unreal condition is expressed by a typical combination of the conjunction …በ.. with the Simple Imperfect form of the notional verb in the principal clause and a participle with the verb …ነበረ.. in the subordinate clause. |
| 37 | ይህም ካልሆነ ያልተሰራብነን እዳ ምንም ቢሆን አንከፍልም | 37-поскольку этого не случилось, незаписанный за нами долг мы выплачивать не будем<br>1.Иногда союз …ከ.. с простым перфектом имеет значение «поскольку», «ввиду того, что» (чаще значение …ከ.. плюс простой перфект – « с тех пор как», «если».<br>2. От глагола …ሆነ «быть» являются производными противительные союзы идиоматического типа…ምንም ቢሆን «однако», «вместе с тем» - один из них. | 37. as this didn't happen, we are not going to pay this unrecorded debt<br>1 Sometimes the conjunction.. ከ… in combination with the Simple Perfect form has the meaning “as, in view of, because of”. More often the meaning of this combination is “since the time” or “if”.<br>2. Derivatives of the verb ...ሆነ… “to be” are adversative conjunctions of idiomatic type, such as…ምንም ቢሆን “though”, “at the same time” etc. |

| | | | |
|---|---|---|---|
| 38 | አብረው ሲያለቅሱ ብዙ ቆይተው | 38- После того, как они долго проплакали вместе.… Очень часто после сочетания простого многозначного союза …ሲ.. выступающего в своем временном значении с простым имперфектом смыслового глагола, стоит глагол …ቆየ... «продолжаться», «оставаться», который в зависимости от предложения может стоять в полной форме, в форме деепричастия, в сочетании с предложно-послеложной конструкцией………ከ…በኋላ…….. Употребление глагола …ቆየ является эмфатическим, указывающим на продолжительность действия. | 38- After they had been weeping together for a long time… Very often, a combination of the polysemantic conjunction …ሲ.. in its temporal meaning with the Simple Imperfective form of the notional verb is followed by the verb …ቆየ... "to continue, to stay, to keep", which, depending on the meaning, may be used in a full form, or in the form of an adverbial participle in combination with the post-positional construction …ከ…በኋላ . The verb …ቆየ... here stresses the duration of the action. |
| 39 | ሰብለን ባየ ቁጥር | 39- каждый раз, когда он видел Сэблэ,…. Предложно-послеложная конструкция …በ….ቁጥር … употребляется с простым перфектом, передает значение повторяющегося действия. Переводится при помощи словосочетания «каждый раз». | 39- each time he saw Seble,… The postpositional construction …በ….ቁጥር.. is used with the Simple Imperfect and renders the meaning of a repeated action translated as "each time". |
| 40 | እንባውን ማገድ አቅቶት እንዲሁ እንዳለቀሰ አመሸ | 40- будучи не в состоянии сдержать слезы, он весь вечер проплакал. …እንደ.. с простым перфектом вводят придаточные предложения образа действия. | 40- unable to keep his tears, he wept all the evening. …እንደ.. with the Simple Perfect introduces a clause of manner. |
| 41 | ብዙ ጊዜ ታመሽ ኖርዋል? | 41- ты много болела? Деепричастие в сочетании с глаголом-связкой …ነው.. передает уже законченное действие с оттенком уточнения. | 41- were you often ill? An adverbial participle in combination with the link verb …ነው.. renders a completed action with a shade of specification. |
| 42 | ብዙ ጊዜ አስተኝቶ የሚያቆይ በሽታም የለኝ | 42- болезней, которые долго заставляли бы меня лежать в постели, у меня не было. | 42- I didn't suffer from illnesses that kept me in bed for a long time The negative verbal suffix …ም.. may be transferred to adjacent words, mostly preceding ones. In this case the negation emphatically refers to the word that takes the |

| | | | |
|---|---|---|---|
| | | | suffix …ም… |
| 43 | ደሀ ምን ጊዜም ቢሆን ሞልቶለት አያውቅም | 43- бедняк никогда не имеет достатка. | 43- a poor man never has any wealth. |
| 44 | ፍርዳ መግዛት አንችልም ቢሉ ባይሆን አንዳንድ ሙክትና ማር ወይም ቅቤ ይዛችሁ ሂዳች ሁ ችግራችሁን አመልከቱ ብያቸው ነበር | 44- Если бы они сказали: «Мы не можем купить откормленного вола» - я бы им сказал: «Тогда возьмите несколько баранов, мед или масло, пойдите и покажите ваши трудности»<br>Сочетание союза …በ.. с простым имперфектом смыслового глагола в придаточном предложении и глаголом-сказуемым в прошедшем совершенном времени в главном предложении – наиболее часто употребляющийся способ передачи нереального условия. | 44- If they told me, “We cannot buy a fat ox”, I would tell them, "Then take some rams, honey or butter, and go to show your problems”<br>The combination of the conjunction …በ.. with the Simple Imperfect of the notional verb in the subordinate clause and the predicate verb in the Past Perfect in the principal clause is the most frequent means to express unreal condition. |
| 45 | ባይሆን | 45- иначе, в противном случае. | 45- otherwise, or else |
| 46 | እነማይ | 46 – название селения, расположенного в бывшей провинции Годжам | 46- the name of a settlement in the former Godjam province |
| 47 | የምትባል | 47- в это понятие включались основные христианские религиозные праздники, | 47 – this notion included main Christian holidays |
| 48 | ባመድ ተለቅልቆ ተጠንቅቆ የያዙት ቤት | 48- дом, обмазанный пеплом. В некоторых областях, например, в Годжаме, в сельской местности дома обмазывают пеплом, что считается признаком чистоты и красоты. | 48– a house coated with ashes.<br>In some regions, like Godjam, for example, country houses are coated with ashes, which is a sign of cleanliness and beauty |
| 49 | እንደ መስከረም ዝናም | 49- как сентябрьский дождь….<br>В сентябре в Эфиопии идут сильные кратковременные дожди. | 49.- like September rain….<br>In Ethiopia September rains are strong and shortlasting. |

| | | | |
|---|---|---|---|
| 50 | ይህም ርስት የሚያርስ እርቦ በጉልት ተቀምጦ የሚያርስ ገመታ ከምንከፍለው ሌላ ነው | 50-кроме того, что мы уже заплатили (имеются в виду подношения к праздникам).<br>Крестьяне, обрабатывающие земли в гульте платят ырбо, а живущие в рысте – гэмата. | 50- besides we have already brought our offerings<br>Peasants who work on land in *gult* pay *yrbo*, while those who live in *ryst* pay *gamata*. |
| 51 | እርቦ | 51- налог в ¼ урожая | 51- impost (tax) in the amount of 1/4th of the harvest |
| 52 | ገመታ | 52..-«установленный» налог, ограниченный условиями договора (платят в гульте). | 52- a "fixed" tax limited by an agreement terms (paid in *gult)* |
| 53 | እኛ የምንኖርባቸው ሶስት ጉልቶችዎ ርስተጉልት ሳይሆኑ እንዲሁ ነጠላ ጉልቶች በመሆናቸው ባላገሮች ለባለጉልቶች የሚከፍሉት ገመታ ብቻ ነው:: | 53- поскольку три ваших гульта, в которых мы живем, являются не рыстегультами, а отдельными гультами, крестьяне платят только «установленный» налог.<br>Крестьяне, жившие в рысте (наследственные земли) являлись арендаторами земли и платили землевладельцу (ባለርስት) от ¼ до ¾ урожая и другие налоги, а также несли различные повинности.<br>Крестьяне, жившие в гульте ( земли за службу) являлись владельцами своих земельных участков и платили значительно меньше, чем в рысте «установленный» налог. Все остальные дары должны быть добровольными.<br>Рыстегульт – это земли переходные из гульта в рыст. Крестьяне-собственники при этом становятся наследствеными арендаторами земли. | 53- as long as your three *gults* in which we live are not *rystgults* but *gults* proper, the peasants only pay a "fixed" tax.<br>Peasants living in *ryst* (inherited lands) were tenants and paid their landlord (ባለርስት)a lease of ¼ to3/4 of their harvest as well as other taxes, and also carried out various labour conscription.<br>Peasants living in *gult* (lands granted for good service) owned their plots of land and paid a fixed tax which was much less than in *ryst*. All other donations were to be voluntary.<br>*Rystgults* were lands transitional from *gult* to *ryst*. Peasants were losing their ownership of land and turning into tenants. |
| 54 | የመንታ እናት ተንጋላ ትሞት | 54…..- пословица, досл. мать близнецов умирает лежа на спине.<br>Значение: у матери близнецов всегда очень много забот. | 54………..- a proverb, literally, "the mother of twins dies lying on her back." The meaning: the mother of twins always has a lot of things to do. |

| | | | |
|---|---|---|---|
| | | | |
| 55 | ወግቶ በቅቤ | 55…- пословица, досл. нанеся удар маслом. Значение: нанести удар (физический или моральный), а потом заискивать. | 55……….- a proverb, literally, “hitting with butter”. The meaning: to hit (physically or morally) and try to make up afterwards. |
| 56 | አለባበሶ ቢያርሱ ባረም ይመለሱ | 56………..- пословица, досл. « если при пахоте земля покрывает соседнюю борозду вырастут сорняки». Значение: нужно работать добросовестно. В данном тексте: нужно ко всему подходить с ответственностью, думая о последствиях. | 56……….- a proverb, literally, “if during the tilth of the ground the next furrow is covered with earth, weeds will grow.” The meaning: One must be an honest and conscientious worker. Here, one should be responsible in whatever he is doing and think of the consequences. |

# МЭНГЫСТУ ГЭДАМУ
(даты рождения и смерти неизвестны)

Родился в бывшей провинции Сидамо в крестьянской семье. Работал в различных местах: в Министерстве почты и коммуникаций, в Коммерческом банке Эфиопии, Министерстве информации.

Стремительно вошел в литературу Эфиопии в конце 50-х годов как основоположник жанра сатирического памфлета. Следует отметить, что подобный жанр отсутствовал в амхароязычной литературе с начала XX в. (исключение составляет сатирическая «Комедия» Тэкле Хавариата Тэкле Мариама, 1921).

Умение аыставить в забавном виде отрицательные явления общества в этот период было утрачено эфиопскими писателями. Большой интерес в связи с этим представляет новелла М.Г. «Кого я ниже?» (1953), в которой писатель добивается комического эффекта, описывая споры ослицы Багонде со своим хозяином Жаржаро о сущности человека. Ослица недоумевает, почему такие несовершенные создания, как люди, управляют миром. В основу сюжета новеллы М.Г. легло парадоксальное предположение ослицы, что заведомо низшие существа могут анализировать и судить поступки людей. Ослиная философия — пародия на мировоззрение самодовольных, невежественных краснобаев.

В таком же комедийном жанре написаны и другие произведения писателя: «Камур» (б.г.), «Мэсэляль» («Лестница», 1959), «Сомалиец», 1955», «Свинья и кот» (б.г.), «Долг Алмаз» (1955) и др. Как справедливо отмечает исследователь литературы Эфиопии М. Вольпе (в книге «Литература Эфиопии» (2003) «логично предположить, что эта сатира направлена против реакционных, боящихся всего нового феодалов, позиции которых в монархической Эфиопии, все еще были достаточно прочны» (стр. 176).

*(Даты приведены по юлианскому календарю)*

# MENGHISTU GEDAMU
## (dates of birth and death unknown)

Menghistu Gedamu was born in the former province of Sidamo in a peasant family. He occupied various positions working in the Ministry of Post and Communications, in the Commercial bank of Ethiopia and in the Ministry of Information.

He stormed into Ethiopian literary world in the late 1950s as the founder of the satirical pamphlet. It should be noted that this genre was hardly extant in Amharic literature in the 20th c. (with the exception of the satirical play "A Comedy" (1921) by Tekle Hawaryat Tekle Mariam. Ethiopian writers of the time lost the gift of laughing at or making the fun of the evils of the society. In this respect of great interest is Menghistu Gedamu's novelette "Who Am I Lower?" (1953), where the comic effect is gained in the dialogues between the jenny-ass Bagonde, and her owner Jarjaro about the true nature of the man. The jenny-ass can't help wondering why such imperfect creatures as men are the rulers of the world. The plot is based on the ass's ridiculous assumption that creatures of a priori inferior nature can assess and judge human behaviour. The ass's world view is a mockery of the philosophy of conceited and ignorant smooth-talkers.

The same comical style is typical other works by Menghistu Gedamu, such as "Kamur" (no date), "Meselial" ("Staircase" 1959), "The Somali Man"( 1955), "The Pig and the Cat" (no date), "The Debt of Almaz" (1955) and others. M.Volpe, a researcher of Ethiopian literature says with good reason (In his book "The Literature of Ethiopia" (2003), "it is only logical to assume that this satire was targeted against reactionary and backward feudal lords, whose political status in Ethiopian monarchy was still quite stable" (p. 176).

*(The dates follow the Julian's calendar)*

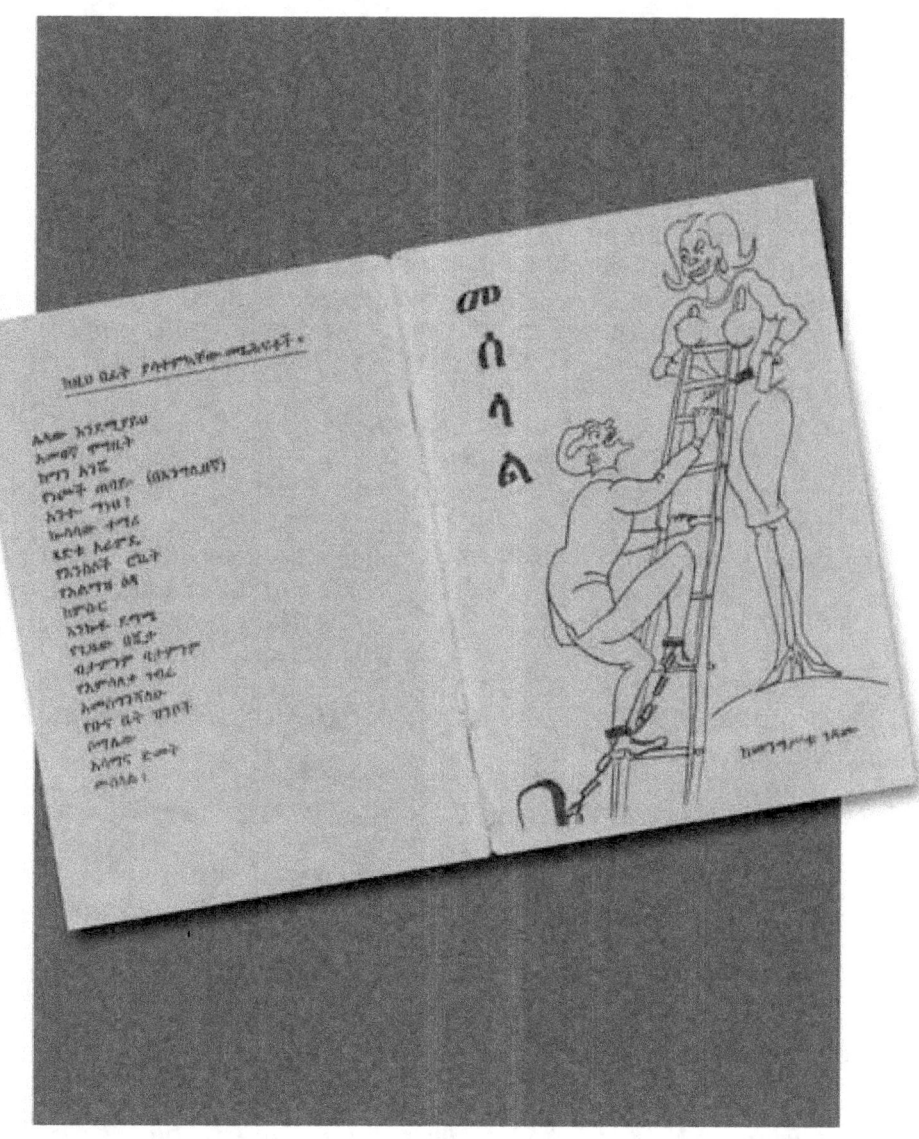

*Обложка романа Мэнгысту Гэдаму «Лестница».*
The cover of the novel of Menghistu Gedamu "The staits"

## መስላል ። ከመንግሥቱ ፡ ገዳሙ ።

## ምዕራፍ ፡ ፩ ። ገጾች ፯-፲፮ ። (1959)

“እባክህን ፡ እኔ ፡ በአንተ ፡ አሳብ ፡ አልስማማም ፤ ገንዘብ ፡ የሚገኝበት ፡ ዘዴ ፡ ሁሉ ፡ ንጹሕ ፡ መንገድን ፡ የተከተለ ፡ መሆን ፡ አለበት ። ማንኛውም ፡ ሰው ፡ ገንዘብ ፡ ለማከማቸት ፡ ከፈለገ ፡ ምንም ፡ የሚያዳግተው ፡ ነገር ፡ የለም ። ነገር ፡ ግን ፡ ገንዘቡ ፡ የሚገኝበት ፡ ዘዴ ፡ ሞራልን ፡ አውድቆ ፡ የሕሊና ፡ ጸጸት ፡ የሚያተርፍ ፡ ከሆነ ፡ ከማግኘቱ ፡ ባዶ ፡ እጅ ፡ መቅ
ረቱ ፡ ይሻላል ፤ “ሲል ፡ ተናገረ ። ተናጋሪው ፡ አንድ ፡ ቀጠን ፡ ምጥን ፡ ያለ ፡ ወጣት ፡ሲሆን ፤ አፍንጫው ፡ ረዘም ፡ ያለና ፡ መልኩም ፡ በመጠኑ ፡ ጠይም ፡ ከመሆኑም ፡ በላይ ፡ አንገቱ ፡ አጭር ፡ ነበረ ። አስተያየቱ ፡ በጣም ፡ ራቅ ፡ ያለ ፡ ቦታ ፡
ያረፈ ፡ ስለሚመስል ፡ አሳቡን ፡ ከመግለጽ ፡ ይልቅ ፡ በዝምተኛ ነት ፡ ቢያተኩር ፡ አስተዋይነቱ ፡ የሚልቅ ፡ ይመስላል ።

ከሱ ፡ ጋር ፡ አንድ ፡ የቡና ፡ ጠረጴዛን ፡ አካበው ፡ የተቀመ
ጡት ፡ ፫ ፡ ወጣቶች ፤ በዘመናዊ ፡ የጣሊያን ፡ ሞድ ፡ ልብስ ፡ በጣም ፡ ተወጥረው ፡ ሲታዩ ፤ ሕግ ፡ ያላወቃቸው ፡ እስረኛ ፡ ይመስሉ ፡ ነበረ ። አንደኛው ፡ እፊት ፡ ለፊቱ ፡ በተሰቀለው ፡ መስተዋት ፡ ገጹን ፡ አሥር ፡ ጊዜ ፡ እያጎረጠ ፡ ሲመለከት ፡ ላየው ፡ ሰው ፡ ልክ ፡ እሬጮኛውን ፡ ለመንብኘት ፡ ቀጠሮዋ ፡ የደ ረሰ ፡ የፓሪስ ፡ ቻርሚ ፡ ይመስለው ፡ ነበረ ፤ በብሔራዊ ፡ ቡና ፡ ቤት ፡ ውስጥ ፡ የሚያገለግለው ፡ አሳላፊ ፡ የልጁን ፡ ሁኔታ ፡ እየ
ተመለከተ ፡ ቡናውን ፡ ማቅረብ ፡ ዘንግቶ ፡ በመገረም ፡ ፈዝዞ ፡ ነበረ ። አንዳንድ ፡ ወጣቶች ፡ ቡና ፡ ለመጠጣት ፡ ሲገቡ ፡
ቦዩን ፡ ይመለከቱና ፤ የቦዩ ፡ ዓይኖች ፡ ያረፉበትን ፡ አቅጣጫ ፡
ዘወር ፡ ብለው ፡ እያዩ ፡ የመጡበትን ፡ ጉዳይ ፡ እየረሱ ፡ ዝም ፡ ብለው ፡ ተገትረዋል ።

ይህ ፡ ከተቀመጡት ፡ ጓደኞቹ ፡ መሀል ፡ አሥር ፡ ጊዜያት ፡ መልኩን ፡ በተሰቀለው ፡ መስተዋት ፡ የሚመለከተው ፡ ወጣት ፡ ሁኔታ ፡ እኩሉን ፡ ሲያስገርመው ፤ እኩሉ ፡ የሱን ፡ ያህል ፡ ባሕ
ርይ ፡ ስለነበረው ፡ በሁኔታው ፡ ዓይኑን ፡ እያጨነገረ ፡ ይቀናበ
ታል ፡ እንጂ ፡ አይደነቅበትም ፡ ነበረ ። ምክንያቱም ፡ የውርግ
ርግ ፡ ተወዳዳሪው ፡ በመሆኑ ፡ ነው ፤ ምንም ፡ እንኳን ፡ እና
ትና ፡ አባቱ ፡ ያወጉለትን ፡ ስም ፡ ባናውቀውም ፤ በጓደኞ
ቹና ፡ በውቤ ፡ በረሃ ፡ ሴቶች ፡ የሚጠራበት ፡ የፈረስ ፡ ስም ፤ አንዳንዴ ፡ ቴክስ ፡ ሲባል ፤ አንዳንዴ ፡ ኤልቪስ ፡ ነው ። ቆሞ ፡ ሲጠጣ ፡ ቴክስ ፡ ሲሊት ፡ ተቀምጦ ፡ ሲውረገረግ ፡ ኤልቪስ ፡ ይሉታል ። ስለዚህ ፡ በቅምጡና ፡ በቁሙ ፡ የሚጠራበትን ፡
ስም ፡ ባንድነት ፡ አጣምረን ፡ ስናያይዘው ፡ ኤልቴክስ ፡ ብን

ሰው ፡ ለታሪኩ ፡ ትንሽ ፡ መግቢያ ፡ ይሆንናል ።

ኤልቴክስ ፡ የሲኒማ ፡ ቤት ፡ ዋና ፡ ደምበኛ ፡ እንደመሆኑ ፡ መጠን ፤
አለባበሱና ፡ አካሔዱ ፡ በየቀኑ ፡ የተለዋወጠ ፡ ነው ። ይኸውም ፡ ቀን ፡ ቀን ፡
በሚያያቸው ፡ የሲኒማ ፡ አርቲስቶችን ፡ ሁኔታ ፡ እየተከተለ ፡ ስለሆነ ፤
እንደአርቲስቶቹ ፡ ልዩነትና ፡ ሁኔታ ፡ መጠን ፡ እሱም ፡ አካሔዱንና ፡ አለባበሱን
፡ ለውጦት ፡ ይገኛል ። አብረውት ፡ በቡና ፡ ገበታ ፡ ላይ ፡ ቁጭ ፡ ብለው ፡
የሚያወሩትን ፡ የጓደኞቹን ፡ ክርክር ፡ ምን ፡ እንደሆነ ፡ ፈጽ
ሞም ፡ አልሰማም ። በብሔራዊ ፡ ቡና ፡ ቤት ፡ አካባቢ ፡
ያለው ፡ ገላጣ ፡ ቦታ ፡ ሽቅብና ፡ ቁልቁል ፡ የሚፍተለተሉት ፡ ሰዎች ፡ ነፍሱን ፡
ባይሸፍኑት ፡ ኖሮ ፤ ለመበጠር ፡ አራት ፡
ሰዓት ፡ የፈጀበት ፡ የኤልቴክስ ፡ ጠጉር ፡ ይበታትንበት ፡ ነበረ ።

ቀኑ ፡ ቅዳሜ ፡ ምሽት ፡ ስለሆነ ፤ በዚያ ፡ አካባቢ ፡ ቁል
ቁል ፡ የሚንቀበቀቡት ፡ ሴቶች ፡ አብዛኛዎቹ ፡ እንደ ፡ ወንድ ፡ ሱሪ ፡ የታጠቁ ፡
ከመሆናቸው ፡ የተነሣ ፤ ኤልቴክስ ፡ እነሱን ፡ በመስኮት ፡ ዓይኖቹን ፡ ወርውሮ ፡
እያየ ፡ በቀኝ ፡ እጁ ፡ ጠጉ
ሩን ፡ ዳበስ ፡ ዳበስ ፡ እያደረገ ፡ ይቁነጠነጥ ፡ ነበር ። ከጓደኞ
ቹም ፡ ጋር ፡ መሆኑን ፡ ረስቶታል ። አላስችል ፡ ብሎት ፡ ከወን
በሩ ፡ ተነሣና ፡ ጓደኞቹን ፡ ሳይሰናበታቸው ፤ ጠጉሩን ፡ እንደተ ለመደው ፡ በቀኝ
፡ እጁ ፡ እያሻሸ ፡ ከብሔራዊ ፡ ቡና ፡ ቤት ፡ ሰውነቱን ፡ እያናጠረ ፡ ወጣ ፡ ብሎ
፡ እበሩ ፡ ላይ ፡ ቆም ፡
አለ ። እንደአጋጣሚ ፡ ሆኖ ፡ አንድ ፡ ወጣት ፡ በሚንቀበቀብ ፡ ታኮ ፡ ጫማ ፡
ወደአራ ፡ በከንቱ ፡ አቅጣጫ ፡ ቁልቁለቱን ፡ ስት ወርድ ፡ አያትና ፡
እንደተለመደው ፡ በቀኝ ፡ እጁ ፡ ጠጉሩን ፡ እያሻሸ ፡ ይከተላት ፡ ጀመር ።
ልጅትዋም ፡ የሚከተላት ፡ መሆ
ኑን ፡ አውቃ ፡ ዞር ፡ ብላ ፡ ፈገግታዋን ፡ ስታነጣጥርበት ፡ ጊዜ ፤ ልቡ ፡ በደስታ ፡
ጋለና ፡ ጠጋ ፡ ብሎ ፡ እያጫወታት ፡ መሔ
ዱን ፡ ቀጠለ ። ትንሽ ፡ ወረድ ፡ እንዳሉ ፡ ወደግራ ፡ በኩል ፡ ጠምዘዝ ፡ ብለው ፡
አንድ ፡ ኪዮስክ ፡ ዘንድ ፡ ደረሱና ፡ ሴት የዋ ፡ ከኪስዋ ፡ ቁልፉን ፡ አወጣችና ፡
የኪዮስኩን ፡ በር ፡ እን
ዲከፍትላት ፡ ሰጠችው ። ኤልቴክስም ፡ በፈገግታ ፡ ቁልፉን ፡ ተቀ
ብሎ ፡ በሩን ፡ ከፍቶላት ፡ አብረው ፡ ገቡ ። ኤልቴክስ ፡ እኪዎ ስኩ ፡ ውስጥ ፡
ከገባ ፡ በኋላ ፤ የጋለው ፡ ስሜት ፡ እየቀዘቀዘ ፡ ሔደ ። ቤቱ ፡ አንድ ፡ ክፍል ፡
ሲሆን ፡ አራት ፡ አልጋና ፡ አንድ ፡ ሰባራ ፡ ወንበር ፤ አንድ ፡ የከሰል ፡ ማንደጃ ፡
ምድጃ ፤ አንድ ፡ ድስት ፡ ከ፲፫ ፡ ትናንሽ ፡ ሲኒ ፡ ጋር ፤ ዋስት ፡ በግድ
ግዳ ፡ ላይ ፡ የተሰቀሉ ፡ ጉርድ ፡ ቀሚሶች ፡ ብቻ ፡ ነበሩ ።

ኤልቴክስና ፡ ልጅትዋ ፡ ትንሽ ፡ እንደተያዩ ፤ "በል ፡ የደን ቡን ፡ ቀድመህ ፡
ክፈለኝ ፡" ባለችው ፡ ጊዜ ፤ በብዙ ፡ ቅባት ፡ አማካኝነት ፡ ታሽቶ ፡ ወደፊት ፡
የተበጠረው ፡ ጠጉሩ ፤ በድን ጋጤ ፡ ምክንያት ፡ ብን ፡ ብሎ ፡ ጎፈሬ ፡ ቆመ ፤

ትንሽ ፡ ቆይቶ፡ ድንጋጤው ፡ ካለፈለት ፡ በኋላ ፤ “እንዴት ! ተማሪ ፡ ሆነሽ ፡
ገንዘብ ፡ ትጠይቂኛለሽን ?” ሲል ፡ ተገረመ ። እስዋም ፡ በወጣቱ ፡ ፈስሴነት ፡
ተገርማ ፡ “ችግር ፡ ተማሪ ፤ አመንዝራ ፤ አሮጊት ፡ አይልም ። ስለሆነም ፡ እኔ ፡
ተማሪ ፡ አይደለሁም ። ከዚህ ፡ በፊት ፡ ግን ፡ ተማሪ ፡ ነበርኩ ። ተማሪም ፡
ብሆን ፡ ባል
ሆነ ፡ ኑሮ ፡ በዛሬ ፡ ጊዜ ፡ እንደ ፡ ንግድ ፡ ስለሆነ ፤ ያለገን
ዘብ ፡ ምንም ፡ የሚሆን ፡ ነገር ፡ የለም ፡” ብትለው ፡ ጊዜ ፡ በጣም ፡ ተቆጣና ፡
ከኪዖስኩ ፡ እመር ፡ ብሎ ፡ ወጣ ። አኪታ ተለና “ገንዘብ ! ገንዘብ ! ገንዘብ !”
እያለ ፡ ሲሔድ ፡ አን
ዳንድ ፡ ተላላፊ ፡ ቆም ፡ እያለ ፡ ይመለከተውና ፤ ግማሹ ፡ እያ
ዘነ ፤ ግማሹ ፡ እየሳቀ ፡ ይሔድ ፡ ነበረ ። የገንዘብ ፡ ነገር ፡ ጭን ቅላቱ ፡ ውስጥ ፡
ተቀርጾ ፡ አእምሮውን ፡ በጠበጠው ። እንዳጋ
ጣሚ ፡ ሆኖ ፡ ጓደኞቹ ፡ ከቡና ፡ ቤቱ ፡ አልወጡም ፡ ነበረ ። ከሴትየዋ ፡ ቤት ፡
ወጥቶ ፡ ወደጓደኞቹ ፡ ዘንድ ፡ ደረሰና ፡ እወ
ንበሩ ፡ ላይ ፡ ቁጭ ፡ ብሎ ፡ አንገቱን ፡ አቀርቅር ፡ ማዘኑን ፡ ተመለከቱና ፤
ከጓደኞቹ ፡ አንዱ ፤ “ኤልቴክስ ፤ የት ፡ ሔደህ ፡ ነው ፡ የመጣኸው ? ደግሞስ ፡
ለምንድን ፡ ነው ፡ መልክህ ፡ ተለ
ዋውጦ ፡ በጣም ፡ ያዘንከው ?” ብሎ ፡ በቅሬታ ፡ መልክ ፡ ጠየ
ቀው ። ኤልቴክስም ፡ አንገቱን ፡ ካቀረቀረበት ፡ ቦታ ፡ ሳይመ
ልስ ፤ “ብዙ ፡ ሰው ፡ የዓለምን ፡ ምሥጢር ፡ የሰውን ፡ ኑሮ ፤ የመብትን ፡ ግዴታ
፤ የሰውን ፡ ልጅ ፡ ተፈጥሮና ፡ ክብር ፡ ለማ ወቅ ፡ ተማሪ ፡ ቤት ፡ በመግባትና ፡
አያሌ ፡ መጻሕፍቶችን ፡ በመመራመር ፡ ብዙ ፡ ዓመታት ፡ ሲፈጅበት ፡ እናያለን።
ይሁን ፡
እንጂ ፡ አንዳንድ ፡ ከባድ ፡ ነገሮች ፡ ለማወቅ ፡ ብዙ ፡ ዓመ
ታት ፡ ላንዳንድ ፡ ሰው ፡ ሲወስድበት ፡ ላንዳንዱ ፡ በ፲፫ ፡
ደቂቃ ፡ ውስጥ ፡ ይገለጥለታል ፤” አለና ፡ ትንሽ ፡ ከተነፈሰ ፡ በኋላ ፤ “አዎን ፡
ገንዘብ ፡ የሚሉት ፡ ነገር ፡ እስካለ ፡ ድረስ ፡ የሰው ፡ ልጅ ፡ መብትና ፡ ክብር ፡
በፍጹም ፡ ቦታውን ፡ ይይ
ዛል ፡ ማለት ፡ ዘበት ፡ ነው ።” ሲል ፡ ንግግሩን ፡ ዘጋ ።

አንደኛው ፡ ጓደኛው ፡ በኤልቴክስ ፡ አነጋገር ፡ ምንም ፡ ሳይደ
ነቅ ፤ ፊቱን ፡ ረገግ ፡ አደረገና ፡ “አልሰማህም ፡ እንዴ ፡ ናፖሌ ዖን ፡ ያለውን ፤
ለአርጃ ኬ-ፊ ፡ ላጌር (ጦርነትን ፡ የሚፈጥር ፡
ገንዘብ ፡ ነው) - አዎን ፡ ገንዘብ ፡ የሕይወት ፡ መተላለፊያ ፡ ድልድይ ፡ ነው ።
ገንዘብ ፡ የሌለው ፡ ሰው ፡ ሕይወቱ ፡ ልክ ፡ እንደተሰበረ ፡ ድልድይ ፡ ነው ።
ድልድይም ፡ እንዲጠገን ፡ የተፈለገ ፡ እንደሆነ ፡ ገንዘብ ፡ በቅድሚያ ፡ መገኘት ፡
አለበት ። ገንዘብ ፡ ተገኝቶ ፡ የተሰበረው ፡ ድልድይ ፡ ካልተሠራ ፡ ያለገን
ዘብ ፡ ሕይወት ፡ ኑሮት ፡ ተንቀሳቅሶ ፡ መኖር ፡ የተፈጥሮ ፡
ሕግ ፡ አይፈቅደውም ። ስለዚህ ፡ ለማንኛቸውም ፡ ነገር ፡ ገን

ዘብ ፡ ያስፈልጋል” ሲል ፡ መከረው ።
“አውቃለሁ” አለ ፡ ኤልቴክስ ፡ ራሱን ፡ ግራና ፡ ቀኝ ፡ እያወ ዛወዘ “አውቃለሁ ፡ ለኑሮ ፡ ገንዘብ ፡ ማስፈልጉንና ፤ የምንሠ ራው ፡ ሁሉ ፡ ገንዘብ ፡ አግኝተን ፡ ለመኖር ፡ መሆኑን ፡ አልዘነ ጋሁትም ። ነገር ፡ ግን ፡ ገንዘብ ፡ ለማግኘት ፡ ብሎ ፡ የሰውልጅ ነትን ፡ ክብር ፡ ማርከስ ፡ በጣም ፡ ተገቢ ፡ አይደለም” ሲል ፡ መለሰለት ።
ጓደኛው ፡ እንደገና ፡ ጠረጴዛውን ፡ በጣቱ ፡ እየቆረቆረ ፤ “ሕይወት ፡ ከሌለ ፡ ክብርና ፡ ውድቀት ፡ አይታወቅም ።
መኖር ፡ ከተፈለገ ፡ ገንዘብ ፡ ያስፈልጋል ። ክብርን ፡ ጠብቆ ፡ መኖርን ፡ እፈልጋለሁ ፡ የሚል ፡ ገንዘብ ፡ ከሌለው ፡ ክብርም ፡ ሕይወትም ፡ ሊኖረው ፡ አይችልም ። እርግጥ ፡ ነው ፤ አንዳንድ ፡ የታደሉ ፡ ሁሉም ፡ ተሳክቶላቸው ፡ ይመጣላቸዋል ። እነሱ ፡ ገን ዘብ ፡ ስለሚኖራቸው ፡ ለክብራቸው ፡ ታግለው ፡ ሕይወታቸው ንም ፡ ሊያኖሩ ፡ ይችላሉ ። ይሁን ፡ እንጂ ፡ አንዳንዶቹ ፡ ብዙ ፡ ገንዘብ ፡ ይኖራቸውና ፡ ለክብራቸው ፡ የማይጠነቀቁ ፡ ሞልተ ዋል ። አንዳዶቹ ፡ ገንዘብ ፡ ሳይኖራቸው ፡ በዕውቀታቸው ፡ መ ብታቸውንና ፡ ክብራቸውን ፡ አስጠብቀው ፡ የሚገኙትም ፡ ጥቂ ቶች ፡ ናቸው ። ስለዚህ ፡ ኑሮ ፡ ውድ ፡ ሆኖ ፡ ሕይወት ፡ ስት ጣፍጥ ፡ ያለገንዘብ ፡ እንዴት ፡ አድርጎ ፡ አንድ ፡ ሊኖር ፡ የሚ ችል ፡ ይመስልሃል ?” አለው ።
ኤልቴክስ ፡ በጓደኛው ፡ ንግግር ፡ በጣም ፡ ተቆጣና “የሞ ራል ፡ ግዴታስ ? ለገንዘብ ፡ ተብሎ ፡ ከተፈጥሮ ፡ ውጭ ፡ መሆን ፡ ይገባልን ? የሞራል ፡ ውድቀትን ፡ የመሰለ ፡ ቅሌት ፡ አዝሎ ፡ የኑሮን ፡ ውድቀት ፡ በገንዘብ ፡ ኃይል ፡ ቢያሸንፉት ፡ ምን ፡ ጥቅም ፡ አለው ?” ሲል ፡ አጎራበት ። ሦስተኛ ፡ ጓደኛ ቸው ፡ በንግግራቸው ፡ ውስጥ ፡ ጣልቃ ፡ ገባና ፡ እንዲህ ፡ አለ “በእውነተኛው ፡ መንገድ ፡ ገንዘብ ፡ ሳይኖራቸው ፡ ገንዘብን ፡ ፈጥረው ፡ ክብራቸውን ፡ ሳያስደፍሩ ፡ የሚኖሩ ፡ አንዳንድ ፡ ጎበ ዞች ፡ ሞልተዋል ። አንዳንድ ፡ ሰነፎችም ፡ ኑሮን ፡ ለመግፋት ፡ መሰላል ፡ በመፈለግ ፡ የሕይወት ፡ ጣፋጭነትን ፡ ሳያውቁ ፡ የሚ ያልፉ ፡ ቁጥራቸው ፡ የበዛ ፡ ነው ። አንተ ፡ የምትለው ፡ እን ዴት ፡ አንዲት ፡ ወጣት ፡ በድኅነት ፡ ምክንያት ፡ ኑሮዋን ፡ ለመ ግፋት ፡ ስላልቻለች ፡ ለገንዘብ ፡ ስትል ፡ ክብሯን ፡ አርክሳ ፡ ከተፈጥሮ ፡ ውጭ ፡ ትሆናለች ፡ ነው ፡ አሳብህም ፡ መልካም ፡ ነው ። ለእያንዳንዱ ፡ ሰው ፡ ሕይወት ፡ በጣም ፡ ተወዳጅ ፡ ስለ ሆነ ፤ ኑሮን ፡ ለመግፋት ፡ በሚሞከርበት ፡ ሰዓት ፡ ችግር ፡ ሲገ ጥመው ፤ ክብሩን ፡ እጠብቃለሁ ፡ ብሎ ፡ ገንዘብ ፡ የሚገኝበት ፡ ርካሽ ፡ መንገድን ፡ ከሰረዘው ፡ እንዴት ፡ አድርጎ ፡ ሊኖር ፡ ይች ላል ። ሰው ፡ የሚደርስበትን ፡ ግዴታ ፡ ሊቋቋመው ፡ ካልቻለ ፡ በርካሽነት ፡ ይገመታል ፡ ብለን ፡ አድራጎቱን ፡ የምንነቅፍ ፡

ከሆነ ፡ በመጀመሪያው ፡ ሰውየው ፡ ችግረኛ ፡ ሊሆን ፡ እንዲገ ደድ ፡ ምክንያት ፡
የሆነውን ፡ ከሥር ፡ መመርመር ፡ ያሻል ። ኧረ ፡ ለመሆኑ ፡ ጥፋቱ ፡ የማነው ?
ማንም ፡ ሰው ፡ የሚወለ ደውና ፡ የተወለደው ፡ በፈቃዱ ፡ አይደለም ። ስለዚህ
፡ በፈ
ቃዱ ፡ ላልተወለደ ፡ ሰው ፤ በኑሮው ፡ ላይ ፡ ችግር ፡ የሚገጥ
መው ፡ በፈቃዱ ያለመሆኑን ፡ ማንም ፡ አይስተውም ። በፈቃዱ ፡
ለማይመጣበት ፡ ችግር ፡ በኑሮ ፡ ግዴታ ፡ አማካኝነት ፡ ሕይወ ቱን ፡ ለማኖር ፡
ክብርና ፡ መብት ፡ የሚሉትን ፡ ነገር ፡ አንዱ ፡ አልጠበቀም ፡ ብለን ፡ ልንጠቅሰው
፡ አንችልም" ሲል ፡ መለሰ
ለት ።

ኤልቴክስ ፡ ምንም ፡ እንኳን ፡ ልጅትዋ ፡ በኑሮ ፡ ችግር ፡ ምክንያት ፡ ርካሽ ፡
ሆና ፡ በማግኘቱ ፡ የተናደደ ፡ ቢሆንም ፤ እፊት ፡ ለፊቱ ፡ በተሰቀለው ፡
መስተዋት ፡ ገጹን ፡ እያየ ፤
በቀኝ ፡ እጁ ፡ የተበጠረውን ፡ ጠጉሩን ፡ ማሻሸቱን ፡ አልተወ
ውም ። ወደ ፡ ቡና ፡ ቤቱ ፡ ውስጥ ፡ አንዳንድ ፡ ደንበኛ ፡
ሲገባ ፡ በዓይኖቹ ፡ እየሰረቀ ፡ ከተመለከታቸው ፡ በኋላ ፤ ንቀት ፡ ያውልባቸው ፡
ነበረ ። ሁለተኛው ፡ ጓደኛቸው ፡ የሁለቱን ፡ ክር
ክር ፡ አዳመጠና "ርካሽነት ፡ በወጣት ፡ ሴቶች ፡ ላይ ፡ ብቻ ፡
አይደለም ፡ የሚደርሰው ፡ ይበልጡኑ ፡ በወንዶች ፡ ወጣቶች ፡
ላይ ፡ ጎልቶ ፡ ይታያል ፤ እሩቅ ፡ ሳንሔድ ፤ ኤልቴክስ ፡
በምን ፡ ምክንያት ፡ ነው ፡ እኛን ፡ ሳትሰናበተን ፡ ሴትዮዋን ፡ ተከትለህ ፡
የሔድከው ?" ብሎ ፡ ንግግሩን ፡ ሳይጨርስ ፤ ኤልቴ
ክስ ፡ ቀበል ፡ አደረገና ፤ "ልጃገረድ ፡ መስላኝ ፡ ነዋ !" ሲል ፡
ደነፋ ።

"ልጃገረድ ፡ ብትሆንስ ፡ መከተል ፡ ይገባሃል ?"
"አዎን ፡ ሲያስኘኝ ፡ እከተላታለሁ"
"ለምን ? ገና ፡ ሳታውቃት ?"
"የተከታተልኳት ፡ ልተዋወቃት ፡ ነዋ !"
"ከዚያስ ፡ በኋላ ፡ ታገባታለህን ?"
"ላገባ ፡ በፍጹም ፡ ምኞት ፡ የለኝም"
"ስለዚህ" አለ ፡ ሁለተኛው ፡ ጓደኛው ፡ በጣም ፡ ተገረመና ፤ "ስለዚህ ፡ አንተ ፡
ልጅትዋን (ምናልባት ፡ ልጃገረድ ፡ ብትሆን) የተከታተልከው ፡ ላታገባት ፡ ከሆነ ፤
ሌላ ፡ ምን ፡ ለማድረግ ፡
ነው ? እንዳንተ ፡ የመሳሰሉ ፡ ብዙ ፡ ወጣቶች ፡ ኮረዳዎችን ፡
እየተከታተሉ ፡ ከባለጉ ፡ በኋላ ፤ የመጨረሻው ፡ ግባቸው ፡ እንደ
ዚቹ ፡ እንደተከታተልካት ፡ ሴት ፡ መሆኑን ፡ እንዴት ፡ አጣ

ኸው ? በነገርህ ፡ ውስጥ ፡ ኧረ ፡ ለመሆኑ ፡ በፍጹም ፡ ላገባ ፡ አልፈልግም ፡
ያልከው ፡ ለምንድን ፡ ነው ? ላንተ ፡ የምትሆን ፡ ሴት ፡ ጠፍታ ፡ ነው ? ወይስ ፡
ለማግባት ፡ ከዚያም ፡ በኋላ ፡
ለማስተዳደር ፡ ገንዘብ ፡ ስለሚያጥርህ ፡ የማይቻልህ ፡ መስሎህ ፡ ነው" በማለት ፡
ጠየቀው ። ለዚህ ፡ ለመጨረሻው ፡ ጥያቄ ፡ ኤል
ቴከስ ፡ የሚመልሰው ፡ መልስ ፡ ስላጣ ፡ ጓደኞቹን ፡ በአፍረት ፡ መልክ ፡ ሰላምታ
፡ ሰጣቸውና ፤ በቀኝ ፡ እጁ ፡ ጠጉሩን ፡ እየዳ
በሰ ፡ ተለያይቶአቸው ፡ ከቡና ፡ ቤቱ ፡ ወጣ ።

ምዕራፍ ፬ ። ገጾች ፳፫-፴፩ ።

አንድ ፡ ቀን ፡ ከሚወዳት ፡ ከጸሐፊው ፡ ጋር ፡ እቢሮው ፡
ውስጥ ፡ ተቀምጦ ፡ ሲያደፋፍራት "አይዞሽ ፡ የሰውን ፡ ነገር ፡ ሁሉ ፡ ችላ ፡
በይው ፤ እኔ ፡ እስካለሁ ፡ ድረስ ፡ ምንም ፡ የሚደ ርስብሽ ፡ ነገር ፡ የለም ።
የምትወጂውን ፡ ሰው ፡ ሁሉ ፡ ወደ
እኔ ፡ ለማቅረብ ፡ ምንም ፡ ሀፍረትና ፡ ጥርጣሬ ፡ አይደርብሽ ፤ የምትጠይውንም
፡ ምንም ፡ እንኳን ፡ ለድርጅታችን ፡ በጣም ፡ ተፈላጊ ፡ ቢሆንም ፤ ከሥራ ፡
ያላንዳች ፡ ማሰላል ፡ አሰናብተዋ
ለሁ ። በዚህም ፡ ቢሉት ፡ በዚያ ፤ አዋቂም ፡ ቢሆን ፡ ደንቆሮ ፤ በማንኛቸውም ፡
አኳኋን ፡ የድርጅታችን ፡ የሥራ ፡ እንቅስቃሴ ፡ በዘልማድ ፡ መራመዱን ፡
አይተውም ። እኔ ፡ ሚስት ፡ በማግ
ባቴ ፡ ምናልባት ፡ ይጠላኝና ፡ እድገቴ ፡ ይቀነስብኛል ፡ ብለሽ ፡ በፍጹም ፡
አታስቢ ። ከዚህ ፡ በፊት ፡ የነበረንን ፡ ምሥጢር ፡ ለማንም ፡ ሰው ፡ ቢሆን ፡
እንዳትናገሪ ። የፈቀድሽውን ፡ ወንድ ፡ ብታፈቅሪው ፡ እሱንም ፡ ካንቺ ፡ ጋር ፡
አሳድገዋለሁ ፡ እንጂ ፡ በቅናት ፡ ተበሳጪቼ ፡ ምንም ፡ የምወስደው ፡ እርምጃ ፡
የለኝም ። ቅናትና ፡ ብልግና ፡ የሚሉት ፡ ፈሊጥ ፡ ባልተማሩት ፡ ሰዎች ፡ አዕምሮ
፡ ውስጥ ፡ የተቀረጸ ፡ ደዌ ፡ ነውና ፡ በይሉኝታ ፡ አሳብ
ሽን ፡ ገትተሽ ፡ ስሜትሽን ፡ ያለማቀዝቀዝ ፡ ነው" እያለ ፡ ያጽ
ናናት ፡ ነበር ።

ልጅትዋም ፡ የኤልቴከስን ፡ የማደፋፈሪያ ፡ ንግግር ፡ ካደመ
ጠች ፡ በኋላ ፤ በእፍረት ፡ መልክ ፡ አንገትዋን ፡ አቀርቅራ ፡ ፈገግታዋን ፡
በመሰወር "በሁለታችን ፡ መካከል ፡ ያለው ፡ ምሥ
ጢር ፡ በጣም ፡ ከባድ ፡ ስለሆነ ፡ ለማንም ፡ የሚነገር ፡ አይደ
ለም ። ም ሥጢሩ ፡ እንዳይወጣ ፡ ከእርስዎ ፡ ይልቅ ፡ እኔ ፡ በይ
በልጥ ፡ እሰጋበታለሁ ። እርስዎ ፡ ትልቅ ፡ ሰውና ፡ ትልቅ ፡ ደረጃ ፡ ያለዎት ፡
ሲሆኑ ፤ የሚወራብዎት ፡ ነገር ፡ ሁሉ ፡ ትል
ቅነትዎና ፡ ደረጃዎ ፡ ይሸፍነዋል ። እኔ ፡ እንደሆንኩ ፡ ከሴትነት ፡
ባሕርዬ ፡ በስተቀር ፡ ሌላ ፡ የምመካበት ፡ ነገር ፡ ስለሌለኝ ፤

ጉዴ ፡ የወጣ ፡ እንደሆነ ፡ መድረሻ ፡ ያጣች ፡ ውሻ ፡ ነው ፡ የምሆነው ። አለችና
፡ ትንሽ ፡ ካዛጋች ፡ በኋላ ፣ ንግግሯን ፡ በመቀጠል ፡ "እኔ ፡ በጣም ፡ የሚቀፉኝና
፡ የምጠላው ፣ ባሕል ፣ ወግ ፡ ማዕረግ ፣ የሀገር ፡ ልምድ ፣ የሀገር ፡ ፍቅር ፡
ግዴታ ፣ ሙብትና ፡ ክብር ፡ እያሉ ፡ በየቦታው ፡ የሚለፈልፉትን ፡
ሰዎች ፡ ነው ። ኸረ ፡ ለመሆኑ ፡ ባሕልና ፡ ክብር ፡ ማለት ፡ ምንድን ፡ ነው ? እኛ
፡ ከተደሰትን ፣ እኛ ፡ ከተመቸን ፡ ለሌ
ላው ፡ ምንቸገረን ። ባሕልና ፡ ነፃነት ፡ እያሉ ፡ የሚቀባጅሩትን ፡
ሰዎች ፡ በፍጹም ፡ በዓይኔ ፡ ለማየት ፡ አስጠልተውኛል ። እንደ
ነዚህ ፡ የመሳሰሉ ፡ ሰዎች ፡ ከአካባቢያችን ፡ ካልተወገዱ ፡ ንዝንዛ
ቸው ፡ በፍጹም ፡ ዕረፍትና ፡ ፋታ ፡ ሊሰጠን ፡ አይችልም ። "ብላ ፡ ንግግሯን ፡
ሳትጨርስ ፣ አንድ ፡ ቀጠን ፡ ያለ ፡ የኤል
ቴክስ ፡ ጓደኛ ፡ በሩን ፡ አንኳኩቶ ፡ ገባ ።

በተገማመደ ፡ አማርኛና ፣ በተሞራረደ ፡ እንግሊዘኛ ፡ ቋንቋ ፡ ትንሽ ፡ ሰላምታ
፡ ከተሰጣጡ ፡ በኋላ ፣ እንግዳው" ፈገግ ፡
ብሎ ፡ ሴክሬታሪዋን ፡ ተመለከተና "ነገ ፡ እኔ ፡ ቤት ፡ መጠ
ነኛ ፡ ግብዣ ፡ ለማድረግ ፡ ወስኛለሁ ። ጥዋት ፡ እሷ ፡ እንደነገ
ረችኝ ፡ አንተ ፡ ለሥራ ፡ ጉዳይ ፡ ወደውጪ ፡ መሔድህ ፡ ስለ
ሆነ ፣ እግብዣው ፡ ውስጥ ፡ ባለመገኘትህ ፡ ከፍ ፡ ያለ ፡ ኀዘን ፡ ይሰማኛል ።
ይሁን ፡ እንጂ ፡ እቤቴ ፡ በጣም ፡ የተከበሩ ፡ እንግዶች ፡ ስለሚመጡ ፣
ባለቤትህና ፡ ጸሐፊህ ፡ እዚያ ፡ ተገ
ኝተው ፡ እንግዶቼን ፡ እንዲያጫውቱልኝ ፡ ፈቃድህን ፡ ለመጠ
የቅ ፡ መጥቼአለሁ ። እግብዣው ፡ ውስጥ ፡ አንድ ፡ የጥቅም ፡ተካ
ፋይ ፡ የሆነ ፡ የውጭ ፡ አገር ፡ ነጋዴ ፡ አለና ፣ ሥራዬ ፡ ይቃ
ናልኝ ፡ ዘንድ ፡ ሚስትህ ፡ በተለይ ፡ እሱን ፡ ብታጫውቱልኝ ፡
ያቀድኩት ፡ ዓላማ ፡ እንደሚፈጸምልኝ ፡ እርግጠኛ ፡ ነኝ ። እን
ደምታውቀው ፡ በጀሽህ ፡ ብር ፡ አንድ ፡ ቤት ፡ አስጀምሬ ፡
ነበረ ። የእናንተ ፡ ዕዳ ፡ በጣም ፡ ስላንገፈገፈኝ ፡ ከነጋዴው ፡ ትንሽ ፡ ለመበደር ፡
ፈቅጃለሁና ፣ አደራህን" ሲል ፡ ለመነው ።

ኤልቴክስ ፡ በተቀመጠበት ፡ ወንበር ፡ ግራና ፡ ቀኝ ፡ እየተ
ሽከረከረ ፣ በጓደኛው ፡ አጠያየቅ ፡ በጣም ፡ እያዘነ "አንተ ፡ ከመቸ ፡ ወዲህ ፡ ነው
፡ የደደብከው ? ብለህ ፡ ብለህ ፡ እንደ
ዚህ ፡ የመሰለውን ፡ ቀላል ፡ ነገር ፡ ከባላገር ፡ እንደመጣ ፡
ሰው ፡ ትለምነኛለህ ? ከመቸ ፡ ወዲህ ፡ ነው ፡ ሚስቴና ፡ ጸሐ
ፊዬ ፡ ላንተ ፡ እንግዳ ፡ የሆኑት ? እያፈራረቅህቸው ፡ አብርሃቸው ፡ ስትሔድ ፡
አልከረምክምን ? ስለዚህ ፡ ያንተው ፡ የኔ ፣ የኔው ፡ ያንተ ፡ ነውና ፡ እንግዶችህን
፡ እንድ ፡ ታስተናግድልህ ፡ እዘዛት ፡ እንጂ ፡ ምን ፡ እኔን ፡ መለመን ፡
ያስፈልግሃል ? ኑሮ ፡ንግድ ፡ ማሆኑን ፡ አውቃለሁኝ ። አንተ ፡ ገንዘቡን ፡
አግኝተህ ፡ ቤትህን ፡ አስጨርስ ፡ እንጂ ፡ ስለእስዋ ፡ ማስተናገድ፡ ምንም ፡ ቅር ፡

አይበልህ ፡፡ እሷ ፡ ከሌለች ፡ ፓርቲው ፡ አይደምቅም ፡ እያሉኝ ፡ ስንቶቹ ፡ ሰዎች ፡ በየጊዜያቱ፡ የሚነግሩኝን ፡ ሳስታውስ ፡ በጣም ፡ ኩራት ፡ ይሰማኛል" አለውና ፡ ትንሽ ፡ ተጨዋውተው ፡ ሰላምታ ፡ ተሰጣጡና ፡ ተለያዩ ፡፡

## ምዕራፍ ፡ ፳ ፡፡ ግጾች ፻፫-፻፮ ፡፡

በግብዣው ፡ ውስጥ ፡ የነበሩ ፡ ሰዎች ፡ ሁሉ ፡ አብዛኛዎቹ ፡ የንግድ ፡ ሞኖፖሊስቶች ፡ ሲሆኑ ፤ የቀሩት ፡ አንዳንድ ፡ የድ
ርጅት ፡ ሥራ ፡ ኃላፊዎች ፡ ነበሩ ፡፡ ከተጋባዦቹ ፡ መካከል ፡ አንድ ፡ ቀጠን ፡ ያለ ፡ የሕንፃና ፡ የመሬት ፡ ሞኖፖሊስት ፡ በጣም ፡ ሰክሮ ፡ ስለነበረ ፤ የሚያወራው ፡ ሁሉ ፡ ሕግ ፡ ወጥ ፡
በመሆኑ ፡ የሚታዘበውም ፡ ሰው ፡ አልነበረም ፡፡ ዓይኖቹ ፡
በጣም ፡ ቀልተው ፡ ፊቱ ፡ ወዝቶ ፡ በደንዳና ፡ ድምጹ "ሀብት ፡ ካለ ፡ በሰማይ ፡ መንገድ ፡ አለ ፤ ዱሮም ፡ ቢሆን ፡ አሁን ፤ በገ
ንዘቤ ፡ ኃይል ፡ የፈለግሁትን ፡ ለማድረግ ፡ ሙሉ ፡ ችሎታ ፡ ያለኝ ፡ ሰው ፡ ነኝ ፡፡ አንዳንዱ ፡ በገንዘብ ፡ ኃይል ፡ እንደምን ፡ አድርጎ ፡ የፈለገውን ፡ ለመሥራት ፡ ባለመቻሉ ፤ እንዲያው ፡ በደፈና ፡ የገንዘብ ፡ ቦርሳ ፡ ተብሎ ፡ ከመጠራት ፡ ተወስኖ ፡ አያውቅም ፡፡

"ገንዘብ" አለ ፡ ድምጹን ፡ በጣም ፡ አጎረነነ ፤ "የገንዘብ ፡ ወይም ፡ የሀብትን ፡ ጠቃሚነት ፡ ያለኔ ፡ ያወቀው ፡ በፍጹም ፡ አንድም ፡ ሰው ፡ አይገኝ ፤ በገንዘብ ፡ ኃይል ፡ በዓለም ፡
ውስጥ ፡ የሚገኙትን ፡ ኮረዳዎችን ፡ ሁሉ ፡ አስመጥቼ ፡ ልደሰ
ትባቸው ፡ እችላለሁ ፡፡ በገንዘቤ ፡ ኃይል ፡ የፈለግሁትን ፡ ለማድ
ረግ ፡ ሙሉ ፡ ችሎታ ፡ አለኝ ፡፡ በገንዘብ ፡ ኃይል ፡ ጀግናውን ፡ እንደፈሪ ፤ ፈሪውን ፡ እንደጀግና ፡ ላደርገው ፡ ተወዳዳሪ ፡ በፍጹም ፡ በዚህ ፡ ዓለም ፡ ውስጥ ፡ ተገኝቶ ፡ አያውቅም"
አለና ፡ በቀኝ ፡ እጁ ፡ የያዘውን ፡ ውስኪ ፡ በመለኪያ ፡
አንዴ ፡ ፉት ፡ አለለትና ፡ "ዕድሜ ፡ ለገንዘብ" ብሎ ፡ ጽዋ
ውን ፡ አነሣ ፡፡

ንግግሩን ፡ ያደምጡት ፡ የነበሩት ፡ ሁሉ ፤ ምንም ፡ እንኳን ፡ እንደእሱ ፡ ሀብታም ፡ በይሆኑም ፡ እንዲያው ፡ በመጠኑ ፡ አንዳ
ንድ ፡ አነሥተኛ ፡ የሥራ ፡ ድርጅትና ፡ እንዲያው ፡ በመሠረቱ ፡ በባንክ ፡ ቤት ፡ ውስጥ ፡ ከሚሊዮን ፡ ብር ፡ የማያንስ ፡ ተቀ
ማጭ ፡ ያላቸው ፡ ናቸው ፡፡ ይሁን ፡ እንጂ ፡ እንደተናገሪው ፡ ሰውዬ ፡ በትዕቢት ፡ በገንዘባቸው ፡ የፈለጉትን ፡ ለማድረግ ፡ የማ
ይፈቅዱ ፡ ይመስላሉ ፡፡ ስለሆነም ፡ እነሱም ፡ በአቅማቸው ፡ የገን
ዘብን ፡ ጠቃሚነት ፡ በከፊል ፡ ስለሚረዱት ፡ አንዳንድ ፡ ተንኮ
ልን ፡ ከመሥራት ፡ የማይሰንፉበት ፡ ጊዜያት ፡ እጅግም ፡

ትንሽ ፡ አይደለም ። የኤልቴክስ ፡ ሚስት ፡ ወደሀብታሙ ፡ ተና
ጋሪ ፡ ጠጋ ፡ አለችና “ገንዘብ ፡ ካለ ፡ በሰማይ ፡ መንገድ ፡ መኖ
ሩን ፡ እኔም ፡ እራሴ ፡ አውቀዋለሁኝ ። ነገር ፡ ግን ፡ የምድ
ሩን ፡ መንገድ ፡ በገንዘብ ፡ ኃይል ፡ ሳያዳርሱት ፡ ለሰማዩ ፡ መን
ገድ ፡ ምን ፡ አስጨነቀዎት ፤ አሁንም ፡ ቢሆን ፡ በምድር ፡ ያለ
ውን ፡ መንገድ ፡ ብዙ ፡ ጉዞን ፡ ይጠይቃል ። እንዲያውም ፡ ስመ
ለከቶት ፡ ብዙ ፡ መንገድ ፡ የሚሔዱ ፡ አይመስሉኝም ። ምክንያ
ቱዐም ፡ እኔ ፡ በጣም ፡ መንገደኛ ፡ ስለሆንኩ ፡ እርስዎን ፡
አንድ ፡ ቀን ፡ በመንገድ ፡ ላይ ፡ አግኝቼዎት ፡ አላውቅም” ስት
ለው ፡ ተናጋሪው ፡ ሀብታም ፡ በንቀት ፡ መልክ ፡ የኤልቴክስን ፡ ሚስት ፡
ተመለከታትና “የሰው ፡ ልጅ ፡ ሁሉ ፡ መንገዱ ፡
አንድ ፡ አይደለም ። አንቺ ፡ የምትገኝበት ፡ መንገድና ፡ የኔ ፡ አውራ ፡ ጎዳና ፡
በጣም ፡ የተለየ ፡ እንደ ፡ ጀርባና ፡ ሆድ ፡ የሚ
ገመት ፡ ነው ። ስለዚህ ፡ እንዳንቺ ፡ ያለ ፡ ሴት ፡ በምትገኝበት ፡ መንገድ ፡ ላይ ፡
የኔ ፡ መገኘት ፡ የሰው ፡ ልጅነቴን ፡ ክብር ፡ የማስደፈር ፡ ያህል ፡ ይሆንብኛል ።
ምንም ፡ እንኳን ፡ ጊዜው ፡ ፈቅዶ ፡ በአንድ ፡ ግብዣ ፡ ውስጥ ፡ ብንገኝም ፤ እኔ
፡ በዘርና ፡ በመልክ ፡ ከአንቺ ፡ የበለጥኩ ፡ ነኝ” ብሎ ፡ በጣም ፡ አኮሰሳ
ትና ፡ ዘወር ፡ ብሎ ፡ ጨዋታውን ፡ ከሌሎች ፡ ሰዎች ፡ ጋር ፡ ጀመረ ።

የኤልቴክስ ፡ ሚስት ፡ በሀብታሙ ፡ ተናጋሪ ፡ ድፍረት ፡ በጣም ፡ ተናደደችና ፡
ደሟ ፡ ፈልቶ ፡ የምትይዘውንና ፡ የምት
ጨብጠውን ፡ አሳጣት ። መቼ ፡ ከመቼ ፡ ኤልቴክስ ፡ ከሔደበት ፡ አገር ፡
ተመልሶ ፡ በዚህ ፡ ሰውዬ ፡ ላይ ፡ እንዲበቀልላት ፡ ያደ
ረባት ፡ የስሜት ፡ እንፋሎት ፡ ልክ ፡ የክረምትን ፡ ጉም ፡ ይመ
ስል ፡ ነበረ ። መቼም ፡ ነገሩ ፡ ሁሉ ፡ እንዳይሆን ፡ የለምና ፤ ኤልቴክስ ፡
በመጨረሻው ፡ ከሐደበት ፡ አገር ፡ ጉዳዩን ፡
ጨርሶ ፡ ወደአገሩ ፡ ተመለሰ ። የኤልቴክስ ፡ ሚስትም ፡ እሱ ፡ በሔደ ፡ ዕለት ፡
በጓደኛው ፡ ቤት ፡ ተደርጎ ፡ በነበረ ፡ ግብዣ ፡ ውስጥ ፡ አንድ ፡ ሀብታም ፡ ሰውዬ
፡ የሰነዘረባትን ፡ ዘለፋና ፡ የንቀት ፡ መልክ ፡ አንድ ፡ በአንድ ፡ አስረዳችው ።

ኤልቴክስም ፡ በኩራት ፡ መልክ “ሀብት ፡ የሁሉ ፡ ነገር ፡ ምክንያት ፡ መሆኑን ፡
እስከዛሬ ፡ ድረስ ፡ እንዴት ፡ ሳታውቂው ፡ ቀረሽ ? ሀብትን ፡ ወደ ፡ ክብርን ፡
ፈልጎ ፤ የዚህ ፡ ዓለም ፡ ይዞታ ፡ በፍጹም ፡ ሊሳካ ፡ አይችልም ። ስለዚህ ፡
ሰውየው ፡ በጣም ፡ ሀብታም ፡ ስለሆነ ፤ እኔም ፡ ከሀብታሞቹ ፡ ጋር ፡ ልጋጭ ፡
አልፈልግምና ፤ ነገ ፡ እቤቱ ፡ ሔደሽ ፡ ይቅርታ ፡ ጠይ
ቂው ። ቢቻልሽም ፡ በተሰጠሽ ፡ በሴትነት ፡ ባሕርይሽ ፡ ስሜ
ቱን ፡ ማርኪውና ፡ ወደፊት ፡ ለሚያስፈልገን ፡ ነገር ፡ ሁሉ ፡ በቀጥታ ፡
እንድናገኝ ፡ የግድ ፡ መሰላል ፡ መሆን ፡ አለብሽ”
ብሎ ፡ በተግሳፅ ፡ አስታወቃት ።

የቀኑ ፡ ብርድ ፡ ለጊዜው ፡ ዝቅ ፡ ብሎ ፡ ፀሐይ ፡ እያንጸ

ባረቀ ፡ በመሐድ ፡ ላይ ፡ ሳለ ፤ ብዙ ፡ ልጆች ፡ በየመንገዱ ፡ ሲንጫጩ ፤ አንዲት
፡ ኮረዳ ፡ መሐድ ፡ አቅቷት ፡ ልክ ፡ እን
ደደከመውን ፡ ውሻ ፡ ታለከልክ ፡ ነበረች ። ኧረ ፡ ማን ፡ ትሆን ? የኤልቴክስ ፡
ሚስት ፡ ናት ፡ እንዳንል ፡ እሷ ፡ ኮረዳ ፡ አይደ
ለችም ፤ ታዲያ ፡ ማን ፡ ትሆን ? እያሉ ፡ ተመልካቾች ፡ ይመራ
መሩ ፡ ነበረ ። ቀኑም ፡ ረፍዶ ፡ መሸና ፡ ሌሊቱ ፡ ተተካ ።

| | Филологический комментарий. Philological commentary. የፊሎሎጂ ማስረጃ። | | |
|---|---|---|---|
| 1 | በልብስ ተወጠረ | 1- быть обтянутым одеждой | 1………- to wear the dress fitting tight |
| 2 | የፓሪስ ቻርሚ | 2- парижский обольститель | 2………- Parisian seducer |
| 3 | ዓይኑን አጨነገረ | 3.- искоса поглядывать | 3………- to glance sideways |
| 4 | ውረገረባ | 4.- вести себя сумасбродно, бахвалиться | 4………-to brag, to behave erratically |
| 5 | አወጋ = አወራ | 5- объявлять | 5………- to announce |
| 6 | ደምበኛ | 6.- завсегдатай | 6………- frequenter, patron |
| 7 | ገላጣ ቦታ | 7.- открытое место | 7………- open space |
| 8 | ሰውነቱን አናጠረ | 8- идти вразвалку с высокомерным видом | 8………-to waddle arrogantly |
| 9 | ታኮ ጫማ | 9- туфли на высоком каблуке | 9………- high-heeled shoes |
| 10 | ተንቀበቀበ | 10- зд. стучать каблуками | 10………- (here) to clip-clop |
| 11 | ፈላሴነት | 11- высокомерие | 11………- arrogance |
| 12 | አጎራ | 12- крикнуть | 12………- to shout, to give a cry |
| 13 | በዓይን ሰረቀ | 13- посмотреть украдкой | 13………- to steal a glance |
| 14 | ችላ አለ | 14.- быть безразличным, равнодушным | 14………- to be indifferent |
| 15 | በዘልማድ= እንደልማድ፣ እንደተለመደው | 15……из геэз…………… | 15………- of Gees |
| 16 | ቅናት | 16…-зависть | 16………- envy |

| | | | |
|---|---|---|---|
| 17 | ብልግና | 17…- аморальное поведение | 17………- to behave immorally |
| 18 | ቀፈፈ | 18…- чувствовать отвращение ( употребляется в безличной форме) | 18………- to feel repugnant (used in an impersonal form) |
| 19 | በተገማመደ አማርኛ፤ በተሞራረደ እንግሊዘኛ ቋንቋ | 9…- на неграмотном амхарском и английском языках | 19. using bad Amharic and English |
| 20 | ጎማመደ | 20- изрезывать, изрубать | 20………- to chop |
| 21 | ሞራረደ | 21….- немного поточить напильником | 21………- slightly sharpened with a file |
| 22 | በደፈና | 22…..-скрыто, тайно | 22…………..- secretly, furtively |
| 23 | ፉት አለ | 23…- пить, проливая | 23.- to gulp spilling the water |
| 24 | መቼ ከመቼ | 24…- сразу, немедленно | 24.- at once, on the spot |
| 25 | መቼም ነገሩ ሁሉ እንዳይሆን የለምና | 25….- Предложение идиоматического типа: в конце концов успех достигнут. | 25 - (idiomatic sentence) finally, they were a success |
| 26 | በብሔራዊ በና ቤት አካባቢ ያለው ገላጣ ቦታ። ሽቅብና ቁልቁል የሚፍተለተሉት ሰዎች ነፍሱን ባይሸፈኑት ኖሮ ፤ ለመበጠር አራት ሰዓት የፈጀበት የኤልቴክስ ጠጉር ይቢታትንበት ነበር | 26……- Если бы люди, сновавшие вверх и вниз по открытому месту у популярного кафетерия, не закрывали Ельтекса от ветра, его волосы, на укладку которых ушло четыре часа, растрепались бы. | 26- If people passing to and fro in the open space in front of the fashionable café didn't protect Eltex from the wind, his hair, which had taken four hours to style, would have been dishevelled. |
| 27 | የሲኒማ ቤት ዋና ደምበኛ እንደመሆኑ መጠን | 27 ..Поскольку он является завсегдатаем кинотеатра… Конструкция…**እንደ**….. плюс имя действия с притяжательным иестоименным суффиксом + **መጠን** ….. «мера», «степень» имеет значение «поскольку», «так как». Иногда может переводиться « в то время как ». | 27- as he is a frequent visitor of this cinema-house…. The structure …**እንደ**. combined with the noun of action with the possessive pronominal suffix plus …**መጠን**… (measure, degree)" has the meaning "as, because of" . Sometimes it may be translated "as long as, while". |

| | | | |
|---|---|---|---|
| 28 | ዞር ብላ ፈገግታዋን ሲታንጣጥርበት ጊዜ ልቡ በደስታ ጋለና | 28…..- Когда она, повернувшись, одарила его улыбкой, его сердце затрепетало от радости.<br>. | 28- When turning she flashed a smile at him, his heart beat with joy. |
| 29 | «ያለ ገንዘብ ምንም የሚሆን ነገር የለም» ስትለው ጊዜ በጣም ተቆጣና ከኪዎስኩ እመር ብሎ ወጣ | 29…- После того, как она сказала ему: «Без денег ничего не достигнешь» - он рассердился и вышел из дома очень расстроенным. | 29- When she told him, "You can't reach anything without money", he got angry and left the house in distress. |
| 30 | እያሌ መጻሐፍቶችን በመራመር ብዙ ዓመታት ሲፈጁበት እናያለን | 30…..- Мы видим, как много лет он тратит на изучение огромного количества книг.<br>Когда сказуемое главного предложения выражено глаголом чувственного восприятия, придаточное предложение, вводимое союзом …ሲ.. является не временным, а дополнительным | 30- We see how many years he has spent studying books.<br>When the predicate of the main clause is a verb of sense perception, the subordinate clause introduced by the conjunction …ሲ.. is an objective rather than temporal clause. |
| 31 | በዚህም ቢሉት በዚያ | 31. В этом или в том…..<br>…ቢሉት…..- один из союзов идиоматического типа, образованный от глагола …አለ.»иметься».<br>Употребляется в качестве разделительного союза. | 31. - in this or that<br>……ቢሉት………. - one of idiomatic conjunctions formed of the verb …አለ.. "to (there) be". Used as a disjunctive conjunction. |
| 32 | እግብዣው ውስጥ ባለመገኘትህ ከፍ ያለ ኃዘን ይሰማኛል | 32..- Я очень расстроен, что не встречу тебя на приеме. | 32 .- I am distressed that I am not to see you at the reception |
| 33 | ኑሮ ንግድ መሆኑን አውቃለሁኝ | 33-- Я знаю, что жизнь это сделка. | 33 - I know that life is a bargain |
| 34 | በፍጹም አንድም ሰው አይገኝ | 34….не найти ни одного человека….<br>Суффикс отрицательной формы глагола …ም.. может переноситься на одно из ближайших слов (обычно предшествующее). При этом эмфатическом переносе отрицание, в основном, относится к слову-реципиенту. | 34 - not to find a single person.<br>The negative verbal suffix …ም. can be transposed upon a neighbouring word (mostly in preposition). This emphatic transfer attaches negation to the recipient word. |
| 35 | ብለህ ብለህ እንደዚህ የመሰለውን ቀላል ነገር ካባላገር እንደመጣ ሰው | 35- Ты докатился до того, что обращаешься ко мне с просьбами по таким пустякам, точно приехал из деревни.<br>Повторение глагола ..አለ ..«сказать» в деепричастной форме при | 35- You have abased yourself to asking my favours in such trifling matters, as if you were a country man, from a village. |

| | | | |
|---|---|---|---|
| | ትለምንኛለሀ | упоминании о речи собеседника показывает осуждение говорящим поведения собеседника. | The iteration of the verb …**አለ..** "to say" in the form of the adverbial participle in the reference to the speech of the companion, shows the speaker's disrespect to the companion's behaviour. |
| **36** | ቴክስ | 36..- «техасец»<br>В 60-70-е годы в Эфиопии были очень популярны вестерны. | 36- A man from Texas<br>In the 1960s- 70s "Western" films were very popular in Ethiopia |
| **37** | ኤልቪስ | 37…..- Элвис.<br>Прозвище, данное герою романа за подражание исполнительской манере американского певца Элвиса Пресли | 37.- Elvis<br>A nickname given to the main character for imitating the singing style of the American Elvis Presley. |
| **38** | ወደእሪ በከንቱ አቅጣጫ | 38.. в сторону ыри бэкэнту….<br>Ыри бэкэнту «Тщетный зов» - название одного из кварталов Аддис-Абебы, где процветает проституция и бандитизм. | 38.. in the direction of Iri Bekentu…<br>Iri Bekentu "Hopeless Appeal" – the name of a district in Addis-Ababa, where prostitution and racketeering flourish |
| **39** | ውቤ በረሃ ሴቶች | 39…-…..женщины района Убэ бэраха (Красивая пустыня)…<br>Убэ бэраха – один из самых красивых районов Аддис-Абебы. Существуют различные предания относительно происхождения названия этого района. Одни говорят, что до образования города на месте этого района стоял лес, красота которого поражала людей. Другие, что в этом тихом красивом месте собирались на праздники самые прекрасные женщины и мужчины окрестных мест. Существует мнение, что источник названия следует искать в сегодняшнем дне города. Убэ бэраха – шумный, веселый район баров, ресторанов, публичных домов, красивых женщин, где никто не отзовется на зов попавшего в беду прохожего. | 39.. women from Ube Berakha (Beautiful Desert)<br>Ube Berakha - one of the most attractive districts of Addis-Ababa, with a lot of legends as to its name. Some people say that the city was founded on the site of a forest of staggering beauty; others believe that in this tranquil beautiful place the finest men and women of the neighbourhood gathered for their festivities. Still others consider that the answer is to be sought in the present day of the city: Ube Berakha is a busy area of bars, restaurants, brothels and lovely women, where no one will ever answer the call of a suffering person or a passer-by who has got into trouble. |
| **40** | የከሰል ማንደጃ ምድጃ | 40- В бедных городских домах – печь, которая топится дровами. | 40.- a stove in poor city houses which is fired with firewood |

| | | | |
|---|---|---|---|
| 41 | ማንደጃ | 41 место, где разжигается огонь. | 41.- a place where fire is burning |
| 42 | ሀብት ካለ በሰማይ መንገድ አለ | 42- пословица.- Если есть богатство и на небо есть дорога. Значение: богатство делает доступным все блага мира. | 42- a proverb: With money there is a way to heaven. The meaning: wealth makes all of the worldly goods available |
| 43 | ለአርጃ ኬ_ፊ_ላጌር | 43- войну делают деньги (франц.)<br>Широкое употребление описательных или экспрессивных глаголов является одной из особенностей языка Мэнгысту Гэдаму. Экспрессивные глаголы выражают содержание основной формы глагола в развернутом виде. Они состоят из неизменяемого смыслового компонента и вспомогательного глагола …አለ.. «сказать» или …አደረገ….. «сделать». Они делятся на глаголы с непроизводными, например……ኰሽ አለ ……… «шуршать», «шелестеть» и производными основными компонентами.<br>По сравнению с исходными формами глаголов экспрессивные глаголы, производные от 2-3-4-х радикальных глаголов, как правило, передают оттенки действия или состояния по интенсивности.<br>Например: ተጠጋ ……. – приблизиться<br>ጠጋ አለ - слегка приблизиться<br>ወረደ - спуститься<br>ወረድ አለ - немного спуститься<br>አመረረ - печалиться<br>አመር አለ- очень сильно расстроиться | 43- war is made with money (French)<br>The wide use of descriptive or expressive verbs is characteristic of MENGHISTU GEDAMU. Expressive verbs render the meaning of the main form of the verb with extension. They consist of unchangeable notional component and auxiliaries …አለ. "to say" or አደረገ…. "to do". They fall into two groups, verbs with unproductive stems, like ..ኰሽ አለ . "rustle", and productive main stems. Compared to basic verbs, expressive verbs which are formed from 2-3-4 radical verbs tend to render various degrees of action or intensity of state, for example<br>……ተጠጋ - approach,<br>……ጠጋ አለ - approach a bit<br>……ወረደ - get down,<br>……ወረድ አለ - get slightly down<br>…....አመረረ- to be upset,<br>……አመር አለ- to be greatly upset |
| 44 | ልቡ በደስታ ጋለና ጠጋ ብሎ እያጫወታት መሒዱን ቀጠለ | 44.-….сердце е го затрепетало от радости, он продолжал следовать за ней, слегка приблизившись и разговаривая с ней. | 44-… his heart beat with joy, he followed her coming closer and talking to her. |

| | | | |
|---|---|---|---|
| 45 | ትንሽ ወረድ እንዳሉ ወደግራ በኩል ጠምዘዝ ብለው እንድ ኪይዎስክ ዘንድ ደረሱ | 45…-Спустившись немного вниз и сразу свернув влево, они подошли к лачуге…. | 45…………………………..- Getting a bit down and turning directly to the left they came up to the cabin… |
| 46 | ያለ ገንዘብ ምንም "የሚሆን ነገር የለም" ስትለው ጊዜ በጣም ተቆጣና ከኪይዎስኩ እምር ብሎ ወጣ። | 46 …после того, как она сказала ему: «Без денег ничего не достигнешь», - он рассердился и вышел из дома очень расстроенным.<br>Автор широко использует также прием замены дополнительных придаточных предложений прямой речью. Прямая речь вводится различными временными формами, деепричастиями, предложными конструкциями от глагола.. አለ «сказать» и его производных. Переводится дополнительным предложением с союзом «что». | 46……………………….- ... after she told him, "You cannot reach anything without money", he got angry and left the house in distress.<br>The author often substitutes objective clauses with direct speech introducing it with different tense forms, adverbial participles, prepositional phrases with the verb …አለ "to say" and its derivatives. Corresponding translation of such structures into Russian has "that" –objective clauses. |

# БЭАЛЮ ГЫРМА (1938–1984)

Родился в городке Суже бывшей провинции Иллюбаболр на юго-западе Эфиопии. Окончил элитную школу, курируемую англичанами, затем Университет в Аддис-Абебе (со степенью бакалавра). В США получил степень магистра журналистики. По возвращении из США работал в Министерстве информации, главным редактором журналов «Мэнэн» и «Новый репортер», ежедневной газеты на амхарском языке «Новое время».

Автор двух известных романов «За горизонтом» (1970) и «Колокол совести» (1974), в которых он изобразил национальную интеллигенцию в канун революции. В них Б.Г. отверг пассивно-созерцательное отношение к жизни, призывал к активному участию в перестройке общества. После революции 1974 г. он стал близким соратником ее лидера — Менгысту Хайле Мариама, писал для него выступления и политические статьи. Идеи революции нашли отражение в романах «Зов красной звезды» и «Писатель» (1980). Фактически это первые художественные произведения на амхарском языке, в которых освещается драматический революционный период.

Являясь постоянным секретарем Министерства информации, а также членом ЦК Рабочей партии Эфиопии, Б.Г. постепенно начал разочаровываться в искренности руководства страны, которое прикрываясь революционными фразами, на деле дискредитировало политические идеи. В результате появился роман Б.Г. «Оромай» (1984), резко выделявшийся объективной и нелицеприятной критикой руководства страны. Спустя несколько месяцев после публикации роман был запрещен. Исчез и сам Б. Г. Впоследствии стало известно, что он был убит в одной из тюрем Аддис-Абебы. Создатель объективных и честных произведений, Б. Г. высоко ценится в Эфиопии как простыми читателями, так и университетскими кругами. Он считается одним из лучших писателей Эфиопии, пожертвовавшим жизнью во имя убеждений.

*(Даты приведены по григорианскому календарю)*

# BE'ALU GIRMA (1938–1984)

Be'alu Girma was born in the town of Suje in the former province of Illubabolr in the South-West of Ethiopia. He finished an elite school under British supervision, got his B.A. degree from Addis-Ababa University and his Master's degree in journalism in the USA. On his return from the USA he worked in the Ministry of Information, as the editor-in-chief of the "Menen" magazine, of the "New Reporter" magazine and also the "New Times" daily newspaper in Amharic. The author of two well-known novels about pre-revolutionary intelligentsia "Behind the Horizon (1970) and "The Conscience Bell" (1974), Be'alu Girma rejected a passively contemplative attitude to life and called for active participation in social restructuring.

After the revolution of 1974 he became a close associate of its leader Menghistu Haile Mariam, was his speech-writer and wrote political articles for him. Revolutionary ideas found their way to the novels "The Call of the Red Star" and "The Writer" (1980). These were, in fact, the first works of fiction in Amharic about the dramatic revolutionary period.

A permanent Secretary at the Ministry of Information and member of the Central Committee of the Workers' party of Ethiopia, Be'alu Girma came to query the sincerity of the country's political leadership which used revolutionary phraseology while in reality it discredited the political ideas. This resulted in the novel "Oromai", outstanding for its objective and forthright criticism of the state authorities. A few months after the publication the novel was banned and its author, Be'alu Girma, disappeared. It was later revealed that he had been killed in one of the prisons in Addis-Ababa.

Be'alu Girma, an honest and objective novelist, is highly acclaimed both by the ordinary and university readership. He is considered to be one of the best Ethiopian writers, who has sacrificed his life for his beliefs.

*(The dates are given in accordance with the Gregorian calendar)*

## ከአድማስ ባሻገር ። ከበአሉ ግርማ ።
## ክፍል አንድ ። ፩ ። ገጾች ፫-፮ ። (1962)

ቤቱን የዝምታ አዘቅት ውጦታል። ከዚያ ዝምታ በዝምታ የሚመነጨው የሙዚቃ ቃና መጨረሻ የለውም። ነፍስን በሀሴት ሊያወራጭ አእምሮን ኮርኩሮ ሀሳብን በስልት ሊያስደንስ ይችላል።

አበራ ወርቁ ፤ በዚያ መጨረሻ በሌለው ዝምታ ተውጦ ሙሉ የሌሊት ልብሱን ለብሶ እንደልማዱ የጣት ጥፍሩን በጥርስ እየከረከመ ወዲህና ወዲያ በመንጐራደድ ለገላው ያሞቀው ውሀ ወደ ገንዳው እስኪወርድለት ድረስ የወትሮው ባልሆነ ትእግስት ይጠባበቃል።

ቧንቧው እንፋሎት ብቻ ስለሚተፋ ወደገንዳው የሚወርደው ውሀ ዝናብ ዘንቦ ካባራ በኋላ ከሰንበሌጥ ላይ ኮለል ኮለል እያለ እንደሚወርድ ጠፈጠፍ ስልት እየጠበቀ አንድ ባንድ ይንጠባጠባል።

"ትኩስ የህይወት ጠብታ ፤ ትኩስ ፤ ወፍራም የህይወት ጠብታ" ፤ የሚል ሀሳብ ላንዳፍታ አእምሮው ውስጥ እንደ መብረቅ ብልጭ ብሎ መልሶ ድርግም አለ። የአበራ አእምሮ ካንድ ሀሳብ ወደሌላ ሀሳብ ስለሚጋልብ አንድ ነገር በተለይ ወስዶ እስከ መጨረሻው ድረስ ሊያስብበት አይችልም። ለዚህ ነበር ባለቅኔ ፤ ወይም ደራሲ ፤ ወይም ሰአሊ የመሆን ተስፋውን ውስጡ ቀብሮ ያስቀረው። ነፍሱ ግን ራሷን ባንድ ነገር ለመግለጥ ዘለአለም እንደዋተተች ፤ እንደቃተተች ትኖራለች። አእምሮው ወዲያና ወዲህ እንደሚባክን ስለሚያውቅ አዘውትሮ ፤ "ሀሳብ መጨረሻ የለውም ፤ ቁም ነገሩ መኖር ነው ፤ የኑሮን ጣእም ማወቅ። ሀሳብ የፈጠረው ግብ ካልደረሰ ውጤቱ ያው ነው ፤ ምሬትና ብስጭት። አዎን ፤ ሌላ ምናለና!" ይላል።

## ክፍል አንድ ። ፫ ። ገጾች ፴፪-፴፬ ።

እኩለ ሌሊት ሆኗል። ክርስቶስ ከመቃበር የሚነሳበት ጊዜ በመሆኑ ሙዚቃውም ሆነ ዳንኪራው እጅግ ደርቷል። መጠጡ እንደውሀ ይንቆረቆራል። የሲጃራ ጢስ ጨርሶ የዳንስ አዳራሹን አፍኖታል።

የሁሉም አይን በመጠጥ ፤ በጢስና በወበቅ ሀይል ቀልቶ ደም ከመምሰሉም በላይ ፤ የወንዶቹ ደም ስሮች ተገትረው ማበጥ ጀምረዋል። ስንት ብር የፈሰሰበት የሴቶቹ ጠጉር በላብ ተጨማዶ እንዳልነበረ ለመሆን ምንም አልቀረውም።

የሻማው መብራት ተወርውሮ አበራ ፊትና ሸሚዙ ላይ ልዩ ልዩ ጥላ እየፈጠረ ይጫወታል። ሁለቱም ክንዶቻቸውን ጠረጴዛው ላይ አስደግፈው በተመሰጠ መንፈስ አፍ ለአፍ ገጥመው ያወራሉ። መካከላቸው በጣም ያልጎደለ የውስኪ ጠርሙስ ቆሟል።

"አበራ ስንት ጊዜ ልንገርህ ! አሁንም በድጋሚ እነግርሀለሁ። አንተም ብትሆን እኔ የፖለቲካ ሰዎች አይደለንም። ይህን አንተ ካኔ የበለጠ ታውቃለህ ። ጊዜአችንና ህይወታችንን ነው የምናባክነው - በከንቱ።"

"አውቃለሁ ሀይሌ ፤ ህይወት የተሳሳተ መንገድ ላይ አውጥታ ጥላናለች ... ግን ምን ይሁን ?"

"የጣለችን ህይወት አይደለችም ፤ እኛው ነን ራሳችንን የጣልነው። ፊቴን መስተዋት ውስጥ ስመለከተው ጎልቶ የሚታየኝ ፍርሀቴና ወኔ ቢስነቴ ነው ፤ ሌላ ነገር አይታየኝም። በምግባራችን የራሳችንን ደህንነት ልንፈጥር እንችላለን። ይህን ለማድረግ አስቀድመን በትንሹ መሞት ያሻናል ... በልጅነት ወላጆች ጫንቃ ላይ ከዚያም በኋላ ለትምህርትም ሆነ ለሥራ መንግሥት ትከሻ ላይ ተንጠልጥለን እስከመቼ ድረስ! እስካሁን ድረስ ከመውሰድ በስተቀር መልሰን የተካነው ምን ነገር አለ ? ምንም ! ምንም !"

“ምን ልናደርግ እንችላለን ብለህ ነው? ይልቅ እንጠጣ!”

“ከህይወት ጽዋ እስካሁን እሬት ስንጠጣ ቆይተናል። አቅጣጫችንን መለወጥ ያለብን አሁን ነው። በራሳችን ላይ ከመዝመት የበለጠ ንቅናቄ (ሬቮሉሽን) የለም ። የህይወቴ ምክንያት ድርሰት ነው ፤ ያንተም የስእል ሙያ ነው። ታውቀዋለህ ፤ አውቀዋለሁ። የህይወት ጥሪያቸውን አውቀው ነፍሳቸውን ባላቸው ችሎታ የሚገልጹ ሰዎች አማልክት ናቸው፤ ሸክም አይደሉም ፤ መኸገር አይደሉም ፤ አማልክት ናቸው ... እና የሰው መጨረሻ አላማው ራሱ አምላክ ለመሆን ነው ፤ ጽድቅና ገነት የዚህ ምሳሌ ናቸው ...ሀይማኖት የሚሉት ፈሊጥ መጥቶ ከመቃብር ባሻገር ባያደርጋቸው ኖሮ !”

“ግን ምን ልናደርግ እንችላለን ነው የምልህ! ጊዜው አልፎአል። እስካሁን ድረስ ለራሴ እንግዳ ሆኖ የኖረው የህይወቴ ጥሪ የተዳፈነ እሳት መሆን አለበት ። እንደገና ጀማሪ ለመሆን አልችልም። ጊዜው አልፎአል።”

“ጊዜው አላለፈም። የህይወትህን ጥሪ ካወቅህ ዘንድ ላንድ ቀን እንኳን ራስህን ብትገልጽ ይበቃል ...እና ጥሪውንና አላማውን የማያውቅ ሰው ሆኖ ብዙ ዘመን ከመኖር ላንድ ቀን አምላክ መሆን ይበልጣል። ወንድምህ መጥተው ባይበጠብጡኝ ኖሮ ቅድም ቤትህ የመጣሁት ምን ልናደርግ እንደምንችል ልነግርህ ነበር ፤” በማለት ህይወትን መንጋጋው መሀል ጨምሮ ያላመጣት ይመስል አፉን አጣጣመ። የደካከሙት አይኖቹ ነፍስ ዘሩ። አፍንጫውን ነፍቶ ትኩስ አየር ወደ ውስጥ ሳበ። ፊቱ በላብ ደፍቋል።

ግጾች ፺፯-፻ ።

“በል ንገረኝኮ ፤ ለመስማት ዝግጁ ነኝ ፤” በማለት ደጋግሞ ወተወተው። ሀይለማርያም ውሀ እንደምትጠጣ ዶሮ ወደላይ አንጋጦ አፉ ውስጥ የነበረውን የሲጃራ ጢስ ክብ ክብ

በማድረግ ወደጣራው ከላካቸው በኋላ መለስ በማለት አበራን ትኩር ብሎ ተመለከተው። ፊትለፊት ተያዩ። የሀይለማርያም ፊት ፈገግ አለ።

"ስራህን ለቀህ ሙሉ ጊዜህን የስእል ስራ ላይ እንድታውል እፈልጋለሁ ፤ ስራህን እንድትለቅ የምገፋፋህ ሁለት ነገር አጣምረህ ለመስራት እንደማትችል ስለማውቅ ነው። ብትፈልግ ልታደርገው ትችላለህ። ግን አትችልም። ሰነፍ ነህ። ሁለት ፤ ሶስት ስራዎች ባንድነት ሲያጋጥሙህ ፤ የስራዎቹን ብዛት ምክንያት በማድረግ አንዱንም ሳትሰራ ቁጭ እንደምትል አውቃለሁ። ነጻ ከሆንክ ምክንያት ሊኖርህ አይችልም ፤" ሲል ከውስጥ በመነጨና ትእዛዝ በተመላበት ድምጽ ነገረው።

አበራ ደነገጠ። ግራ ጋባው። ሳቅ አለ። ኮስተር አለ። ሲጃራውን ቡልቅ አደረገ። ዉስኪውን ጨለጠና ፤ "ምን እየበላሁ? የሶስት ሺህ ዘመን ስልጣኔ ቢኖረንም ቅሉ ፤ የማንኛውም ጥበብ ባለሙያዎች የሚበለጽጉበት ህብረተሰብ ውስጥ አይደለንም። ምን እየበላሁ" ሲል ጠየቀው።

"ስለሱ አታስብ። የኔ ደመወዝ ለሁለታችን ይበቃል። እርግጥ ነው ፤ እንዳሁኑ በምቾት ልንኖር አንችልም ይሆናል። ቅንጦትን መሰናበት ይኖርብናል። የመንግሥት ስራ፤ የመንግሥት ደሞዝ ፤ የመንግሥት መኪና ፤ አበል ፤ ልዩ ወጭ ፤ ዳረጐት ፤ ዋስትና ያለው ስራ...ያለድካም ዋጋ ይቀርብናል። ቅድም እንዳልኩት ማንነታችንን ለማወቅ ትንሽ መሞት ያስፈልገናል የሚገርመው ነገር ፍልስፍናችንም ሆነ ፍርሀታችን ፤ ደስታና ሀዘናችን ከሆድ ርቆ አይሄድም።"

"እኔስ እሺ። አንተስ?"

"ስለኔ አታስብ። እየሰራህ ለመጻፍ እችላለሁ። ትንሽ እንቅልፍ ይበቃኛል። አንተ ግን ሰአሊ ለመሆን ሙሉ ጊዜ ያስፈልግሀል። ይህን ላንተም ሆነ ለኔ ስትል ማድረግ አለብህ፤ ያንተ ቆራጥነት ለኔ ብርታት ሊሆነኝ ይችላል።"

"ያልሆነልን እንደሆነስ?"

"አሁንም ቢሆን አይረባም እየተባልክ መታማትህ እንደሆን አልቀረልህም። ግን ቁምነገሩ እሱ አይደለም። ሙከራችን ይበቃል። ከልጅነት ጀምረህ እስካሁን ድረስ ከሰው ትከሻ ወርደህ አታውቅም። ፍርሀትህ ይገባኛል። ድህነትና ችግር ምን እንደሆኑ አታውቅም......አልቀመስከውም።"

"አንተ ቀምሰህል?"

"አዎን ፤ ችግር ፤ ረሀብና ስቃይ ምን እንደሆኑ አውቃለሁ። አባቴ የመንደር እድርተኞች ለፋፊ ነበር። እሱ ደህና በነበረበት ጊዜ በቀን አንዴ እንኳ ቢ ሆን እንጀራ በዶኬ እንቀምስ ነበር። ታሞ አልጋ ላይ ከዋለ በኋላ ግን ጥሬ እንኳ ካቅሙ ያርብን ነበር። በሽታው ሳይሆን ችጋር በመጨረሻ ገደለው። እናቴ ጸሎት ታደርግ ነበር ፤ የሰማት አምላክ አልነበረም። እናቴ ቅጠል እየጠረገችና በየሰዉ ቤት እንጀራ እየጋገረች ስንኖር እሷም ያልጋ ቁራኛ ሆነች። አይኖቿ በማገዶ ጢስ ሚሸሸው ጠፉ። ጸሎት አደረግሁ ፤ የሰማኝ አምላክ አልነበረም። ርሷት እህል ባይደ እየዞረ ሞተች። ከሰማይ የወረደልኝ መና እጦት እረሀብ ፤ ስቃይና ብቸኝነት ብቻ ነበር - በሰባት አመቴ። ያኔ ነው እግዜር ቢኖርም ባይኖርም በሰው ጣጣ እንደማይገባ ትንሿ ልቤ ያወቀችው። ከጐረቤታችን አንዱ ሰው ረድቶን አስፋው ወሰን ትምህርት ቤት አዳሪ ባልሆን ኖሮ እኔም እንደወላጆቼ ችጋር ይገድለኝ ነበር። ችግርና ብቸኝነት ምን እንደሆኑ አውቃለሁ ፤" አለ የደካከሙትን አይኖቹን እምህበ አልቦ ላይ አሳርፎ በእጣን ጢስ የተበከለውን አየር ወደ ውስጥ በረጅሙ እየሳበ።

አበራ ጥፍሩን በጥርሱ እየከረከመ በሀሳብ ይዋልል ነበር።

"አንድ ቀን ስለችግርና ስለብቸኝነት ውብ የሆነ ድርሰት እንደምትጽፍ ተስፋ አለኝ ፤" አለው። ሀይ ለማርያም ላይ በደረሰው ሁሉ ልቡ ተነክቶ ነበር። ባንድ በኩል ያደረበት ሀሳብ ይህን ዘመን ሁሉ አብረን ስንኖር ለምን እስካሁን ድረስ ስለ ልጅነት ህይወቱ ሳይነግረኝ ቀረ? የሚል ነበር።

“ስለችግርና ስለብቸኝነት ለመዝፈን ፍላጎት የለኝም። መጻፍ የምፈልገው ስለ አለም ውበትና ስለሰው ተፈጥሮ መሰረታዊ ጥሩነት ፤ እንዲሁም ሰው በራሱ የራሱን ደህንነት እንዳያገኝ ስለሚያደናቅፉት ሁኔታዎችና አካባቢዎች ነው። በዚህ ውጥን ውስጥ ችግርና ብቸኝነት አነስተኛውን ስፍራ ይዘው ይገኛሉ።

እጣን በገል ቀርቦ ይጤሳል። ጢሱ ቀጥ ብሎ ወደ ጣራው ይንሰራራል። ቡና በጀበና ቀርቧል። ከጀበናው ጢሱ ቱግ ቱግ እያለ ይደነፋል። ሶስቱም ሴቶች ከጓዳ ተከታትለው ወጡ። ከመካከላቸው አንዷ የያዘችውን መሶብ አምጥታ ሀይለማርያምና አበራ ፊት አኖረች።

አራቱም ሴቶች ቀረቡ። ከባንኮኒው ኋላ ቆማ የነበረችው ሴት ፤ “ብሉ እንጂ አብረን እንፈስክ ፤ እንኳን ጦመ ሉጋሙን ፈታላችሁ ፤” አለቻቸው።

ህዝበ ክርስቲያን አብረው ቀረሱ ፤ ፋሲካም ሆነ።

## ክፍል ሶስት ።

### ፩ ። ግጾች ፻፹፩-፻፹፪ ።

ወደወህኒ ቤት የተመለሰው የዱሮው አበራ ሳይሆን ሌላ ከወህኒ ቤቱ አድማስ ባሻገር የሚመለከት አበራ ነው። ምክንያቱም ፤ አዲስ ህይወትና የመኖር አላማ ይዞ ነበር። የተመለሰው። ሉሊት ያመጣችለትን የሰአሊ መሳሪያዎች ስጦታ ከፍቶ እጁ እየተንቀጠቀጠ አንድ ባንድ ተመለከታቸው።

መሳሪያዎቹን ይዞ ወደ ውጭ ወጣ። አዎን ፤ አድማሱ የተወሰነ ነው። በየካፖ ተመድበው በየቦታው ስራ ላይ የሚገኙት እስረኞች ህልም ወይም በህልም አለም ውስጥ ያሉ መስለው ታዩት።

በአካል እዚያ ናቸው። በሀሳብ ግን በተወሰነው አድማስ አልፈው ሄደዋል። ከውጭው አለም በወል ያላቸው ነገር ቢኖር

የፍም አሎሎ መስላ ከአድማስ መከዳ ላይ የተኛችው ጸሀይ ብቻ ነች።

እስረኞቹ የሚሰሩት ስራ ምንም ጠብ የሚል ነገር የለውም። ምክንያቱም ፤ የሚቆፍሩት መሬት ማህጸኗን ነፍጋቸው ፤ እነሱም ሀይላቸውንና ልባቸውን ስላልሰጧት ነው። እሷ የነርሱ ፤ እነርሱ የሷ አካል አይደሉም። ሁኔታው ሁሉ እንደህልም ነው። ከህልም አለም ውጭ ሆኖ በእውን የሚታየው ፤ አካባቢውን የሚጫነው የወህኒ ቤቱ ሰገነት ብቻ ነው።

የሀይለማርያም ድምጽ ፤ "ለኔ ስትል በርታ ፤ ስራህ ለወንድምህ ዝርያ ፤ ለኔ ሀውልት ይሁን ፤" አለው ፤ ከአድማስ ባሻገር መጥቶ። ከፊት ለፊቱ በሰሌዳ ላይ ተወጥሮ የነበረው ባዶ ነጭ ሸራ ህይወት አርግዞ ነፍስ ይዘራ ዘንድ ሙሉ ሀይሉን ፤ ስሜቱንና ሀሳቡን አሳርፎበት ይጎተጉተው ጀመር… ጸሐዩዋ ጠልቃ ቀኑ እስኪጨልም ድረስ። 'ነገም ሌላ ቀን ነው …'

| | Филологический комментарий. Philological commentary. የፊሎሎጂ ማስረጃ። | | |
|---|---|---|---|
| 1 | ሀሴት | 1 - радость | 1…….- joy |
| 2 | ጥፍሩን በጥርስ ከረከመ | 2 - грызть ногти | 2…….- to gnaw at one's nails |
| 3 | እንፋሎት ተፋ | 3- выпускать пар | 3…….- to let the steam out |
| 4 | ላንዳፍታ | 4- на мгновение. | 4…….- for an instant |
| 5 | ዋተተ | 5- прилагать усилия (часто безуспешные) | 5…….- to make an effort (often fruitless) |
| 6 | ሙዚቃውም ሆነ ዳንኪራው እጅግ ደርቷል | 6- музыка и танцы были в самом разгаре | 6……. the music and dancing were in full swing |
| 7 | በተመሰጠ መንፈስ | 7- увлечение | 7…….interest, passion |
| 8 | በጣም ያልጎደለ የውስኪ ጠርሙስ | 8- едва начатая бутылка виски | 8……. - a bottle of whisky almost full |
| 9 | በትንሹ መሞት | 9-быть готовым к жертве | 9……. To be ready for sacrifice |
| 10 | እሬት | 10- горечь | 10……. bitterness |
| 11 | መዝመት | 11- стремление | 11……. striving, drive |
| 12 | ነፍስ ዘራ | 12- возродиться | 12……. – to be reborn, to resurrect |
| 13 | ወተወተ | 13- быть в нетерпении, нервничать | 13……. to be in a frenzy, to be agitated |
| 14 | ወደ ላይ አንጋጠ | 14- пристально смотреть вверх (закинув голову) | 14……. – to stare up, tilting one's head back |

| | | | |
|---|---|---|---|
| 15 | ቅንጦት | 15- роскошь | 15……. luxury |
| 16 | አድርተኛ | 16- член деревенской общины | 16……. – a member of rural/ village community |
| 17 | አረበ | 17- лишиться, стать недоступным | 17……. to become unavailable, to be deprived of |
| 18 | ያልጋ ቁራኛ ሆነ | 18- заболеть | 18……. to fall ill |
| 19 | ያኔ | 19-тогда | 19……. then, at the time |
| 20 | አይኖቹን እምሀበ አልቦ ላይ አሳረፈ(ከግዕዝ)<br>እም=ከ<br>ሀበ=ወደ<br>አልቦ=ባዶ፣ምንም የለም | 20- смотреть отрешенно: из геэз | 20……. to have an absent look: from the Geez |
| 21 | ካፓ | 21-группа людей | 21……….- a group of people |
| 22 | በወል ያለው ነገር | 22-общая вещь | 22……….- a shared object/thing |
| 23 | ማህጸን | 23- анат. матка | 23……….- uterus |
| 24 | የወህኒ ቤት ሰገነት | 24- тюремная сторожевая башня | 24……….- prison watch tower |
| 25 | ጠብ የሚል ነገር | 25-зд. результат | 25……….- (here) result |
| 26 | እጣን | 26-ладан | 26……….- incense |
| 27 | ተንሰራራ | 27- собираться, скапливаться | 27……….- to come together, to crowd |
| 28 | ባንኮኒ | 28- стойка ( в баре) | 28……….- a bar stand |
| 29 | ጡመ ሉጓሙን ፈታ | 29- прервать пост | 29……….- to break the fast |

| | | | |
|---|---|---|---|
| 30 | ነፍሱ ግን ራሷን ባንድ ነገር ለመግለጥ ዘለአለም እንደዋተተች እንደቃተተች ትኖራለች | 30 - Он безуспешно пытается в чем-нибудь себя выразить | 30……….- he fails to express himself in any form |
| 31 | እኩለ ሌሊት | 31- полночь | 31……….- midnight |
| 32 | ደም ከመምሰሉም በላይ | 32- кроме того, что они стали напоминать кровь | 32……….- besides, they began to look like blood |
| 33 | ምን ልናደርግ እንችላለን ብለህ ነው ?ይልቅ እንጠጣ! | 33- О чем ты? Что мы можем изменить? Давай лучше выпьем | 33.- What are you speaking about? What can we change? Let's better have a drink. |
| 34 | አምልከት ናቸው …እና የሰው መጨረሻ አላማው | 34- они (эти люди) – боги и конечная цель человека…. Простой сочинительный союз …ና «и» после гласного приобретает вид …እና. и пишется отдельно. Употребляется также при желании разделить части предложения длинной паузой в эмфатических целях. | 34……….- they (those people) are gods and the ultimate goal of a man… The simple coordinate conjunction …ና.. following a vowel is spelt …እና. and is written separately. It is also used to separate parts of a sentence with a long pause for the sake of emphasis. |
| 35 | የህይወትህን ጥሪ ካወቅህ ዘንድ | 35- ….поскольку ты знаешь свое призвание…. Многозначный составной союз …ከ...ዘንድ….. употребляется с простым перфектом смыслового глагола со значением подчинительного союза, вводящего придаточные предложения причины. Переводится «так как», «поскольку». | 35- …. as you know your vocation The polysemantic conjunction …ከ...ዘንድ. used with the Simple Perfect of the notional verb has subordinating meaning of cause, like "as, for, because". The Russian equivalent is «так как», «поскольку». |
| 36 | የሶስት ሺህ ዘመን ስልጣኔ | 36- Несмотря на то, что наша цивилизация существует уже 3 тысячи лет…. | 36………..- Despite the fact that our civilization is three thousand years old … |

| | | | |
|---|---|---|---|
| | ቢኖረንም ቅሉ | Придаточные уступительные предложения иногда вводятся простым подчинительным союзом … ብ…. с имперфектом смыслового глагола плюс частица …ም. и частицей …ቅሉ.. | Subordinate clauses of concession are sometimes introduced by the simple subordinating conjunction …ብ.. followed by the Imperfective form of the notional verb with the particle …ም.. and the particle ..ቅሉ… |
| 37 | በምቾት ልንኖር እንችልም ይሆናል<br><br>ሆነ እሱ በ ይሁን | 37- Вероятно, у нас не будет возможности жить с комфортом.<br>Действие, которое произойдет в будущем с определенной долей вероятности, передается сочетанием простого имперфекта смыслового глагола ( в данном предложении в отрицательной форме) и имперфектом в 3-м лице, ед.ч., м.р. от глагола …ሆነ… «быть».<br>В данном тексте употреблением личного местоимения 3 л., ед.ч., м.р…እሱ… в качестве указательного местоимения, автор хочет подчеркнуть, что данный предмет (вопрос о средствах существования) мало беспокоит говорящего и очень волнует слушающего. | 37………..- You are not likely to be able to live in comfort.<br>A probable future action is expressed by the Simple Imperfective form of the notional verb (here, negative) and the 3rd person singular masculine of the verb …ሆነ.. ("to be"). In this particular text, the 3rd person singular masculine personal pronoun …እሱ.. used in demonstrative meaning expresses the authors idea that the speaker does not care for the matter in question (i.e. money for life), while the listener does. |
| 38 | ወዲህና ወዲያ በመንጎራደደ …ይጠባበቃል። | 38- Он ждал, вышагивая взад и вперед.<br>Имя действия и состояния с предлогом …በ.. соответствует русскому деепричастию, употребляемому в роли обстоятельства образа действия. | 38……………- He waited pacing to and fro.<br>The noun of action and state with the preposition …በ. corresponds to the English Participle and the Russian adverbial participle in the function of an adverbial modifier of manner. |
| 39 | ህዝብ ክርስቲያን አብረው ቆረሱ ፤ ፋሲካም ሆነ። | 39- Христиане завтракали. Наступила Пасха. | 39- The Christians were having their breakfast. Easter had come. |
| 40 | አንተም ብትሆን እኔ | 40- …ни ты, ни я…<br>Глагол …ሆነ. «быть» выступает часто в роли разделительного союза в застывшей форме…ይሁን…Однако иногда может спрягаться, при этом согласуется в лице, числе и роде с именем | 40- … neither you nor me<br>The verb …ሆነ. ("to be") acts as a disjunctive conjunction in a set form …ይሁን. It can conjugate sometimes, though, agreeing with the preceding noun or pronoun in person, number and gender. |

| | | | |
|---|---|---|---|
| | | или местоимением, стоящим перед ним. | |
| 41 | በል ንገረኛኮ | 41- Ну, скажи же мне.<br>Усилительная частица …እኮ.. «ведь», «же» может писаться слитно с предшествующим словом, теряя при этом первый радикал …እ…. | 41- Well, come on, tell me!<br>The emphatic particle …እኮ.. (Russ. «ведь», «же») may form one word with the preceding word, losing its first radical …እ … |
| 42 | ከልጅነት ጀምረህ እስካሁን ድረስ ከሰው ትከሻ ወርደህ አታውቅም | 42- С самого детства и по сегодняшний день ты не слезаешь с чужих плеч (живешь за чужой счет) | 42- Since early childhood up till now you sit mounted on somebody's shoulders (live on other peoples dime, sponge on other people) |

# ТАДДЕЛЕ ГЭБРЕ-ХЫЙОТ
(род. 1947)

Тадделе Гэбре-Хыйот родился в Гийон Велиссо, районе Чебо и Гураге бывшей провинции Шоа. Окончил английскую и коммерческую школы (1967) в Аддис-Абебе.

Работал секретарем декана факультета социологии (1967) в Аддис-Абебском университете. Уже в школе проявил серьезный интерес к литературе, сделав перевод В. Шекспира «Венецианский купец» и адаптировав ее к эфиопской аудитории. В 1971 г. опубликовал первую книгу — «Кто ты, эфиоп?», в основе сюжета которого лежит история нескольких поколений одной семьи. Роман Т.Г.-Х. стал проявлением реалистических тенденций в дореволюционной литературе Эфиопии. Автор занимает позицию наблюдателя, желающего сохранить строгую объективность, что порой приводит к бытоописательным издержкам, чрезмерному этнографизму. В двух других произведениях — «Эфиопия, вперед!» и «Зэмэча» (1974) — Т. приветствовал идеи революции. В последующих романах «Брошенный цветок» (1979) и «Когда Европа не знает» (1990) центральным мотивом остаются политические изменения в Эфиопии через призму жизни обыкновенного человека.

*(Даты приведены по григорианскому календарю)*

# TADDELE GEBRE HYIWOT

Taddele Gebre Hyiwot was born in 1947 in Guion Velisso, district Chebo and Gurage of the former province of Shoa. In 1967 he finished an English language school and a commercial school in Addis-Ababa and started working as a secretary with the Dean of the Department of Sociology at Addis-Ababa University. While at school he had demonstrated serious interest in literature, having translated Shakespeare's "The Merchant of Venice" and adapted it to Ethiopian audience. In 1971 Taddele Gebre Hyiwot published his first book ""Who are you, the Ethiopian?" unfolding the story of several generation of a family. This is a novel which shows realistic tendencies in the pre-revolutionary Ethiopian literature. To reach a description of strict objectivity, the author takes a purely contemplative attitude, which leads to over- detalisation and excessive ethnographism. In his two other works—"Ethiopia, Advance!" and "Zemecha" (1974)—Taddele Gebre Hyiwot welcomed the ideas of the revolution and in "The Dropped Flower" (1979) and "When Europe Does Not Know" (1990) he made political changes in the country through the eyes of a common man the central motif of the novels.

*(The dates are given in accordance with the Gregorian calendar)*

*Обложка романа Таддела Гэбре-Хыйота «Кто ты, эфион?».*
*Cover of the novel of Taddele Gebre Hyiwot "Who are you, the Ethiopian?"*

## “ማነው ፡ ኢትዮጵያዊ” ። ከታደለ ፡ ገብረ ፡ ሕይወት ።
## ምዕራፍ ፡ ፲፰ ። ገጾች ፡ ፻፹፫-፻፹፯ ። (1964)

ብዙ ፡ ያለው ፡ ብዙ ፡ ያልማል ፤ ግማሽ ፡ መሰላል ፡ የደረሰው ፡ ደግሞ ፡ አናት
፡ ለመውጣት ፡ ይቋምጣል ። ውብ
ሸት ፡ የገባሩ ፡ ልጅ ፡ ዕድሉ ፡ ተቃንቶ ፡ የሁለንተናው ፡ ወዝ ፡ ተባርኮ ፡ ለት ፡
ቀጭን ፡ ጌታ ፡ ሆነ ። ቀስ ፡ እያለም ፡ ቢጠ
ሩት ፡ እንኳ ፡ የማይሰማ ፡ ባለጸጋ ፡ ሆነ ። ይህ ፡ ሁሉ ፡ እርም
ጃው ፡ ለርሱና ፡ ለሚስቱ ፡ ቢታወቅም ፡ ልጆቹ ፡ ሊገባቸው ፡ አልቻለም ።
ለፍቶና ፡ ጥሮ ፡ ያገኘው ፡ ሀብት ፡ ለነርሱ ፡
ካያት ፡ ከቅድም ፡ አያት ፡ የወረሱት ፡ ያህል ፡ ቅብርር ፡ ይሉ ፡ ጀመር ።
ይልቁንም ፡ ትልቁ ፡ ልጁ ፡ ወንድማገኘሁ ፡ ይህ ፡
አነሰ ፡ ይህ ፡ ተጓደለ ፡ እያለ ፡ ላየው ፡ ሁሉ ፡ ቄንጥ ፡ ያወጣ ፡ ጀመር ። አንድ
፡ ቀን ፡ አባቱን ፡ “ይህ ፡ ሁሉ ፡ ርስት ፡
ያለው ፤ የማርና ፡ የቅቤ ፡ ሽያጭ ፡ የሚገባለት ፡ ባለጸጋ ፡ እንዴት ፡ እንደተራ ፡
ሰው ፡ በአንዲት ፡ አጥር ፡ ተወስኖ ፡ በሦስት ፡ የወፍ ፡ ጐጆ ፡ ከማያህሉ ፡ አሮጌ
፡ ቤቶች ፡ ውስጥ ፡ ይኖራል ። አሁን ፡ ሁለት ፡ ዙሪያ ፡ የኢጋም ፡ አጥር ፡
ማሳጠር ፡ አለብኝ ፤ ትላልቅ ፡ ክፍክፋት ፡ ቤቶችም ፡ አሠርተን ፡ በአን
ዳንድ ፡ የበዓላት ፡ ቀኖች ፡ የአገሬውን ፡ ሰው ፡ ጋብዘን ፡ የሀ
ብታችንን ፡ ወሰን ፡ የብልጽግናችንንም ፡ ዳር ፡ ደምበር ፡ መግ
ለጽ ፡ አለብኝ ፡” እያለ ፡ ሲያስረዳ ፡ ድንገት ፡ ውብሸት ፡ ቁጣ
ውን ፡ በማይገታው ፡ አኳኋን ፤ “በቃህ ፡ እንግዲህ ፤ ምጥ ፡ ለእ
ናትዋ ፡ አስተማረች ፡ አሉ ። ሥርዓቱን ፡ ለእኔ ፡ አትነግረኝም ።
ይህንን ፡ ሁሉ ፡ ከመለፍለፍህ ፡ በፊት ፡ ደግሞ ፡ በጥቁር ፡
አፈር ፡ ጸጋ ፡ ተማምነን ፡ የምንኖር ፡ ባላገር ፡ እንጂ ፡ ቃል ፡ በማወናበድ ፡
እንደሚኖር ፡ የከተማ ፡ ደላላ ፡ ይመስል ፡ በብል
ጭልጭ ፡ የምንማረክ ፡ አይደለንም ፡” ብሎ ፡ ጮኸበት ።
ልጁም ፡ በአባቱ ፡ ቁጣ ፡ ተበሳጭቶ “ምን ፡ ታደርግ ፡ እስ
ከነ ፡ ዘርማንዘሬ ፡ ቀዬህን ፡ አንቄ ፡ ተቀመጥሁ ። አሁንም ፡ ካል
ፈለግኸኝ ፡ የማርሰውን ፡ ቁረጥልኝና ፡ እንዳላናድድህ ፡ ራቅ ፡
ልበል” አለው ። ውብሸትም ፡ ልጁ ፡ በተፈጥሮው ፡ ግልፍተኛና ፡
ተናዳጅ ፡ መሆኑን ፡ ስለሚያውቅ ፡ “በል ፡ እንዳልክ ፡ እንግ
ዲህ ፡ የፈለግከውን ፡ አድርግ” ብሎ ፡ አዘዘው ።
ከዚያን ፡ ጊዜ ፡ አንስቶ ፡ ወንድምአገኘሁ ፡ ብሩን ፡
እንደገመንዘር ፡ በተነው ። አጥሩን ፡ ከዝግባ ፡ ፍልጥ ፡ አሠራ ። እልፍኙን ፡
በግራና ፡ በቀኝ ፡ አንጣለለው ። የግቢውን ፡ ጽዳ

ትና ፡ የከብቶቹን ፡ ማጐሪያ ፡ ሠራተኞች ፡ እያመላለሰ ፡ አሠራ ። ሁሉም ፡ ተዘጋጅቶ ፡ ካለቀ ፡ በኋላ ፡ ወንድማገኘሁ ፡ አባቱን ፡ "እንግዲህ ፡ ጓዝህን ፡ ከአዲሱ ፡ እልፍኝ ፡ አስገባ ፡" አለው ።

ዕቃው ፡ ሁሉ ፡ ገብቶ ፡ ካለቀ ፡ በኋላ ፡ ቤተሰቡ ፡ ሁሉ ፡ ወደ ፡ አዲሱ ፡ አዳራሽ ፡ ገባ ። ውብሸት ፡ ግን ፡ የልጁን ፡
ልጅ ፡ ከመቀመጫው ፡ ላይ ፡ አቅፎ ፡ አልተነቃነቀም ፡ ነበር ። ወንድማገኘሁም ፡ ጠጋ ፡ ብሎ "ሁሉም ፡ ነገር ፡ ከዚያ ፡ ገብቶ
አል ፡ ባዶ ፡ ቤት ፡ ምን ፡ ያስቀምጥሀል ?" አለው ።

አባቱም ፡ "ማንኛውንም ፡ አብሮ ፡ ያረጀ ፡ ዕቃ ፡ ወይም ፡ ጠባይ ፡ እንደኔ ፡ ያለ ፡ ከዓርባ ፡ ዘመን ፡ በላይ ፡ የሆነው ፡
ሰው ፡ ፈጥኖ ፡ ሊለውጥ ፡ ወይንም ፡ ሊቀይር ፡ አይችልም። ይል
ቁንም ፡ እንደኔ ፡ ያለ ፡ ከአመድ ፡ ተነሥቶ ፡ እዚህ ፡ የደረሰ ፡ እንኳን ፡ የኖርኩበት ፡ ቤት ፤ ሳልፍ ፡ ሳገድም ፡ በርታ ፡
ላሉኝ ፡ ሁሉ ፡ ልዩ ፡ ውለታ ፡ እንደዋሉልኝ ፡ ነው ፡ የምቆ
ጥረው ። ስለዚህ ፡ ቢቻለኝ ፡ እስከ ፡ ዕድሜዬ ፡ ማለፊያ ፡ ከዚ
ህች ፡ ቤት ፡ ባልወጣ ፡ ደስታዬ ፡ ነው ።

"አየህ ፡ እዚች ፡ ቤት ፡ ሁኜ ፡ ነው ፡ እናቴን ፡ የሸኘኋት ።
በዕድሜዋ ፡ መጨረሻ ፡ የዳሰሰችው ፡ የዚች ፡ ቤት ፡ ምሰሶ ፡ በላ
ብዋ ፡ ነጽቶና ፡ ጠጥሮ ፡ ሳየው ፡ ትዝታዋን ፡ ሁሉ ፡ ይዞ ፡ የቆመ ፡ ይመስለኛል ። ይህች ፡ የተቀመጥኩባት ፡ መደብ ፡
አባቴ ፡ ቅስሙ ፡ ከመሰበሩ ፡ በፊት ፡ ተኛባት ፤ ከዚያም ፡
በኋላ ፡ እርጅናና ፡ ተስፋ ፡ መቁረጥ ፡ እየተጫጫኑት ፡ ሲሔዱ ፡ በዚህች ፡ መደብ ፡ ላይ ፡ ተኝቶ ፡ ነው ፡ ትዝታውን ፡ በልቡ ፡ ያመላለሰው ። በዚህም ፡ ላይ ፡ እናትህ ፡ ትተኛበት ፡ የነበረው ፡ መድብ ፡ ስንት ፡ የከፉ ፡ ቀን ፡ ትኩሳትዋን ፡ ችሎ ፤ መጀመ
ሪያ ፡ አንተን ፤ ከዚያም ፡ በኋላ ፡ ወርቃለማሁን ፤ ከዚያም ፡ ለጥቆ ፡ ነፍስዋን ፡ ይማረውና ፡ ማስታወሻዬን ፤ ከዚያ ፡ ለጥቆ ፡ ሁለቱ ፡ መንትዮች ፤ ከመጀመሪያ ፡ ጩኸታችሁ ፡ እስከምትድህ ፡
ድረስ ፡ የተኛችሁበት ፤ ጡት ፡ የጠባችሁበት ፤ የተጋታችሁበትና ፡ ጥርሳችሁን ፡ የነቀላችሁበት ፡ ትዝታው ፡ ሁሉ ፡ ተጠቃሎ ፡ ከመ
ደብ ፡ ጋር ፡ ነው ፡ የሚታየኝ ። ታዲያ ፡ እንዴት ፡ አድርጌ ፡ ነው ፡ ይህን ፡ ሁሉ ፡ ውለታ ፡ ገላምጬ ፡ አረጅ ፡ ብዬ ፡ እም
ወጣው ፡" አለ ።

ወንድማገኘሁ ፡ ይህን ፡ ሲሰማ ፡ አላዋቂነቱ ፡ ተሰምቶት ፡ ቃል ፡ መተንፈስ ፡ ተነሳው ። ከቶውንም ፡ በልቡ ፡ ወርቅ ፡ በእ
ሳት ፡ ተፈትኖ ፡ ለሰዎች ፡ ጌጥ ፡ እንደሚሆን ፡ እናትና ፡
አባቱ ፡ በኑሮ ፡ ከፍና ፡ ዝቅ ፡ ተጠብሰው ፡ ያዘጋጁ
ትን ፡ እርሱ ፡ መለሳለሻ ፡ ማድረጉ ፡ ገባው ። ለአባቱም ፡

“ከዘር ፡ ይዘን ፡ የመጣ ፡ ነውን ፡ ድኅነታችንን ፡ ባንተ ፡ መነ
ቀሉ ፡ የገባኝ ፡ ገና ፡ ዛሬ ፡ ነው ። እንግዲህ ፡ እኛ ፡ ልጆችህ ፡ ባንተ ፡ ላብና ፡
ወዝ ፡ ጥንት ፡ የደኃ ፡ ልጆች ፡ የሚለውን ፡ ቅጽል ፡ የባለ ፡ ጸጋ ፡ ልጆች ፡
እየተባልን ፡ በተራችን ፡ እስከ
ንሸመገል ፡ ድረስ ፡ ስምና ፡ ምኞታችንን ፡ ቀያይረን ፡ እንኖራ
ለን ። የአንተ ፡ አባት ፡ ምኞት ፡ በጦር ፡ ሜዳ ፡ ጀግና ፡
መባል ፡ ነበር ፣ የአንተ ፡ ደግሞ ፡ ተፍጨርጫሪው ፡ ገበሬ ፡ ሲሆን ፣ የእኛ ፡
ደግሞ ፡ ሌላ ፡ ይሆናል ። የምኞታችን ፡ መቀ
ያየር ፡ በደማችን ፡ ስለሚታደስ ፡ የምንከላከለው ፡ ነገር ፡ አይ
ደለም ። ይሁንና ፡ በአሮጌው ፡ ምኞታችን ፡ ላይ ፡ አዲስ ፡
አሳብ ፡ ብንጨምርበት ፡ ጥበበኛ ፡ ሸማኔ ፡ በጃሮው ፡ ዳርና ፡ ዳር ፡
እንደሚስጌጠው ፡ ጥበብ ፡ በመልክ ፡ ላይ ፡ መልክ ፡ ይጨ
ምራል ። ይህም ፡ ቤት ፡ ትዝታውና ፡ ህልውናው ፡ ሳይናጋ ፣ ባዲስና ፡ በአሮጌው
፡ ደረጃችን ፡ መሐል ፡ ለመሐል ፡ ቆሞ ፣ ስናጠፋ ፡ ትዝታው ፡ ወቅሶ ፣ ስናለማ ፡
ጌጡ ፡ ደምቆ ፡ መተ
ዛዘቢያ ፡ ይሆነናል ፡” ብሎት ፡ እየተጨዋወቱ ፡ ከአዲሱ ፡ ቤት ፡ አብረው ፡ ገቡ
።

ምዕራፍ ፡ ፲፱ ። ገጾች ፡ ፻፺፩-፻፺፫ ።

ደብዳቤውም ፡ ከዚህ ፡ እንደሚቀጥለው ፡ ነበር ።

መስከረም ፡ ፲፫ ቀን ፡ ፲፱፻፳፯ ዓ.ም.

ይድረስ ፡ ለውድ ፡ አባቴ ፡ ለአቶ ፡ ውብሸት ፡ ዝማነህ ፣ ለናቴ ፡ ለወይዘሮ ፡
ዳንሴ ፡ ዋቀዮ ።

ለጤናችሁ ፡ እጅጉን ፡ እንደምን ፡ ሰንብታችኋል ። እኔ ፡ አም
ላክ ፡ ይመስገን ፡ ደህና ፡ ነኝ ። የጻፋችሁልኝ ፡ ደብዳቤ ፡ የወን
ድሞቼና ፡ የመላው ፡ ቤተሰብ ፡ ሰላምታም ፡ ደረሰኝ ።

ውድ ፡ አባቴና ፡ እናቴ ፡ ሆይ ፣

እስከ ፡ አንድ ፡ ዓመት ፡ ግን ፡ ዕውቀትን ፡ አጭቼ ፣ ዕው
ቀትን ፡ አግብቼ ፣ የዕውቀትን ፡ ፍሬ ፡ መታቀፍ ፡ አለብኝ ። ከሀ
ገራችንም ፡ የቅኔና ፡ የግዕዝ ፡ ትምህርት ፡ ይልቅ ፡ የፈረንጀ
ችን ፡ ዕውቀት ፡ የመረጥኩት ፡ በአገሬ ፡ ዕውቀት ፡ የረቀቁት ፡ በአንዲት ፡ ቀበሌ
፡ ዕውቀታቸው ፡ ተወስኖ ፣ እዚያው ፡ ፈልቶ ፡ እዚያው ፡ በርዶ ፡ ስላየሁ ፡ ነው
። የፈረንጆችንም ፡ ስል ፡ ጠባ
ዩንና ፡ መልኬን ፡ እንደ ፡ ፈረንጅ ፡ አደርጋለሁ ፡ ማለቴ ፡ ሳይ
ሆን ፡ ፈረንጆች ፡ ሊያበለጽጋቸው ፡ የቻለውን ፡ ዕውቀታቸውን ፡ እቀስማለሁ ።
ጥቁር ፡ መልኬም ፡ ከጥቁርዋ ፡ አፈር ፡ ጋር ፡ ያለ
ኝን ፡ መተሣሠር ፡ ስለሚያጠብቅልኝ ፡ ጥቁር ፡ መልክ ፡ የያዘ

ውን ፡ ሰው ፡ ቀርቶ ፡ ጥቁሩን ፡ ቀራ ፡ ዘላቂ ፡ ወገኔ ፡ እየመ
ሰለኝ ፡ ሄጀአለሁ ።
በሬ ፡ ካራጁ ፡ ይውላል ፡ እንዳታሉኝ ፡ እንጂ ፡ ከጥንት ፡ ጠላቶቻችን ፡
ከፈረንጆች ፡ ጠጋ ፡ ብዬ ፡ ጥበባቸውን ፡ ለመቅ
ሰም ፡ የቆረጥኩት ፡ ፈረንጆች ፡ ዕውቀታቸውን ፡ ሁሉ ፡ በመጽ
ሐፍ ፡ ቀድተው ፡ ለፈለገ ፡ ሁሉ ፡ በነፃ ፡ ስለሚያውሱት ፡
ነው ።
ለኛ ፡ አገር ፡ የኛው ፡ ቀሳውስትና ፡ ሊቃውንት ፡ ትጥቁን ፡ ቢያ
ሳምር ፡ ኖሮ ፡ ለኛ ፡ ይበቃን ፡ ነበር ። ከኛም ፡ አልፎ ፡
ተርፎ ፡ ጐረቤቶቻችንን ፡ ሁሉ ፡ ይጠቅም ፡ ነበር ። የአንዳንድ ፡ ሚሲዮኖችም ፡
አመጣጥ ፡ ይህንኑ ፡ ጉድለታችንን ፡ አጥንተው ፡
ነው ። ለራስ ፡ ሲቆርሱ ፡ አያሳንሱ ፡ ነውና ፡ ሚሲዮኖች ፡
እኛን ፡ የጠቀሙ ፡ እየመሰሉ ፡ ታፍራ ፡ ለብዙ ፡ ዘመን ፡ በነ
ፃነት ፡ የኖረችውን ፡ አገራችንን ፡ ለጠላት ፡ እንድትመች ፡ አድ
ርገው ፡ ጓዳ ፡ ጐድጓዳዋን ፡ በመሰለል ፡ ምሥጢራችንን ፡ ያቀ
ብላሉ ። ይሁንና ፤ እኔ ፡ ግን ፡ የፈረንጅ ፡ ትምህርት ፡ ስለተ
ስማማኝ ፡ ከፍጻሜ ፡ ካላደረስኩ ፡ አልመጣም ። አሁን ፡ ዓይኔን ፡ ከፍቻለሁ ።
ጠላቶቻችሁን ፡ ውደዱ ፡ እንዳለው ፡ የክርስቶስ ፡ ቃል ፡ የጥንት ፡ ጠላታችን ፡
የፈረንጆቹን ፡ ዕውቀት ፡ ስለያዝ
ሁት ፡ ከግቡ ፡ ሳላደርስ ፡ የተወለድሁበትን ፡ አገር ፤ ወንዝና ፡ ተራራውን ፤
የቦራን ፡ ድምፅ ፤ የማማዬን ፡ ጓዳ ፡ አላየውም ።
ይልቁንም ፡ ትምህርቴ ፡ እየገፋ ፡ በሄደ ፡ ቍጥር ፡ ብዙ ፡ ማወቅ ፡ ብዙም ፡
መታወቅ ፡ የሚገባቸው ፡ ምሥጢራት ፡ እየ
ተገለጹልኝ ፡ ሄደዋል ። ጥንት ፡ በደጅህ ፡ የቄስ ፡ ትምህርት ፡ ስማር ፡ ለግል ፡
ሃይማኖቴ ፡ የማደርገው ፡ መለዮ ፤ ከኔም ፡ ሃይ
ማኖት ፡ በሌላ ፡ ሃይማኖት ፡ ጸንተው ፡ የሚኖሩትን ፡ እንደ ፡
ሰው ፡ አልቈጥራቸውም ፡ ነበር ። አሁን ፡ ግን ፡ ተለውጫለሁ ። ጓደኞቼም ፡
እነገብረ ፡ ማርያም ፡ ብቻ ፡ ሳይሆኑ ፡ ዓሊና ፡ አህ
መድም ፡ የነፍስ ፡ ወዳጆቼ ፡ ሆነዋል ። ካንተጋ ፡ እንደመጣሁ ፡ ለትምህርት ፡
ቤት ፡ ጓደኞቼ ፡ አገሬ ፡ ሁኜ ፡ እያልሁ ፡አወራ ፡ ነበር ። አሁን ፡ ግን ፡ መሳሳቴ ፡
በርግጥ ፡ ገባኝ ። የኔ ፡ አገር ፡ በነጠላ ፡ ተራራዎች ፡ ተከቦ ፤ በአንዲት ፡ የገበያ ፡
ሥፍራ ፡ ተወ
ስኖ ፤ አንዲት ፡ ቋንቋና ፡ በአንድ ፡ ዓይነት ፡ ሃይማኖት ፡ የሚ
ያምኑ ፡ ሰዎች ፡ የሚኖሩበት ፡ ሳይሆን ፤ ንጉሠ ፡ ነገሥት ፡ የሚ
ገዛው ፤ ብዙ ፡ ዓይነት ፡ ሃይማኖት ፡ የሚታመንበት ፡ ብዙም ፡ ዓይነት ፡ ቋንቋ
፡ የሚነገርበት ፡ በጥቁርዋ ፡ አፈር ፡ ላይ ፡
ጥቁር ፡ ሕዝብ ፡ የሚኖርበት ፡ አገር ፡ ሁሉ ፡ የኔ ፡ ነው ። የም

ጽፈው ፡ አማርኛ ፡ የቤተ ፡ ሰብ ፡ ቋንቋ ፡ ስለሆነ ፤ ሳይሆን ፡ አማርኛን ፡ ሁሉ ፡ ቢያውቀው ፡ ኅብረታችንን ፡ ከማጠንከሩም ፡ በላይ ፡ የኢትዮጵያን ፡ ልጅ ፡ ለሚከፋፍለው ፡ የውጪ ፡ ጠላት ፡ አያስመችም ፤ ሁሉ ፡ ከተናገረውም ፡ ብሔራዊ ፡ ቋንቋችን ፡
ሆነ ፡ ማለት ፡ ነው ። ከእንግዲህ ፡ እንኳን ፡እኔ ፡ ልጆችም ፡ ቢሆኑ ፡ በኔው ፡ ዓይነት ፡ እንዲማሩ ፡ አደርጋቸዋለሁ ፡ እንጂ ፡ አባቱን ፡ ገድሎ ፡ ለአማቱ ፡ ፊቱን ፡ ይነጭ ፡ እንደሚባለው ፡ አማርኛን ፡ ትቼ ፡ (በድሮ) ፡ ቋንቋ ፡ አላስተማራቸውም ። አገ
ራቸውም ፡ አንዲት ፡ ቀበሌ ፡ ሳትሆን ፡ ወርዱና ፡ ቁመቱ ፡ ለግምት ፡ የማይደረስ ፡ መሆኑን ፤ ያገሩም ፡ ሰዎች ፡ የቤተ ፡
ሰብ ፡ ቋንቋ ፤ የግል ፡ ሃይማኖትን ፡ ልማድ ፡ ቢኖራቸውም ፡ የመንግሥቱ ፡ ሥልጣን ፤ ሦስት ፡ ቀለማት ፡ ባንዲራ ፤ ሁሉ ፡ የሚያውቀው ፡ የአማርኛ ፡ ቋንቋ ፡ እንደ ፡ መልካቸውና ፡ እን
ደአፈራቸው ፡ መጥቆር ፡ ልዩ ፡ የአንድነታቸው ፡ ምልክት ፡ መሆ
ኑን ፡ እገልጽላቸዋለሁ ።

ናፋቂው ፡ ልጃችሁ ፡
ወርቃለማሁ ፡ ውብሸት ።

| | Филологический комментарий. Philological commentary. የፊሎሎጂ ማስረጃ። | | |
|---|---|---|---|
| 1 | የሁለንተናው ወዝ | 1 - упорный труд | 1,…………… - working hard |
| 2 | ቀስ አለ | 2- быть тихим | 2……………- to be quiet |
| 3 | ለፎቶና ጥሮ ያገኘው ሃብት | 3- богатство, нажитое тяжелым трудом | 3……………- wealth earned by hard work |
| 4 | የወፍ ጎጆ የሚያህል በት | 4- домишко, напоминающее птичье гнездо | 4……………- a small cabin looking like a bird's nest |
| 5 | የአጋም አጥር | 5- забор, сделанный из колючего кустарника | 5……………- a hedge of brambles |
| 6 | እስከነ ዘር ማንዘሬ | 6- вместе с семьей | 6……………- together with the family |
| 7 | ብሩን እንደጎመን ዘር በተነ | 7- сорить деньгами, как будто это семена капусты | 7……………- to fling money about as if it were cabbage seeds |
| 8 | የዝግባ ፍልጥ | 8-бревна из дерева зыгбы (высокое хвойное дерево, напоминающее ливанский кедр) | 8……………- logs of the *zygba*-tree (a tall coniferous resembling the cedar of Lebanon) |
| 9 | እያመላለሰ አሠራ | 9- строить медленно, работая с прохладцей | 9……………- to build slowly without making much effort |
| 10 | ምሰሶ | 10- подпорка | 10……………- prop up |
| 11 | የከፉ ቀን ትኩሳትን ቻለ | 11- пережить тяжелые дни | 11……………- to live through hard times |
| 12 | ነፍስዋን ይማረውና | 12- да будет благословенна ее душа | 12……………- God bless her soul |
| 13 | ከቶውንም በልቡ መግባት | 13- полностью осознать в глубине души | 13……………- to realize deep in one's heart |

| | | | |
|---|---|---|---|
| 14 | በኑሮ ከፍና ዝቅ ተጠበሰ | 14- пройти сквозь огонь, воду и медные трубы (идиом.) | 14……………- (idiom) to be through the mill |
| 15 | መለሳለሻ አደረገ | 15- зд.смягчать | 15……………- (here) to soften |
| 16 | ተፍጨርጫሪው ገበሬ | 16- крестьянин, отдающий все силы работе | 16……………- a peasant doing his best at work |
| 17 | አገሬ ሁኜ አለ | 17- говорить: я уроженец своей провинции (кичиться) | 17……………- to say: I am proud to be a native of my province |
| 18 | ይህ እነሰ ይህ ተጓደለ አለ | 18- говорить: этого мало, этого не хватает | 18……………- to say: this is not enough |
| 19 | እንቆ ተቀመጠ | 19- находиться в стесненном состоянии | 19……………- to be in strained circumstances |
| 20 | ትላልቅ ከፍከፍት ቤቶች | 20- большие дома с металлической крышей | 20……………- big houses under metal roofs |
| 21 | ጓዳ | 21- кухня | 21……………- the kitchen |
| 22 | ብዙ ያለው ብዙ ያልማል፤ ግማሽ መሰላል የደረሰው ደግሞ እናት ለመውጣት ይቋምጣል | 22- пословица: зд. кто много имеет, много хочет, кто дошел до середины лестницы, хочет забраться на вершину | 22……………- (proverb, here) he who owns a lot wants a lot; he who has climbed to the middle of the stairs wants to get to the top |
| 23 | ምጥ ለናቷ አስተማረች | 23- пословица: досл. учила дочь мать, как нужно рожать. Русский эквивалент: яйца курицу не учат. | 23……………..- (proverb, literally) the daughter taught her mother how to have babies. The Russian equivalent: eggs do not teach the hen. (Яйца курицу не учат). |
| 24 | እዚያው ፈልቶ እዚያው በርዶ | 24- пословица: в одном месте кипит, в другом замерзает | 24……………..- (proverb) it boils in one place and freezes in another |

| | | | |
|---|---|---|---|
| 25 | በሬ ካራጁ ይወላል | 25- пословица: досл. бык живет у того, кто его зарежет.<br>Значение: неожиданное проявление коварства | 25…………….- (proverb) the bull lives at a place where the host is going to slaughter it. The meaning: unexpected treachery |
| 26 | እርምጃው ለርሱና ለሚስቱ ቢታወቅም ልጆቹ ሊገባቸው አይቻልም<br><br>ብ ም ል ገባ እንጂ | 26- хотя ему и его жене было понятно, что кроется за их положением, его дети этого понять не могли:<br>1) один из способов передачи уступительного придаточного предложения – сочетание союза …ብ. с простым имперфектом смыслового глагола и частицы ..ም..<br>2) предлог …ል. .с имперфектом смыслового глагола имеет значение «чтобы», но при переводе часто опускается и смысл передается инфинитивом глагола<br>3) глагол …ገባ. в значении « быть понятым» всегда употребляется в форме 3 л.,ед.ч., м.р. Для указания лица употребляются объектные местоименные суффиксы. | 26…………….- though he and his wife knew what their position meant, his children could not realize it:<br>1) One of the means of rendering concession is a combination of the conjunction …ብ.. with the Simple Imperfect form of the notional verb and the particle …ም..<br>2) The preposition …ል.. with the Imperfect notional verb gives the meaning of purpose ("with the purpose of"), but in translation it is often omitted and the meaning is rendered by the Infinitive of the verb.<br>3) the verb …ገባ. in the meaning "to be understood" is always used in the 3rd person singular masculine form. To show the person, objective pronominal suffixes are used. |
| 27 | በጥቁር አፈር ጸጋ ተማምነን የምኖር ባላገር እንጂ…የከተማ ደላላ የማይመስል በብልጭልጭ የምንማረክ አይደለንም | 27- мы живем землей, мы крестьяне, а не городские скупщики, и не прельщаемся подобно им всякими побрякушками…<br>При сопоставлении двух частей сложносочиненного предложения…እንጂ. выступает в роли противопоставительного союза «а» и ставится всегда в конце утвердительной части предложения. Глагол-связка «быть» в форме настоящего времени…ነው. .часто опускается<br>перед … እንጂ.. | 27…………..- we live from land, we are peasants and not city merchants and unlike them we do not fall for all sorts of cheap finery…<br>In juxtaposing of the two clauses of a compound sentence …እንጂ. acts as an adversative conjunction and is always placed at the end of the affirmative part of the sentence. The link verb "to be" in the form …ነው.. is often omitted before …እንጂ.. |
| | | | |

| | | | |
|---|---|---|---|
| 28 | እስከ ዕድሜዬ ማለፊያ ከዚህች ቤት ባልወጣ ደስታዬ ነው። | 28- я буду рад, если до конца своих дней не покину этого дома….<br>В данном случае употребление указательного местоимения ж.р.по отношению к существительному м.р. «дом» указывает на особенные, нежные чувства, которые говорящий испытывает к предмету. ( В других случаях употребление женского рода вместо м.р. может иметь противоположное значение) | 28…………..- I'll be happy to stay in this house till the end of my life…<br>In this case, the use of the feminine demonstrative pronoun with the masculine noun "house" expresses tender feeling of the speaker towards the object. (In other cases the use of the feminine gender instead of the masculine may express the opposite meaning) |
| 29 | እንዴት አድርጌ ነው | 29- вот, что я уже сделал…..<br>Деепричастие в сочетании с глаголом- связкой «быть» в настоящем времени …ነው.. передает<br>действие, законченное к настоящему моменту, с оттенком пояснения | 29……………..- this is what I have already done …<br>The adverbial participle in collocation with the link verb "to be" in the present form ..ነው… expresses an action completed by the present moment and carries a shade of explanation |
| 30 | ብዙ ማወቅ ብዙ መታወቅ የሚገባቸው ምስጢራት | 30- тайны, которые следует узнать, которые также должны приобрести известность….<br>Имя действия в сочетании с глаголом..ገባ….выражает долженствование. Лицо (предмет), к которому относится конструкция, выражается при помощи объектных местоименных суффиксов в сочетании с противительной частицей…ብ.. Когда же глагол второй части конструкции употреблен в относительной глагольной форме, конструкция выполняет роль определения и переводится придаточным определительным предложением. | 30………- mysteries that should be discovered and must be made known<br>The noun of action in combination with the verb ..ገባ… has the meaning of obligation. The person (object) to which the construction refers is expressed with the help of object pronominal suffixes in combination with the appositive particle …ብ.. When the verb of the second part of the construction is used in the relative verbal form, the whole of the construction is used as an attribute and is translated by an attributive clause. |
| 31 | እነ ገብረ -ማርያም ብቻ ሳይሆን ዓሊና አህመድም የነፍስ ወዳጆቼ ሆነዋል። | 31-не только христиане как Гэбрэ Мариам, но и Али, и Ахмед стали моими близкими друзьями<br><br>Конструкция……ብቻ ሳይሆን………… соответствует русскому сопоставительному союзу «не только……но и». | 31-The construction ………ብቻ ሳይሆን…. corresponds to the Russian compound conjunction "не только……но и" (not only ….but also). |

*Обложка романа Быpхану Зэрихуна «Канун революции. Буря».*
*The cover of the novel of Birhanu Zeriahun "The eve of the revolutions. The tempest"*

## ማዕበል። የአብዮት ዋዜማ። ከብርሃኑ ዘርይሁን።
## ምዕራፍ አንድ። ገጾች ፳፮ - ፳፯። (1980)

"የእርሻቸው የወይዘሮ ዘርፈሽዋል መሬት ነው። መንግሥት የሰጣቸው።"

ግን የእናንተው አገር ሰው ስለሆንኩ ፥ እናንተም የአገሬ ሰዎች ስለሆናችሁ ፥ ልበድላችሁ ፥ ላስከፋችሁ አልፈልግም። የደንቤን ከሰጣችሁኝ ፥ እያረሳችሁ መኖር ትችላላችሁ። ደግሞም እንደሌሎቹ ሁለት እጅና ሦስት እጅ አልጠይቃችሁም። ግማሽ በግማሽ ካካፈላችሁኝ ይበቃኛል። እንግዲህ መስማማቱ የእናንተ ፈንታ ነው።"

"እምቢ ብንልስ ?" ከበደ ድንገት ገነፈለበት።

ማናዬ የፌዝ ሳቅ ቃጣው። "ባቄላ አለቀ ፈስ ቀለለ! ከመሬቱ እናንተን ማስነሣት በጣም ቀላል ነው። እኛን የበለጠየሚጠቅመንም እሱው ነው። ቃላጤውም ይኸው!"

## ምዕራፍ አንድ። ፩ ገጾች ፻፪ - ፻፫።

ወይዘሮ ዘርፈሽዋል የሁለተኛው ዓመት ድርሻ እንዲላክላቸው ደብዳቤ አሲዘው ሰው የላኩት ፥ በእንደዚህ ያለ ጊዜ ነበር። መለስተኛው የጭነት መኪና ፥ ከዋናው አውራ ጐዳና ታጥፎ የእርሻ መኪናውን ሠፈር አልፎ ሲመጣ ፥ የእነሱ እንግዳ መሆኑን በማወቅ ፥ ከቤትም ፥ ከታዛም ከጓሮም የነበሩት ወንዶች ሁሉ ወጥተው በመንደሩ ግራር ሥር ቢሰበሰቡም ፥ እንደ አለፈው ጊዜ ወርደው እጅ ነሥተው አልተቀበሉትም።

በዚያ የጥቅምት የተሰዓት በኋላ ፀሐይ ፥ በዚያ የወሎ ድርቅ ዘመን ፥ ያንን ዳገት ወጥቶ ካሉበት ዘንድ እስኪደርስ ዝም ብለው ጠበቁት። መልእክተኛው በኮቱ ላይ ዝናር ታጥ ቋል። ሆዱ ገፍቶ ዝናሩን ወደ ታች ገፍቶታል። ከዚያ በኋላ ነጠላ ደርቧል። ከነጠላውም በላይ ደግሞ ጓንዴ ጠመንጃ

አንግቷል። ከኋላው ያዳደፈና ያረጀጀ የከተማ ልብስ የለበሰ ልጅ ግር ሰው ተከትሎታል። ትንሽ የጭራሮ ጥላ ከቀረው የግራር ሥር ደርሶ ባርኔጣውን እያወለቀ ላቡን ሲጠርግ ስንኳ ፥ እንደ ወትሮው በሰልፍ ቆመው ጋቢያቸውን አጣፍተው ሰላምታ አልሰጡትም።

"እንደ ምን ሰንብታችኋል ?" አለ መልእክተኛው ፥ እያለኸለኸ።

"እግዚአብሔር ይመስገን» ሲሉ አይዋ ደሴ ከድንጋይ ላይ እንደ ተቀመጡ መለሱለት።

"እሜቴ መልእክት ልከውላችኋል።" ያነገተውን ጠብመንጃ አውርዶ በክንዱ ተደገፈው። ማንም መልስ አልሰጠውም። ከላይኛው የኮት ኪሱ ፖስታ እያወጣ ፥ "ላንብላችሁ ወይስ ከናንተ የተማረ አለ ?" ሲል ጠየቀ።

ከግራሩ ግንድ ተደግፎ ቁሞ የነበረው ከበደ ራመድ ብሎ ከእጁ ተቀበለው። ደብዳቤውን ከፖስታው አውጥቶ ማንበብ ሲጀምር ፥ ከጆሮዋቸው ይልቅ በዓይናቸው የሚያዳምጡት ይመ ስል ሁሉም ያዝ ለቀቅ እያለ የሚንቀሳቀሰውን ከንፈሩን አተኩረው ተመለከቱት።

"ይድረስ ለ - ለ - ሁላችሁም። ባላባትነቴን ፥ ታማኝነቴን አይቶ፥ ፀሐዩ ንጉሥ በቸረኝ ፥ መንግሥት በሰጠኝ በመሬቴ ለሠፈራችሁ የአገሬ ባላገሮች። እንደ ምን ከረማችሁ? እኔ በእ ናንተና በሌሎችም ጸሎት እግዚአብሔር ይመስገን በጣም ደህና ነኝ። አምና ራሴም መጥቼ እንደነገርኳችሁ ፥ እናንተን የአገሬን ሰዎች እምብዛም ማስቸገር አልፈልግም። ዘንድሮ ግን ፥ ሁላች ሁም እንደምታውቁት ፥ ያገር ዝግባ የነበረውን የባለቤቴን የደጃ ዝማች ገሠሠን አሥረኛ ሙት ዓመት አወጣለሁ። ነፍሱን ይማረውና አጥንቱን አላሳፍረውም። ከዚህም በላይ ፥ እግዚአብሔር ምሥጋና ይግባውና እሱ የተወልኝን አንዷት ዘር ዘንድሮ ለወግ ለማዕረግ ላበቃት አስቢአለሁ። መቼም ደስታዬ ደስታችሁ ነው።

“ያባቴ ፥ የአገሬ ባላገሮች። አምና ፥ ከእኩል በላይ አልጠይቃችሁም። አልወስድባችሁም ብዬ ነበር። ዛሬም ቃሌ አይታጠፍም ፤ የጨዋ ልጅ ቃሉን አያጥፍምና። ነገር ግን ፥ ከፍ ብዬ የጠቀስኩላችሁ የእኔ ብቻ ሳይሆን የእናንተም የድፍን ወሎም ጉዳይ መሆኑን ተገንዝባችሁ ፥ የባላገር ቃል ሳታረጉት የምትችሉትን ያህል እንድትልኩልኝ ይሁን። እንዳልኩት እናንተን የአገሬን ሰዎች ማስቸገር አልፈልግም እንጂ ፥ ይህንን መልእክቴን በዋዛ ፈዛዛ ባትመለከቱት መልካም ነው። ለእናንተው ለአገሬ ሰዎች ብዬ አስቤ ነው እንጂ እኔማ ዕድሜ ለፀሐዩ ንጉሥ የጠየኩት እንደሚፈጸም እናንተም ታውቃላችሁ።

“በሰላም ያገናኘን። ወይዘሮ ዘርፈሽዋል ተሰማ።”

“አታፍሩም ?” አለ ከበደ ፥ ወረቀቱን አጣጥፎ ለመልእክተኛው እየሰጠ።

“በምኑ ?” መልእክተኛው በአነጋገሩ ለመኰሳተር ሞከረ። ግን ከልቡ አልነበረም።

“የደላው ሙቅ ያኝካል እንደሚባለው ፥ እናንተ ለሙት ዓመታችሁ ፥ ለድግሣችሁ ፥ ለሠርጋችሁ ነው የምትጨነቁት። እኛ ደግሞ ነፍስ ውጭ ነፍስ ግቢ ከወስፋታችን ጋር ነው የምንተራሞተው” አለ ሙሔ ቀበል አድርጎ። በቀኝ እጁ ወደ ታች የአዝመራውን አካባቢ አመለከተው። “እኛ እንዴት እንደ ምናገኝ አውቃችኋል ? ያውላችሁ ያ ነው ሰብሉ።”

“ኧረ ጡርን ፍሩ !” ሲሉ አይዋ ደሴ ለምስክርነት የግራ እጃቸውን ወደ መሬት ቀሰሩ።

መልእክተኛው እንደ ወትሮው ቢሆን ኖሮ እንኳን አሻፈረኝ ተብሎ እንዲሁም መንደሩን ባተራመሰው ነበር። ማናዬ ቤተኛ ሆኖ ወይዘሮ ዘርፈሽዋል ለልብ ምክር እያራቁት ከሄዱ ወዲህ ግን ፥ ለእርሳቸው ሲል በየደረሰበት ጠላት የሚያፈራበት ምክን ያት አልታየውም። እርግጥ ባዶ እጁን ሲመለስ ፊት እንደሚነሱት ያውቃል። ቢሆንም ፥ ከራስ በላይ ነፋስ ነው

ተብሏል። አዝመራውንም እንደ ተመለከተው ሰዎቹ ለማማረር እውነት አላቸው። "ታዲያ እኔን ምን አገባኝ!" አለ መልእክተኛው በማቃለል አነጋ ገር ፥ "የአየር ተቆጣጣሪ አይደለሁም። መልእክተኛ ነኝ። የተላኩትም በቆሬ መንደር ላይ ለሰፈሩት ገበሬዎች ይህንን ደብዳቤ ስጣቸው ወይም አንብብላቸው ተብዬ ነው። ከዚያም የሚሰጡህን እህል ጭነህ ና ነው። ከዚህ በተረፈ የማውቀውና የማደርገው ነገር የለኝም።"

"እንግዲያው እምቢ ብለዋል ይበሏቸው" አለ ከበደ ፥ በመ ኰሳተር።

"ቆይ አንተ! ነገር እንደሱም አይደለ!" አይዋ ደሴ እንደሰባኪ ቀኝ እጃቸውን ወደ ላይ ዘረጉ። "አየህ ወንድም" አመለካከታቸውን ወደ መልእክተኛው አዞሩ። "እኛ ለወይዘሮ ዘርፈሽዋል እህል አንልክም ብለን ማመጣችን አይደለም። እንዲህ ያለው ቅብጠትና ድፍረት ለድሃ ገበሬ መች ይበጀውና! አይደለም። መቼም ግፍም በደልም ቢሆን እሱ እስኪመልሰው ድረስ ፥ ሁላችንም በገዛ አገራችን እንደ ሰው ተቈጥረን ፥ እንደ ሰው ሆነን ፥ በሕይወት ማደሪያችንን፤ በሞት መቀበሪያችንን ቁራሽ መሬት እስክናገኝ ድረስ የመጣብንን እንቀበላለን። ወደን ነው? ሁሉም መቼም ዓቅምን አይቶ ነውና። ስለዚህ ፥ አሻፈረን አላልንም። አልወጣንም። ግናስ ጥገትም የምትታለበው ጠብታ ወተት እስካላት ድረስ ነው። ጨርሶ ስትነጥፍ ያደረጉ ቢያደርጓት አይወጣትም። እኛም እንደዚሁ ሆነናል። አዝመራ ተሰብስቦ ቤት አልገባ። በቤታችን እፍኝ እህል ከሌለ ደግሞ ከየት ይመጣል ? የነጠፈች ላም ነን። ቢሰቡን፥ ቢጐትቱን ምንም ጠብ አይለንም። ይህንን አሳውቁልን። ይኸው ነው መልሳችን"

ምዕራፍ አንድ። ፩ ገጾች ፴፯-፵።

ሙሔ የእርዳታ ጥሪውን ለማስረሻ በላከበት ወቅት ፥ የወሎ ገበሬ በጭንቅ አፋፍ ላይ በሚገኝበት ወቅት ፥ ውጥን ቅጡ

የጠፋው የአዲስ አበባ ሕይወት ደግሞ በሁለት የተለያዩ ዑደቶች በመሽከርከር ላይ ነበር።

በየመንደሩ በየሠፈሩ የሥራ ፈቱ ቍጥር በየቀኑ ይጨምራል። ከስምንተኛና ከአሥራ ሁለተኛ ክፍል የወደቁ ወጣት ሥራ ፈት ፥ ከገጠር የመጣው አዛውንት ሥራ ፈት፥ ከሥራ የተባረረው የፋብሪካ ሠራተኛ የነበረ ሥራ አጥ ፥ በየመሥሪያ ቤቱ ይንከራተታል።

-ሥራ ይገኛል? ክፍት ቦታ አለ?

-ከሥራ ወጥቼ የምበላው ያጣሁ ፥ የምትለው ብጥስጥስ ያለች ደብዳቤ ለአላፊ አግዳሚው ትዘረጋለች።

-እባክዎ ሥራ ያለበት ሥፍራ ያውቃሉ?

-አላውቅም።

-እንግዲያውስ እባክዎ ምሳ የምበላበት ሳንቲም።

-አልያዝኩም።

የወሎ ፥ የትግሬ ፤ የሸዋ ድርቅ ችግረኛም በአዲስ አበባም መታየት ጀምሯል። ያቀፉ ፥ እሽኮኮ ያሉ ፥ ያዘሉ ፥ ከፊት ልጆች ፥ ከኋላ ልጆች ፥ ከመሐከል ወላጆች በየመንደሩና በየመንገዱ ይኰለኰላሉ። በየትራፊክ መብራቱ መኪና ሲቆም አሥር ሃያ እጅ ባንድ ጊዜ ይዘረጋል። ሲያርስ የነበረው ፥ ሲፈጭ ሲጋግር የነበረው ፥ በችጋር የተፍረገረገ ሐረግ የመሰለ የገበሬ እጅ…

-ስለ እግዜር የኔ ጌታ ! ችግረኞች ነኝ።

-እግዜር ይስጣችሁ።

ይህ አንዱ የአዲስ አበባ ሕይወት ዑደት ነው።

የእንግሊዝ ፥ የጀርመን ፥ የአሜሪካ ፥ የጃፓን ፥ የኢጣሊያ፥ የፈረንሣይና የስዊድን አውቶሞቢሎች ለማኝ በበዛበት የአዲስ አበባ ጐዳና ይርመሰመሳሉ። ቍጥራቸው እንደ ለማኙ በየቀኑ እየጨመረ ይሄዳል። ቅርጻቸው ፥ ድምቀታቸው፥ ውበታቸው በየ ጊዜው ይለወጣል። የሬዲዮ ማስታወቂያው ይለፍፋል።….

-በአዲሱ አውቶሞቢል መሽከርከር በሕይወት መንፈላሰስ ነው።

-ለምቾት ለጥንካሬ አዲሷን አውቶሞቢል ይግዙ።

የቅንጦት ችግር ደግሞ አብሮ ይፈጠራል።

-መንገዶች አነሱ ፥ ጠበቡ።

-አዲስ መንገዶች ይከፈቱ! የተሠሩትም መንገዶች በሚገባ ይጠገኑ ፥ ውበቹን አውቶሞቢሎች እንዳይጐዱቸው።

በተፋፈጉት ጐጆዎች ጐን አዳዲስ ሰማይ ጠቀስ ሕንፃዎች፥ የተዋቡ ቪላዎች ይሠራሉ። መደብሩ ፥ ሱቁ ሁሉ አዳዲስ የባሕር ማዶ ሸቀጥ እያጋዘ ሸማች ይጋብዛል። የሬዲዮ ማስታወቂያውም ይለፍፋል።

-ጥሩ ምግብ ተመግባችሁ ሆዳችሁን ሲጨንቀው አልካሴልዘር ጠጡበት ፥ ፷ ያደርግላችኋል።

-ከድግስ መጠጥ ማግሥት አንድሩስ የገቡት ጨው ጠጡ በት ፤ ቀላል ይላችኋል።

ውድድሩ ይጦፋል።

-አዲስ አውቶሞቢል ፥ አዲስ ቤት ፥ አዲስ የቤት ዕቃ፥ አዲስ ፥ አዲስ ማን ገዛ?

-ማን ከማን ያንሳል?

-አዲስ ናይት ክለብ ፥ አዳዲስ ሴቶች ፥ ሳይጐን ፥ አስመራ መንገድ እነማን ሄዱ?

-ማን ሄዶ ማን ይቀራል?

-እገሌ ከቦሎቄ ዘንድሮ ይህንን ያህል መቶ ሽህ ብር አገኘ። እገሊት አምስት ጋሻ የቡና መሬት አለማች። እነእገሌ በዚህ ኩባንያ ውስጥ ይህንን ያህል ሼር ያዙ።

-ታዲያ ማን አግኝቶ ማን ይቀራል!

ይህ ደግሞ የአዲስ አበባ ሌላው የሕይወት ዑደት ነበር። በዚህ ሽክርክሪት ውስጥ ወይዘሮ ዘርፈሽዋል ፥ ከመሰሎቻቸው እኩል ለመዝለቅ ልባቸው እየወለቀ ነው። ከወይዛዝርቱ አቅራቢያ እንደ ሰሙት ንጉሡ ያዘዙላቸው ማርቸዲስ ቢሆንም ፤

የጽሕፈት ሚኒስቴሩ ግምጃ ቤት የፈቀዱላቸው ገንዘብ አራት መቶ አራትዋን ፔጆ ብቻ የሚያስገዛ ሆኖ ተገኘ። ለመሆኑ የጃንሆይ ግቢ እጅ ፊታ የሚል ሰው ላያጋጥመው ነው? አባሐና እንዲያ እንደተቆጣቆጡ ፥ ሳይበሉትም ሳይመሰገኑበትም አለፉ ሲሉ ከጓደኞቻቸው ጋር አሙ።

"ቢሆንም አታሳፍርም" ሲሉ ራሳቸውን አጽናኑት። እንዲያውም ለማናዬ ቁመናና ሁለንተና የተስማማች መሰለቻቸው። በአዲሷ አውቶሞቢል ጋር የቤት ዕቃው ሁሉ ሞዝቮልድ ከውጭ አገር ባስመጣው በአዲስ ተለወጠ። አዲስ ሳንቃና ኮርኒስ ቢገባለት ፥ አዲስ ቀለም ቢቀባ ፥ ቤቱ ብቻ የቀድሞ አሠራር ሆኖ አብሮ የማይሄድላቸው ሆነ። እንደነደጃዝማች አንዳርጌ ፥ እንደነ ወይዘሮ ከበቡሽ ግሩም ዘመናዊ ቪላ መሥራት ይኖርባቸዋል ። አንድ ቀን ጃንሆይ ደስ ሲላቸው ፒያሳ መሐል ፈርሶ ጤፍ የማይዘራበት መስክ ከሆነው አንድ ሽህ ካሬ ሜትር መሬት የሰጧቸው ጊዜማ ፥ ካዛንቺስ ያላቸ ውን መሬት ሽጠው በተረፈው ከባንክ ተበድረው ፎቅ አፓር ትማ ከሠሩ በኋላ - በቃ። ሁሉ በጄ ሁሉ በደጄ ነው። እስከዚያው ድረስ ግን ፥ በቤት ዝግጅት በኩል ሁሉም ነገር ከሌሎቹ ጋር ተስተካክሎ መገኘት ይኖርበታል። ትናንት ከአን ዱዋ ቤት ሙክት ታርዶ ጠጅ ወርዶ እንደሆነ ፥ ዛሬ ከወይ ዘሮ ዘርፈሽዋል ቤት ብልት ሥጋ ተንጠልጥሎ ዊስኪ መከ ፈት አለበት። ወይዘሮ ባንቺ ይደሩ በነሐሴ ተክለ ሃይማኖት ደብረ ሊባኖስ ሠንጋ ጥለው ድግስ አብልተው እንደሆነ ፥ ወይዘሮ ዘርፈሽዋልም የአስተርዮ ማርያምን ማብላት አለባቸው።

ታዲያ በዚህ ሁሉ መካከል ፥ ከከተማ ቤታቸው ቀንጠብ እያደረጉ ባይሸጡ ኖሮ ፥ አምና ከቆሬ መሬታቸው የመጣላቸው እህል እስከዚህም አላዝናናቸውም ነበር። ዘንድሮ ደግሞ ድርቅ ገብቷል ተብሎ መልእክተኛው ባዶ እጁን ሲመለስ ወይዘሮ ዘርፈሽዋል ጣሪያ መምታት ቀራቸው።

Филологический комментарий. Philological commentary. የፊሎሎጂ ማስረጃ፡፡

| | | | |
|---|---|---|---|
| 1 | ገደም አለ | 1- зд. растянуться (в значении вытянуть ноги) | 1… (here), stretch out one's legs |
| 2 | ሁለት እጅና ሦስት እጅ | 2. половина и еще треть | 2…. A half and a third |
| 3 | ግማሽ በግማሽ አካፈለ | 3. делить пополам | 3… --to halve, to split into two |
| 4 | የፌዝ ሳቅ ቃጣ | 4 - усмехнуться | 4…. -to grin |
| 5 | ቃላጤ | 5- представитель | 5… -a representative |
| 6 | ደብዳቤ አስዘ | 6 – отдать письмо посыльному | 6… -to give the letter to a courier |
| 7 | መለስተኛው የጭነት መኪና | 7- небольшой грузовик | 7… -a small lorry |
| 8 | ነጠላ ደረበ | 8- завернуться в нэтэля ( национальная накидка) | 8… -to roll oneself in a <u>natalia</u> (a cloak, a national dress) |
| 9 | ጭራሮ ጥላ ከቀረው የግራር ሥር ደረሰ | 9. спрятаться под ветвями гыраре (вид акации ), которые дают пятнистую тень. | 9… -to hide under a <u>guerare</u> (a kind of an acacia tree), which casts patches of shade |
| 10 | ጋቢውን አጣፋተ | 10.набросить на плечи габи (вид национальной накидки шаммы без отделки) | 10… -to cover one's shoulders with a <u>*gabi*</u> ( a kind of a local cloak <u>*shamma*</u> without trimmings) |
| 11 | ስኻለኻ | 11..говорить задыхаясь | 11… -to choke for words |
| 12 | ያዝ ለቀቅ እያለ የሚንቀሳቀሰውን ከንፈር አተኩሮ ተመለከተ | 12.- пристально следить за артикуляцией | 12…- to articulate carefully |
| 13 | ቸረ | 13. дарить, награждать | 13…. -to grant a decoration |
| 14 | ነፍሱን ይማረውና አጥንቱን አላስፈረውም | 14. мир праху его | 14… -Let him sleep in peace! |
| 15 | እግዚአብሔር ምሥጋና ይግባው | 15. - да благословит его Бог! | 15….- God bless him! |
| 16 | የተወልኘን አንዲት ዘር | 16. - дочь, оставленная на мое попечение | 16…- a daughter entrusted to me |
| 17 | ለወግ ለማዕረግ አበቃ | 17- достигать высокого положения (идиом.) | 17…..- to reach a high position (idiomatic) |
| 18 | የባላገር ቃል አደረገ | 18.- говорить как простолюдин | 18…. - to speak in vernacular |
| 19 | በዋዛ ፈዛዛ ተመለከተ | 19.- отнестись с насмешкой | 19… - to mock |

| | | | |
|---|---|---|---|
| 20 | ነፍስ ውጭ ነፍስ ግቢ | 20. - находиться на волоске от смерти | 20… -to be within a hair of death |
| 21 | አማረረ | 21- раздражать | 21… - to annoy |
| 22 | ማቃለል አነጋገር | 22.покорный голос | 22… - a humble voice |
| 23 | አመጠ | 23.. - поднимать восстание | 23… - to start an uprising |
| 24 | ውጥን ቅጡ ሕይወት | 24..- запутанная, полная противоречий жизнь | 24… - a complicated and conflicting life |
| 25 | ውደት | 25..-.честь | 25…- honour |
| 26 | ብጥስጥስ ያለች ደብዳቤ ዘረጋ | 26..- протянуть измятое и потрепанное от частого употребления рекомендательное письмо | 26… - to produce a crumpled and well-handled letter of reference |
| 27 | እሽኮኮ አለ | 27.- носить на плечах ребенка | 27… - to carry a child on one's shoulders |
| 28 | ኮለኮለ | 28..- вытянуться в линию | 28… - to stretch in a line |
| 29 | ስለ እግዜር የኔ ጌታ | 29.- о, господин мой, подайте ради Христа | 29…. - Oh, My Lord! Can you spare some money, for God's sake? |
| 30 | በተፋፈጉት ጎጆዎች ጎን | 30,….- рядом с хижинами, нагроможденными одна на другую | 30…. - next to the shacks huddled together |
| 31 | ሸማች | 31..- покупатель | 31…. - a buyer |
| 32 | አልካሴ ልዘር ጠጣ | 32…- пить алькасельцер | 32…. - to drink mineral soda water |
| 33 | እንድናስ የጉበት ጨው | 33..- лекарственная соль, улучшающая работу печени (желчегонное) | 33… - medical salt good for the liver (cholagogic) |
| 34 | ጠፋ | 34……- накаляться | 34…. - to grow heated, to glow |
| 35 | ሺር | 35…- часть, доля | 35….. - a share, part |
| 36 | ልብ እየወለቀ ነው | 36…- зд. (идиом.) – выбиваться из сил | 36…. - (here, idiom.) be exhausted |
| 37 | እጁ ፈታ የሚል ሰው | 37. щедрый человек | 37… - a generous person |
| 38 | ተቆጣቆጠ | 38..- быть скупым | 38… - to be mean |
| 39 | አመ | 39.- говорить о ком-либо плохо | 39…. - to speak bad of him |
| 40 | አሻፈረን አላልንም | 40..- мы не говорим: «никогда» | 40…. - We do not say "never" |
| 41 | ቁመናና ሁለንተና የተስማማች መሰለቻቸው | 41…- весь ее внешний облик показался ему (уважительная форма) подходящим | 41…. - all her appearance seemed to him appropriate |

| | | | |
|---|---|---|---|
| 42 | እህል አዝናና | 42..- зд. хранить в амбаре, обычно…አዝናና… отдыхать | 42…. - (here) to store in a barn; (usu.) ..አዝናና..to rest |
| 43 | ባቄላ አለቀ ፊስ ቀለለ | 43...- пословица: когда бобы кончаются, животу становится легче. Русский эквивалент: баба с возу - кобыле легче. | 43… - a proverb: When you run out of beans it's easier for your stomach. |
| 44 | ሆዱ ገፍቶ ዝናሩን ወደ ታች ገፍቶታል | 44... – пословица: когда брюхо наешь, пояс вниз опускается. Так говорят о богатом человеке, которому из-за большого живота приходится часто поправлять пояс. | 44… a proverb: When your belly is big with food your belt goes down. About a rich person, who has to pull up his belt because of a big belly. |
| 45 | የደላው ሙቅ ያኝካል | 45...- пословица: праздный человек даже мук (мучной кисель) жует. Значение: у богатого человека нет никакой работы и, чтобы скоротать время он занимается ненужными делами (жует мук, когда его можно пить) | 45… a proverb: An idle person even chews *muk* (a kind of flour jelly). A rich person has nothing to do and to kill the time he does useless things like chewing jelly, which can be drunk. |
| 46 | ከራስ በላይ ነፋስ ነው | 46….- пословица: выше головы только ветер. Употреблено в значении сам себе хозяин. | 46… a proverb: There is only wind above your head. Meaning: you are your own master. |
| 47 | ግናስ ጥገትም የምትታለበው ጡብታ ወተት እስካለች ድረስ ነው | 47...- пословица: дойная корова доится только до тех пор, пока у нее есть хоть капля молока. | 47… a proverb: A cow milks as long as it has a drop of milk inside. |
| 48 | ሁሉ በጄ ሁሉ በደጄ ነው | 48...- пословица: все есть в руках, все есть в доме. Значение: у работящего человека есть все необходимое. | 48… a proverb: You have all in your hands and all in your house. Meaning: a person who works has everything he needs. |
| 49 | ጣሪያ መምታት ቀራቸው | 49...- пословица: ей осталось только бить по крыше. Значение: сделать ничего невозможно, осталось только сердиться. | 49… a proverb: There is nothing left for her but beat on the roof. Meaning: nothing can be done, you may only be angry. |
| 50 | ካሉበት ዘንድ እስኪደርስ ዝም ብለው ጠበቁት | 50…..- они молча ждали…..пока он к ним подошел….<br>1. составной союз …ከ……ዘንድ….. в сочетании с относительной глагольной формой имеет значение «к»<br>2. временной союз …እስከ...в сочетании с имперфектом имеет значение « до тех пор пока», «пока» | 50…. They waited silently … until he came up to them<br>1. The compound conjunction ...ከ......ዘንድ..... in-combination with a relative verbal form means "to"<br>2. The temporal conjunction ...እስከ... in |

| | | | |
|---|---|---|---|
| | | | combination with Imperfect means "until" |
| 51 | ለናንተው ለአገሬ ሰዎች ብዬ አስቤ ነው | 51…..- я ведь и думала, и говорила о вас, моих соотечественниках…..<br>Деепричастие с глаголом-связкой « быть» в настоящем времени …ነው…передает действие, законченное к моменту речи, с оттенком разъяснения, усиления | 51… - .I thought and spoke about you, my compatriots …..<br>The adverbial participle with the *be*-link in the present tense …ነው.. denotes an action completed by the moment of speech and has an additional meaning of clarification or emphasis. |
| 52 | ሁሉም መቼም ከቅምን አይቶ ነውና | 52 - ведь вся наша сила известна | 52….. - all our force is known |
| 53 | ግማሽ በግማሽ ካካፈላችሁኝ ይበቃኛል | 53.- мне хватит, если мы поделимся поровну<br>Простой подчинительный, многозначный союз…ከ..в сочетании с простым перфектом передает условное придаточное предложение | 53….. - I'll have enough if we divide in two halves…<br>The simple subordinating polysemantic conjunction …ከ.. in combination with the Simple Perfect verb forms a real condition clause. |
| 54 | ንጉሡ ያዘዙላቸው ማርቸዲስ በሆንም | 54.- хотя негус приказал (выдать ей деньги) на мерседес…<br>Сочетание относительной глагольной формы с имперфектом 3 л.ед. ч. от глагола …ሆን..<br>(быть) с союзом …ብ …. и частицей …ም.. является одним из способов выражения уступительного придаточного предложения | 54….. - though the *negus* ordered to give her money for the Mercedes car…<br>The combination of a relative verbal form with the 3rd person Singular Imperfect form of the verb …ሆን.. (to be) and the conjunction ..ብ… and the particle …ም.. is one of the means to express concession. |
| 55 | ፒያሳ | 55. – центральная площадь в Аддис-Абебе | 55…. – the central square in Addis Ababa… |
| 56 | ቆሬ | 56.- Коре – деревня в бывшей провинции Уолло | 56- Kore – a village in the former province of Wollo |
| 57 | በነሐሴ ተክለ፡ሃይማኖት ደብረ ሊባኖስ ሥንጋ ጥለው ድግስ አብልተው (የእስተርዮ ማርያምን ማብላት) | 57- Пожертвовав мерина, устроить в августе пир в честь святого Тэкле Хайманота Дэбрэ Либановского или устроить пир в честь Святой Девы Марии.<br>Имеются в виду бесплатные угощения для бедных в дни праздников святых эфиопской церкви. Эти угощения обычно устраиваются состоятельными, чаще одинокими женщинами. | 57-Sacrificing/granting a gelding to give an August feast in honour of St.Tekle Haimanot Debre of Lebanon or in honour of Virgin Mary.<br>The author speaks about free meals for the poor in the holy days of Ethiopian saints. Usually those meals are given by well-to-do, mostly single, women. |

*Обложка романа Бэалю Гырма «Оромай».*
*Cover of the novel by Bealu Girma "Oromai"*

# አ ሮ ማይ ። ከ በ ዓ ሉ ፡ ግ ር ማ (1984) ።

ማለ ዳ ፡ ማለ ዳ

ጀ ግ ና ፡ ሰ ው ፡ ማለ ዳ

## ም ዕ ራ ፍ አ ን ድ

ሰኞ ማለዳ። ታህሣሥ 19 ቀን 1974 ብርዳማና ጭጋጋም ጧት። ያው እንደፈረደብኝ ዘግይቼ ነበር የነቃሁት። ከጧቱ ልክ በአሥራ ሁለት ሰዓት ቦሌ ዓለምአቀፍ አይሮፕላን ማረፊያ መገኘት ነበረብኝ። የቀረኝ ጊዜ ሀያ ደቂቃ ብቻ። የእጅ ቦርሳየን ብቻ አንጠልጥየ ተነሳሁ። ደግነቱ ሻንጣየን በለፈው ቀን አይሮፕላን ማረፊያ ወስጀ አስረክቤ ነበር። የጧት እንቅልፍ የሚያስጥለኝ ጠበል ይኖር ይሆን? ሮማን እንደኔ አይደለችም። የማለዳ ወፍ ናት።

«ትንሽ ነገር አፍህ በታደርግ» አለችኝ ሮማን። «ኧረ በፈጠረሽ! ምነው እያወቅሽ? ይልቅ እንሂድ» አልኳት የእጅ ሰዓቴን እያየሁ። ጧት እህል አይዋጥልኝም።

«የሞትክ እንቅልፋም!» አለችኝ ስስ ፥ ውብ ከንፈሮችዋን አጣብቃ በመልቀቅ አጬሀ ። እንዲህ ስታደርግ ራሱዋን የምት ስም ትመስላለች ሁልጊዜ። አንዳንዴ ሲላት ጡቷን ወጣ አድርጋ ት ስማለች። ጉድ ናት፥ራሷን የምትወድ ትመስላለች። ለሦስት ወር ያህል ተለይቻት ወደ ሰሜናዊ የኢትዮጵያ ክፍል፥ወደ አሥመራ በምሄድበት ቀን ለመሰነባበት ፍቅር እድል አልሰጠኋትም። ጧት መቸም ጥሎብኝ የለየልኝ ሰነፍ ነኝ። መጥፎ እድል፥ጉዞዬን ባጣፈጠ ፍቅር ብጀምረው ምን ነበረበት? ጉንጭዋን ሳም አደረኩ። ፈገግ አለች። ጥርሷ ትኩስ የተፈለቀቀ ለጋ የመስኖ በቆሎ እሸት ይመስላል።

«ገላህን አልታጠብክ። ምን ቢያደርጉህ ይሻልሀል?» አለችኝ።

«አንቺ አንቺን ነው የምሸተው። ቫኔል ፈይቭ» አልኳት።

እውነትም እሷ እሷን ነበር ሁለመናዬ የሚሸተው። ከቅዳሜ ማታ ጀምሮ ካልጋ ውስጥ አልወጣንም። ቅዳሜና እሑድን አልጋ ላይ መዋል የቆየ ልማዳችን ነው።

«ለሦስት ወር ገላህን እንዳትታጠብ ገዝቼሃለሁ። በዛሬው ገብርኤል ገገርቸሀለሁ። ግን ምን ያደርጋል ውለህ ሳታድር የሌላ ሴት ጠራን ትወስዳለህ። አንተ በሄድክበት የምትለምድ ፍጡር ነህ።» አለች።

የቤቱን ቁልፍ በሙሉ ለሮማን ከሰጠኋት በኋላ ተያይዘን ወጣን። ደግነው፥ መኪናየ ልማዷ ግፋኝ አላለችም። ሆኖም እንደ ልቤ ለመብረር አልቻልኩም።

መንገዱ ሁሉ ስፍር ቁጥር በሌለው ሰው ተጣቧል። አብዛኛዎቹ ሴቶች ነበሩ። ካቅም በላይ ሰው የጫኑ ታክሲዎች ይርመሰመሳሉ። አመል ሆኖባቸው ሰው ታክሲ ባለ ቁጥር ባገኙት ቦታ ፍሬን ይይዛሉ። ከመጠን በላይ ሰው የጫኑ የቤት መኪናዎችም በብዛት መንገድ ላይ ይታዩ ነበር። ሁሉም የሚጓዘው ወደ ገብርኤል ቤተክርስቲያን ነበር። የታህሣሥ ገብርኤል። አልፎ አልፎ ግጭትና አደጋ ይደርሳል። መንገዱ ይዘጋል። ጊዜው ደግሞ ይሮጣል ፥ ይከንፋል፥ እኔም ካንድም ሁለት ጊዜ የግጭት አደጋ ሊደርስብኝ ነበር። የማልራገመው ርግማንና የማልሳደበው ስድብ አልነበረም፥ ከሰማይ በታች። ሰው ሲቸኩል ለምን እንከን እንደማያጣው አይገባኝም።

«ኧረ በፈጠረህ ቀስ በል» አለችኝ ሮማን ሰውነቷ በፍርሀት እየተኮማተረ።

መቸም ለነፍሷ በጣም ስ ሱ ናት፥ ሮማን ኀለተወርቅ። አያስደንቅም። እንከ ዋን እሷ እኔም እሳሳላታለሁ። ያየት ሁሉ ይሳሳላታል። ከእግር ጥፍሯ እስከ ራስ ጠጉሯ በዓይናቸው እንደ ሽንኩርት ላጥ ያደርግዷታል። ባዩዋት ቁጥር። ይቀኑባታል። እድሌ ሆኖ ሴቶች አይወዱኝም ትላለች። እሷም ሴቶችን እንደጠር ነው የምትፈራው፥ ምናምን ያቀምሱኛል በማለት። ያለ ሴት ጠላት የለኝም ትላለች። አፈር የሚነካው ገላ ያላት አትመስልም። እግዜር እጁን ታጥቦ ያለ የሌለ ጥበቡን ያፈሰሰበት ገላ! ምነው አያሳሳ! ባይኔ ሙሉ ተመለከትኳት ፥ እንደ አዲስ ሰው። ጡቶቿ ጥቁር ሹራቧን ወጥረው ይዘዋል።

«አይሮፕላኑ ቁሞ እኔን የሚጠብቀኝ መሰለሽ?» አልኳትና ፍጥነት ጨመርኩ።

«ሬሳህ እንዳይደርስ ብቻ ፥ ፍሬን..........»

«መቃብሬ ላይ ቁማ የምታለቅስ እንዳቺ ያለች ውብ እጮኛ ካለኝ ሞት ለምኔ? አጥንቴ ይለመልማል» አልኳት። «ገናን ውላች ሁ አሁን ምን ነበረበት?» አለች።

«የኤርትራን ትንሳኤ እንዴት አድርነን?»

«አምና ገናን የት እንዳሳለፍን ት ዝ ይልሀል?» አለችኝ።

«አልጋ ውስጥ ይሆን?»

«ሰካራም። ራስ ሆቴል ነበር... እና እውነትም ሰክረህ ነበር።»

«ውበት ይሆናል ያሰከረኝ........»

«ኤጭ እቴ!» አለች፥ «ለሁሉም ነገር ቸኩሎ መሞት እቴ!
ነጋ ጠባ ዘመቻ ። እድገት በኅብረት ብሎ ዘመቻ። ለጦርነት ዘመቻ። የኤኮኖሚ ግንባታ ዘመቻ። ማይምነትን ለማጥፋት ዘመቻ።የቁጥጥር ዘመቻ። አሁን ደግሞ የኤርትራን ችግር ለመፍታት ዘመቻ። የዘመቻ ባህል ፈጥረናል። ያለ ዘመቻ ኖረን የምንሞትበት ቀን መቸ ይመጣ ይሆን አለች፥
እየተነጫነጨች። ሲላት መቸም ተናጋሪ ነች።

“ጉዞአችን ረጅም ፥ ተስፋችን ሩቅ ፥ ችግራችን ብዙ፥ ምን ይደረግ ብለሽ ነው?” አልኳት የእሷን አነጋገር ለማስመሰል እየሞከርኩ።

“ኤጭ እቴ! አንተ ታሾፋለህ” በማለት ንግግሯን ቀጠለችና “አዎ እቴ በናንተ ቤት የኢትዮጵያ ችግር ሁሉ ባዋጅና በዘመቻ እንደ በጋ ጉም በኖ የሚጠፋ ይመስላችሁዋል? ድንቄም! እንዲህም አድርጎ የለም። መሠረታዊ ችግራችን ያይምሮ ድኅነት መሆኑ ቢገባን ጥሩ ነበር። ኋላ ቀርነት ሌላ ትርጉም የለውም። ያዋጅ፥ የማጠናከሪያ ያዋጅ ጋጋታ፥ ዘመቻ ብሎ ጫጫታ፥ ምን ፋይዳ ይሠራል ብለህ ነው? ትርምስ፥ ሙተራመስ፥ ተተራምሶ መሞት እቴ። መጥኔ አለች።

“ሩጫ ላይ ያለች አገር ናት። ቢከፋም ቢለማም ድርጊት፥ አዲሱ ትውልድ የድርጊት ትውልድ ነው። ጊዜ ያጥረናል። ጊዜ የለንም። ችኩል ትውልድ ነን። ያበደ ትውልድ። እብዶች ነን እውነት። ያሮጌው ትውልድ ሙጣጭ ያዲሱ ትውልድ የበኩር ልጅ ያንዱ መጨረሻ፥ የሌላው መጀመሪያ መሆን እብደት ነው። ያሮጣል” አልኳት።

“የት ለመድረስ?” ብላ ዝም አለች።

ነገሩ አልጣማትም። ያለ ፍቅር የሚጥማት ነገር የለም።የንጋት ኮከብ የሚመስሉ ዓይኖቿ እንባ አቅርረዋል።

የመኪናዋ ፍጥነት በሰዓት ወደ መቶ ኪሎ ሜትር ደርሶአል። ከአብዮት አደባባይ በኋላ ወደ ቦሌ የሚወስደው መንገድ ደኅና ነበር።

“አይዞአችን” ሮሚዬ አልኩዋት በቀኝ እጄ ትከሻዋን መታ መታ አድርጌ “ሦስት ወር ከድል በኋላ ስመለስ እንጋባለን ጉሮ ወሸባዬ እንዲያ እንዲያ ሲል ነው ግዳዬ እያልሽ እንድትቀበይኝ ብቻ። ደሞ አንድ ነገር እንዳትረሺ። እሑድ እሑድ ለዘማቹ ጓዴ ለጺጋዬ ኃይለማርያም እያልሽ ዘፈን እንድትመርጭልኝ፥ እሺ” አልኳት፥ እየቀለድኩ።

ደረቁ ቀልድ አላሳቃትም። ይተናነቃት የነበረው እንባ ኮለል ብሎ ወረደ፥ የማለዳ ጤዛ መስሎ የማለዳ ጸሐይ የሚመስሉትን ጉንጮቿን እያቋረጠ። ሙሉ ጨረቃ ከሚመስለው ክብ ፊቷ ላይ ከንብል ያለው ረጅም ጥቁር ጠጉርዋን ወደ ላይ መታ አድርጋ “ይህ ዘመቻ በኔ ላይ ነው የመጣው። ባይሆን ኖሮ” አለችና መሀረብ ከቦርሳዋ አውጥታ እንባዋን ጠረገች። ቦርሳዋ ሲከፈት የገነት በር እንደተከፈተ ያክል ጥሩ መዓዛው መጥቶ አፍንጫ እውድ ያደርጋል።

Обложка романа Адама Рета «Серые колокольчики».
Cover of the novel by Adam Reta "Grey bells"

## አዳም ረታ

አዳም ረታ በአዲስ አበባ ከተማ በ1950 ዓ.ም ተወለደ። ለመጀመሪያ ጊዜ ከተደራሲያን ጋር የተገጣጠመው በ1970ዎቹ መጨረሻ አካባቢ <<አባ ደፋር>> በተሰኘው የአጫጭር ታሪኮች መድብል ውስጥ ባቀረባቸው <<ስፊኒክስ>> <<ሲሮኮ>> ወዘተ… በመሳሰሉ አጫጭር ታሪኮቹ ነበር። ከዚያም ቀጥሎ ከጥቂት ዓመታት በኋላ (በ1981 ዓ.ም) <<ማህሌት>> የተባለ አንድ ወጥ  የአጫጭር ታሪኮች ስብስቡ በኩራዝ አሳታሚ ድርጅት ታተመ። ይሄን የማህሌት ጥራዝ ለአገራችን የአጭር ልቦለድ አጻጻፍ <<አዲስ ፍናዋት/ዘይቤ ነው>> ያሉ ገምጋሚዎች ነበሩ። በተለያዩ ጊዜያት አጫጭር ታሪኮቹ በጋዜጦች፣ በመፅሄቶችና በመጽሐፍ ባልተጠረዘ መልክ ተነበዋል። ደራሲው ከአስር ስንትስ ዓመታት በኋላ ይህን <<ግራጫ ቃጭሎች >>_ _ _ የመጀመሪያ ረጅም ልቦለዱን_ _ _ይዞልን ቀርቧል።

# ግ ራ ጫ፡ ቃ ጭሎች ። በ አ ዳ ም፡ ረ ታ(1997ዓ.ም)።

ጥ በ ቃ

ቤቴ አልጋዬ ላይ እንደተቀመጥኩ የሚናፍቁኝ በመስኮት የማያቸው ከፊት ለፊቴ የተዘጉት የሸንኩርት የአበባ መደቦች ሳይሆኑ ዐይነ-ሕሊናዬ ውስጥ እንደ ክር ተተብትበው በጠዋቱ አመዳይ ስር የሚናውዙት የሰፈሬና የከተማዬ መንገዶች(1) ነበሩ።

በተለይ ጠዋት። ከጠዋቶች በተለይ ደግሞ እሁድ ጠዋት። እሁድ ጠዋት በተለይ የሠፈር ሰው ከእንቅልፉ ሳይነሳ፣ ግራጫው(2) የመድሐኒዓለም ደወል ሳይመታ፣ ጤዛው ፉዋ እንዳለ…የሰው ኮቴ ሳያደርሰው…ሣር ላይ ያንቀላፋውን የጠል መስታወት ጉሮሮአቸውን በማጎሌት የሣሉ ወፎች ሳይቀምሱት።

ይን ጊዜ እወጣለሁ…

ብዙ ሰዎች የፀሐይን መውጣት ቤታቸው ውስጥ ሆነው ይጠብቃሉ። በአልጋዎቻቸው አፎት ውስጥ እንደ ሰይፍ ተወሽቀው ዐይኖቻቸውን የንጋት ውጋጋን ውስጥ በልጥጠው በሙቀት የሙዋሙዋ ቆዳቸውን እየዳበሱ፣ወይም የሚስለመለሙ ዐይኖቻቸውን ጨምድደው ገላቸውን በእርካታ እያከኩ፣በእነሱ እምነት በመኖር ፍትወት ታስረው….የእንቅልፍ ሰንሰለታቸውን ሰብረው ለመነሳት በሰመመን ሲንደፋደፉ።

እኔ እጅግ በጠዋት አንድ ዕድሜ ያነገላት የካኪ ጃኬቴን ደርቤ ከተማዬ መሃል አለች አንዲት ትንሽ ጉብታ ላይ እተተከለች ስልክ እንጨት ስር ሔጀ እቀመጣለሁ። ግራና ቀኝ ዐይኖቼ ብብት አተር የሚያካክሉ ዐይን አሮች፣ ከአንደኛው የአፌ ጥግ ምናልባት የቀኜ(ፊቴን ወደ መስኮት አዙሬ በቀኝ ጎኔ ስለምተኛ) ወደ ተዘጋው.....ብዙ ነገር መስማት ወደ አላማረው ጆሮዬ የሚቃጣ የልጋግ ሰንበር። ሰፍሳፋ የጠዋት እግሮቼ ሁሉን ነገር በቀስታና በፍርሐት ይረግጣሉ። አልጋዬ ውስጥ በቡልኮ የተሟሟቀችውም ቂጤ እዚያ እርጥብና ቀዝቃዛ ሳርና አፈር ላይ ስታርፍ ጮቄው የሚፈጥረው ውጋት በአሰርሳሪዬ አልፎ ማጅራቴን ይሰማኛል። ግድ ሰጥቶኝ ግን አያውቅም። መጠበቅ እፈልጋለሁ። ፀሐይ ስትወጣ ፀዳልዋን ማየት እፈልጋለሁ።

ዙሪያዬን የአቡዋራና የድንጋይ ሜዳ ነበር። የሜዳውን ከፈፍ ከተወለድኩ ጀምሮ ትልቅ እስከሆን ድረስ ምናቸውም ያልተለወጠ የቆሻሻ ጭቃ ቤቶች ሰልፍ ይዞሩታል። በአራት ማእዘን ክትር የተለያዩ ዐይነት ሱቆች፣ መጠጥ ቤቶችና መኖሪያ ቤቶች ተደርድረዋል። በሮቻቸው ሁሉ ወደ መሃል ያፈጠጡ ናቸው። በግራ በኩል ያሉት ብዙዎቹ የእህል መሸጫዎች ናቸው።

ከየመሃሉ መደርደሪያቸው በከፊል የተራቆተ የሚሸጡት ግን የማያጡ ሱቆች አሉ። በስተላይ ቀጭን ምንገድ ነበረች ወደ ሰሜን ሆቴል የምትወስድ። መታጠፊያውም

ላይ የእንጢቆ ዙፋን መኖርያ ከተማው የሚጥልባትን የተረት አመድ ለብሳ። ማታ ማታ ቤቴ ለመሄድ ከመነሳቴ በፊት ጊዜውን እንደ ሰዓት የሚነግረኝ የእሱ አሳዛኝ ጥቁር ፉጨት ነበር።በታች በኩል የሙስጠፋ ሻይ ቤት፣ በወረቀት የተሞሉ ሁለት የመንግስት መስሪያ ቤቶችና ጥቂት የእህል መሸጫዎች ነበሩ። እነዚህ ሁሉ የከበቡት የአቡዋራና የጠጠር ካሬ በትክክል መሃል ከመሃል በኮረኮንች ጎዳና ይቀደዳል። ፊቱን ወደ ሙስጠፋ ሻይ ቤት ላዞረ ከአውራጇው ከተማ ወደዚህች ወረዳ ከተማ ለሚመጣ መግቢያው በስተግራ ይሆናል። ወደ ጉና ተራራ የሚያወጣው ደሞ በስተቀኝ ተዘግቶአል። ከቤቶቹ በላይ ወዲያ ወዲህ የሚተላለፉ ጥቂት የኤሌክትሪክ ገመዶች አሉ። ከነዚህ በላይ በተለይ በጋ በጋ መፀው መፀው ሳንፔር የሚያስቀና ሰማይ። ይህን ሰማይ ዘወትር ቀልቃላ ወፎች እንደሚወረወር ፈንጣጣ ይሸፍኑታል። ከበስተሁዋላዬም ቅርብም ሆነ ሩቅ እንደዙሁ ነው። የካሬው የላይኛው ክፍል ሁልጊዜ የማልታጣበት ስርፋ ነበር። እዚያ ስርፋ መሀል ላይ እኔ የምቀመጥባት ጉብታ ናት። ለምን ይህቺ ቦታ መልዕልት ሆና እንደቀረች ምክንያቱ አልገባኝም። በሐሜት የማዘጋጃ ቤቱ ሐላፊ አቶ እንግዳ(3) "ነካ" ያደርጋቸዋል ሲባል እሰማ ነበር።

ለምንድን ነበር የምጠብቀው? መጠበቅን ማን አስተማረኝ? መጠበቅ ምንድን ነው? አንድ ሰው አንድን ነገር ፈልጎ ሌላውን መጠበቅ ለምን አይፈልግም? ይሄን እንደኔ ዐይነት የአሥራ ሦስት ዓመት ልጅ ሊመልሰው የሚችል ጥያቄ አልነበረም። የራበው ለመመገብ ይጠብቅ። የታረዘ ለመልበስ ይጠብቅ…እኔን ግን በዚያ ጠዋት ጉብታ ላይ ጉልቶ ወደ ምሥራቅ እንዳፈጥ ያደረገኝ ምንድን ነበር….?

ጠዋት እስከ አራት ሰዓት ያህል ድረስ እቆይና ከተማው ሞቆ ጨኾት በርትቶ…ሁሉ በየጉዳዩ ሲሔድ ወይም ጉዳይ ሳይኖረው…በየበረንዳው ቆሞ ጉያውን እያከከ፣ ትንባሆውን እያንፎለፎለ፣ ወሬውን እየቀደደ ወደ ከተማዋ መሐል ሲያፈጥ ቁርሴን ለመብላት ወደ ቤቴ እመለሳለሁ።

አንዳንድ ጊዜ ፀሐይዋ ባትመጣስ ኖሮ? እላለሁ። ምን ይውጠኛል?እንዲያ ተቀምጬ የጠዋቱን ብርድ ጠጥቼ፣ ቂጤን አደንዝዤ፣ ከፀሐይዋ ጋር መቼም በግል አልተነጋገርንምና፣ ቀጠሮ የለንምና፣ ወደ ጎን ሸርተት ብላ ዐይኖቼ ወደ ማይደርሱበት ዓለም በትሔድስ?

ግን እጠብቃት ነበር።

የምጠብቀው ግን ሰፋ አድርጌ ካየሁት የፀሐይን መውጣት ብቻ አልነበረም። የመጣን እንግዳ ካልሸኙት ምን ይሠራል? እንደገና ከአሥራ አንድ ሰዓት በሁዋላ ቀስ ብዬ ከቤቴ እወጣና …እዚያችው ጉብታዬ ላይ እቀመጣለሁ። አንዳንዴ ይህቺ ጉብታዬ እላይዋ ላይ ሰው ፈሶ ያጋጥመኛል። ብዙ ጊዜ በተለይ እነኚህ የከተማ ዱርዬዎች ሌላ ቦታ ማድረግ የሚችሉትን ነገር እዚያች «እኔ» ቦታ ላይ በመስራት የስሜቴን ካባ ከላዬ ላይ ሊያወርዱ ይተናነቁኛል። ሌላ ቦታ ማድረግ የሚችሉት ነገር

እንደሆነ ቢያውቁም እዚያች ቦታ ካልፈጠሙት የልባቸው አይደርስም ነበር። ቁም ነገር ሳይሆን ቁማር ጨዋታ። ጉብታ ነው ቦታው እንግዲህ። እዚያች ጉብታ ደረት ላይ ትናንሽ ጉድጓዶች ይሰሩና ሁለት ሜትር ከሚደርስ ዕርቀት እነዚያ ጉድጓዶች ሆድቃ ውስጥ ሳንቲም ማስገባት ይጫወታሉ። የትም ቦታ ሄደው ለጫወቱት ይችላሉ። በሙብሸቅ የማደርገው ሌላ ነገር ስለሌለኝ አጠገባቸው መጥቼ እቀመጥና ቂልነታቸውን አጠናለሁ። ወይም... ሌላ ሌላ እያየሁ እቆማለሁ።

"አትጫወትም!"ይሉኛል።

"በምኔ"እላለሁ።

"ከአባት ሀ አት ዘርፍም....አባት ሀ ዱባለ ጨው አለው...." ይሉኛል።

አልሰማም።

ግን ደስ የሚለኝ ነገር ደ'ሞ፡- እዚያ ዳገት ላይ ማንም እኔ ምን እንደምሰራ አለማወቁ ነበር። የፀሐይን መጥለቅ ሌላ ጉዳይ ሌላ ጨዋታ የማይ መስዬ ነበር የምመለከተው። በትንሹ ግን እፈራለሁ። ለሰዎች እዚያ ምን እንደምሰራ ብነግራቸው በተለይ ለእነዚህ ዱርዬዎች ፀሐይዋን በማይበት አቅጣጫ ሕዋው ላይ፣ አየሩ ላይ ጉድጓድ ስርተው ቁማር መጫወት ይጀምሩ ይሆናል በዬ።

.....ከ፲ ሰዓት ቀደም ብዬ እመጣና ፀሐይዋን ስታቆለቁል ጀምራ አያታለሁ። ቢጫ ሆና ከዛ ደብዛዛ ቀይ ስትሆን .... ጠርዟ እንደተሰመረ ነገር....እንደተቀፈፈ ሆኖ ....ታሳዝነኛለች....አንዳንዴ ተመለሳ የማትመጣ ይመስለኛል.... እፈራለሁ....ታዲያ መመለስዋን ለማረጋገጥ በሚቀጥለው ቀን ጠዋት መምጣት አለብኝ። በፊት በፊት ። ....የበለጠ ልጅ እያለሁ ....ያቺ ትንሽ ደረቴ ስር የምትፈራገጠው ልቤ ፍርሃት አድክሟት እዚያው እተቀመጥኩበት ነውዝ ይለኝ ነበር።

ከዘያ ምሽቱ ይመጣል። የዚያ ከተማ ምሽት ደ'ሞ እንደ ናና ከረሜላ ጣዕም ነበር። ትልቅ ሐብት የተደበቀበት ዋሻ ውስጥ እንደመግባትም ነበር።

የተሽሞነሞነ ሚስጢርነቱ እያታለለ ይጋፋል፣ እየተጋፋ ያታልላል። ያ ሐብት ግን የትኛው የዋሻ ክፍል ውስጥ እንዳለ የሚያውቅ አልነበረም። ሁሉ ሕዝብ በዚያ ዋሻ ውስጥ ይኖራል። እኔም አንዱ ነበርኩ። የምሽቱ ፀጥታም ይገርመኛል። ይሄ ሁሉ ሕዝብ የዚቺን ፀሐይ አወራረድ ሳያይ በየቤቱ ሲገባ ቅር አይለውምን? እላለሁ። በየቤታቸውስ ምን ይሰራሉ? እላለሁ። የሚሰሩትን አስቤ አስቤ ከጥቂት ነገሮች የበለጠ መዘርዘር አልችልም። ይሔ ሁሉ ሕዝብ እነዚህን ትንሽ ትንሽ የመሰሉ ነገሮች ይሠራል....

| | |
|---|---|
| ራት ይበላሉ | (ካልበሉ ስለሚራቡ) |
| ይጠጣሉ | (ካልጠጡ ስለሚደርቁ) |
| ይጫወታሉ | (ካልተጫወቱ ስለሚያብዱ) |
| ይተኛሉ | (ካልተኙ ስለሚደክማቸው) |
| ያወራሉ | (?) |

እኔ በማትደክም ቂጤ ተቀምጬአለሁ፣ በማይደክሙ ዐይኖቼ ዙሪያ ገባዬን አያለሁ፣

እዚያው እንደተቀመጥኩ ይመሻል። ጥቁሩን ሰማይ ማጥናቴን እቀጥላለሁ። ሁልጊዜ ከዋክብት ለመቁጠር እሞክራለሁ። መጀመሪያ ጎልተው የሚያበሩትን ከዋክብት እቆጥራለሁ። በፀሐይ መውጫ ያሉትን። ብዙ ጊዜ አንዲት ብሩህ ኮከብ አያለሁ....የበሰለ ኮሽም የመሰለች። አንዳንዴ ሰማይ ውስጥ ጨረቃ ትገባባታለች....ጨረቃ ትመጣና ለጋ ደመና ሁሉ ይመጣል....ከዚያ....ሲያልፍ ሲያገድም ሲተላለፍ ጨረቃን የጋረደበትን ጊዜ እቆጥራለሁ፡.... «1 2 3 4 5 6 7 - አ! ሊሸፍናት ነው ሊሸፍናት ነው....ሸፈናት....» አንዳንዴ አውራጃ የሚያክል ጥቁር ደመና እነዚያን የብር ቀዳዳዎች የመሰሉ ከዋክብት ለረጅም ጊዜ ይደፍናቸውና የመቁጠር ተስፋዬን ቆርጬ እቀመጣለሁ።

በየቤታቸው ያሉትን ሰዎች ከኔ የሚለያቸው አንድ ትልቅ ጉዳይ ከሌሎች ሰዎች ጋር መሆናቸው ነበር። እኔ እዚያች መልዕልት ላይ ብቻዬን ነበርኩ። ከቤቴ ድ'ሞ ተጨንቆ ራት እንድበላ ግን የሚጠራኝ ማንም የለም። ሁለመናዬ እንደሌሎች ቢሆንም። የምቀርበው የማፈቅረው የማምነው ሕፃን ጓደኛ አልነበረኝም። ለምን እንደሆነ አላውቅም። ከመጫወት፣ እየጠንጫጫሁ ከመዝለል ወይም እየዘለልኩ ከመንጫጫት ቁጭ ብሎ መታዘብ ነበር የምወደው። በዚህ ከፀሐይ ጋር እንቀራረብም። ከጨረቃ ጋር እንቀራረብም። ከደመናዎች ጋር እንቀራረብም። ከአንድ ቀን ሌላ ቀን የምሰራው ነገር ቢኖር መቀመጥ ከሆነ የምመስለው ዛፍ ነው።

እግዜር ፍጡርን እዚህ ምድር ሲያመጣ ጀምሮ....ትልቁ ያስቸገረው ነገር ለፍጡራን አጋር የመስራት ነበር (ሄዋንን ለመፍጠር ታዲያ ለምን ዘገየ? አጋር መቀመሩ ከብዶት ይሆን?)። ለወንድ ሴት፣ ለሴት ወንድ አለው። ለልጅ አባት አለው....ያለ አጋር እግዚአብሔር ምንም ነገር አልሰራም....እሱም ነገሩ ገብቶት ነው መሰለኝ (ቢከብደውም).... ለእኔም አጋር ሰጥቶኛል....

አንድ ብቻ ሳይሆን....

አባቴ ለእኔ አባት መሆን አልቻለም። እናቴ ዕድሜዬ ሦስት እያለ ነበር የሞተችብኝ። ከእንጀራ እናቴ ጋር(እእ)ቅቤና ውሻ ሆድ ነበርን። እኔ ቅቤ ነኝ እላለሁ። እሷ ደ'ሞ እኔን "እሱ ውሻ ነው" ትላለች። እኔ ጮክ ብዬ ባልናገረውም ከእስዋ በመሸሼ ....እንዳልዋጥ የፈራሁ ዐይነት ይሰራኛል። እግዜር ግን የሰው ፍጡር ባይሆንም እንኩዋን አጋር ሰጥቶኛል። ያቺ ሚና በሁለመናዋ አጋሬ ነበረች። ልቁጠራቸው፡ እዚያች ጉብታ መሐል ላይ ከተማችን የምትኮራባት የኤሌክትሪክ ምሰሶ አለች....አንድ። ከቁንጮዋ ከብ ጠፍጣፋ የቆርቆሮ ባርኔጣ ከዶፍና ከፀሐይ ሞገድ የጋረዳት። ከኤሌክትሪክ ምሰሶዋ አናት ትንሽ ዝቅ ብሎ ደሞ ሻማዋ ከባድ ያልሆነ አምፖል አለች።ሁለት። ያቺ ሁልጊዜ ማታ ማታ እንደበራች ነበር። ከተማው ውስጥ ያለችው የምንገድ መብራት እስዋ ብቻ ናት። በየሱቁ በረንዳ፣ በየመጋዘኑ በረንዳ፣ በየቡና፣ ጠላ ቤቱ በረንዳ አምፖል አለ....ከተከፈቱ ቤቶች የሚወጣ ብርሀን አለ.... ይህች መብራት ግን ልዩ የሚያደርጋት ሁል ጊዜ የምትበራው ከእኔ ጭንቅላት በላይ መሆኑ ነበር። በድፍን የጨለማ ድድ ላይ የተንጠለጠለች አንዲት

የፊት ጥርስ ናት። አትሞትም። ግን ለእኔ የምትሞክ ይመስለኛል። ብዙ አታሳይም ግን መብራት ከጀመረች ጀምሮ (ከምሽቱ 12 ሰዓት)አብሬአት ስለምሆን ለእኔ ወጋገን ነበረች።

ለመሆኑ ቤተሰብ አለኝ?

አዎ ቤተሰብ ከሦስት ሰዎች የተገነባ ነበር። አባቴ፣ሚስቱ፣የሚስቱ ልጅ። አባቴና ሚስቱን አላከብራቸውም፤ ስለማላከብራቸው አልፈራቸውም። የእንጀራ እናቴን ልጅ ግን ደግ ትመስለኝ ስለነበር በመጠኑ እቀርባታለሁ። ብዙ ጊዜ ስለማመሸና አምሽቼ ስለምመጣ ቤቱን ይዘጋጉትና የከፍሌን መስኮት ብቻ ከፍት አድርገውት ይተኛሉ። የተራረፈ እራት ካለ(እህቴ ናት ብዙ ጊዜ የምታስቀምጥልኝ) በትንሽ ሳህን መኝታ ቤቴ ውስጥ አገኝና በልቼ እተኛለሁ። ብዙ ጊዜ ግን አያስኘኝም። ጠዋት፣ ከሰዓት፣ማታ….ከሰኞ እስከ እሁድ….ሽሮ መብላት የሚወድ አለ? ይሰለቸኛል። አንዳንድ ጊዜ አባቴና እናቴ መኝታ ቤት ውስጥ ትልቅ የሽሮ እርሻ ያለ ይመስለኛል። የሆነ የሽሮ ስቴት ሁመራ። የእኔ አጋሮች እንግዲህ ጉብታዋ፣ አምፖሉና የአምፖሉ የቅርብ አካባቢ ብቻ አልነበሩም። ሲመሽና አምፖሏ ስትበራ ብርሀን እየሳባቸው ወደዚህች መብራቶች የማይመጡ የነፍሳት ዐይነቶች አልነበሩም። ከነዚህ ነፍሳቶች አንዳንዶቹ ታዲያ አምፖሏ ዙሪያ መብረር ከብዷቸው ይሁን….ትናንሽ ክንፎቻቸው በኤሌክትሪክ ግለት ተቃጥለውባቸው-አንዳንድ ጊዜ እለዬ ላይ ይወድቃሉ-እግሮቼ ስር ይወድቃሉ።

ምን አደርጋቸው ነበር?

እነሱ ክንፍ ስላላቸው አየር ላይ መቆየት ቻሉ እንጂ እንደ እኔ ስዱድ ናቸው። ታዲያ ሲወድቁ አነሳቸውና ወድ ሰማይ እወረውራቸዋለሁ። አንዳንድ አሪፎች ይበራሉ። አንዳንዶቹ ተመልሰው….ሳር መሃል፣አፈር መሀል ይጠፋሉ። መልሼ አግኝቼ ብወረውራቸውም መብረር አይችሉበትም። እዚያች አምፖል ስር ከተለማመድኳቸው ችሎታዎቼ አንዱ የወደቀ በራሪ ነገር ከመሬት አንስቶ የመገፋፋት ነበር። ብዙ ሰው የሚሆንለት አይመስለኝም። ብዙ ሰው 'ሞተዋል' ብሎ የሚያልፋቸውን የእሳት እራቶች ተንከባክቤ ወደሚመኙት አየር ውስጥ አስገባቸዋለሁ። ተስፋ የሚቆርጡ ያጋጥሙኛል:-እጄ መሐል አስቀምጬ ስነካካቸው ዝም ብለው ይተኛሉ….ወይም….በእጄ ላይ በቀስታ እየሮጡ ሔደው….ወደ መሬት ይወድቁና ስፋፊ ዐይኖቻቸውን በሳርና በአፈር ኮረት ጠልለው ያናውዛሉ….እነዚህን ብዙ ጊዜ ጠዋት ላይ ስመለስ አላገኛቸውም። በሕሊናዬ-….ትላንት ማታ ከእጆቼ ላይ ወድቀው ወይ አምልጠውኝ የጠፉት በራሪዎች በዚያ የከተማዋ አደባባይ ላይ የሚገዛው እንደጠፋው ወይ እንደተወደደበት ገበያተኛ ሲንከራተቱ የሚውሉ እየመሰለኝ አዝናለሁ።

….ቤቴ በመስኮት ዘልዬ እገባና….ልብሴንም ሳላወልቅ እተኛለሁ። አልጋዬ ያረጀች ሽቦ ነበረች። መሐልዋ ዘቅጦ አንዳንዴ የቅብጠት ስዘልባት መሬት

ትነካለች....ሽቦውን ሞጭሯጭ የያዘውም ብረት በቁንጫ አይነ-ምድር ቡናማ ቀለም የተነሰነሰበት የመሰለ ነበር። የገዛችው እንጀራ እናቴ ናት። ከዚህ በፊት የምተኛው መሬት ነበር። አባቴ አዲስ ምቹ የሆነ አልጋ ሊገዛልኝ ሲል (የቦንዳ) "ምን የመሰለ ሽቦ አልጋ አግኝቼለታለሁ" ብላ 10ሣ በተከፈለው ኩሊ. ያን የዛገ ነገር አሸከማ አመጣች። (ያኔ ኩሊ. ነበር የሚባለው) እኔ ደ'ሞ አልተነጫነጭኩም (ማን ሊሰማ)። አልጋውን ሣሎን ዘርግታ አፍዋን እየዳሰሰች ከንፈሮችዋን እየነከሰች በአድናቆት ስታወራ ዝም ብዬ አይ ነበር፡- አፍዋን፣ ፊቷን፣ አልጋውን። አባቴ ሴትዮዋን ለምን እንደሚያምናት አይገባኝም። እንጀራ እህቴ ግን የምትተኛው በጣም በሚመች አልጋ ላይ ነበር። እኔ ግን አልቀናሁባትም።

# Библиография
# Bibliography


1. አፈወርቅ ገብረ፡ኢየሱስ። ልብ ወለድ ታሪክ።
Afewerk Gebre Yesus "Story Born at Heart",
Афеворк Гэбре Иисус История , рожденная сердцем Рим,
Rome,1908(gregor.cal., григорианский календарь).

2. አቤ ጉበኛ ። አልወለድም።
Abbe Gubegna "I don't want to be born",
Абе Губэння «Я не хочу родиться», 1955.

3. አዳም ረታ። ግራጫ ቃጭሎች ።
Adam Reta "Grey bells",
Адам Рэта «Серые колокольчики», 1997.

4. በዓሉ ግርማ። ከአድማስ ባሻገር።
"Be'alu Girma Behind the Horizon",
Бэалю Гырма «За Горизонтом», 1962.

5. በዓሉ ግርማ። ኦሮማይ።
Be'alu Girma "Oromai" 1975 (1991-2nd Edittion)
Бэалю Гырма «Оромай», 1975,1991- 2-е издание

6. ብርሃኑ ዘርይሁን። የቴዎድሮስ ዕንባ።
Birhanu Zeryahun "Theodros's tears",
Бырхану Зэрихун «Слезы Теодроса;1958.

7. ብርሃኑ ዘርይሁን። ድል ከሞት በኋላ።
Birhanu Zeryahun "A victory after death"; Бырхану Зэрихун
"Победа после смерти", 1955.

8. ብርሃኑ ዘርይሁን። ማዕበል። የአብዮት ዋዜማ።
Birhanu Zeryahun "Storm. The eve of revolution"; Бырхану Зэрихун
"Буря. Канун революции.", 1980 ( Gregorian cal., григор. кал.)

9. ከበደ ሚካኤል። መልክና መስታዎት።
Kebbede Mikael "Face and Mirror"
Кэббэдэ Микаель "Лицо и зеркало",1940.

10. ከበደ ሚካኤል። ሥልጣኔ ማለት ምንድነች?
Kebbede Mikael "What is Civilization?"
Кэббэдэ Микаель «Что означает цивилизация», 1941.

11. መኰንን እንዳልካቸው "የደም ድምጽ"
Mekonnin Endalkachew " The voice of blood"
Мэконнын Ыndалькачоу «Голос крови», 1940.

12. መንግሥቱ ገዳሙ፡ መሰላል፡፡
    Menghistu Gedamu " The Stairs"
    Мэнгысту Гедаму «Лестница», 1959.

13. ታደለ ገብረ፡ሕይወት፣ ማነው ኢትዮጵያዊው?
    Taddele Ghebre Hiwot "Who are you, the Ethiopian?"
    Тадделе Гэбре Хыйвот « Кто Ты, Эфиоп?», 1964.

14. ታደሰ ሊበን፡ ትንሹ ልጅ፡፡ መስከረም
    Taddese Liben "Child"- September"
    Тадэсе Либэн «Ребенок», сб. «Сентябрь»,1949.

15. ታደሰ ሊበን፡ ጅብ ነች፡፡ መስከረም
    Taddese Liben "Sorceress "- September",
    Тадэсе Либэн « Колдунья» , сб. «Сентябрь»,1949.

16. ሀዲስ ዓለማየሁ፡ ፍቅር እስከ መቃብር፡፡
    Haddis Alemayehu "Love unto death",
    Хаддис Алемайху «Любовь до гроба», 1958.

17. ኅሩይ ወልደ፡ሥላሴ፡ ወዳጄ ልቤ፡፡
    Heruy Wolde Selassie "My heart is my friend"
    Хыруй Вольде Селассие «Мое сердце мой друг» ,1915.

## Литература.   Literature.

1. Тютрюмова Т.Л. Амхарский язык. Хрестоматия, ЛГУ, 1960
2. Ullendorff E. An Amharic Chrestomathy. London,1965.
3. Балашова Г. А. Современиая драматургия Эфиопии, Москва, 2008.
4. Balashova G.A. Drama in modern Ethiopian literature and theatre. ዘመናዊ የኢትዮጵያ ድራማ . Moscow/ St. Petersburg, 2012.

# ОГЛАВЛЕНИЕ

Введение ........................................................... 7
Introduction. ..................................................... 10

Афэуорк Гэбрэ Ийесус (1868–1947). ........................ 13
Afewerk Ghebre Jesus (1868–1947). ........................ 14
    Вымышленная история / History born byheart .......... 15
    *Филологический комментарий / Philological commenary* .......... 20

Хыруй Уольдэ Селассие ....................................... 22
Heruy Wolde Selassie. ......................................... 23
    Мое сердце – мой друг / My heart is my friend ........... 24
    *Филологический комментарий / Philological commenary* .......... 29

Мэконнын Ындалькачоу (1892–1963). ..................... 32
Makonnen Endalkachew (1892–1963) ....................... 33
    Голос крови / The voice of blood. ........................... 36
    *Филологический комментарий / Philological commenary* .......... 40

Кэббэдэ Микаэль (1915–1998) ................................ 42
Kebbede Mikael (1915–1998) .................................. 44
    Лицо и зеркало / Face and mirrow ........................... 45
    *Филологический комментарий / Philological commenary* .......... 46
    Что означает цивилизация? / What is Civilization? ...... 47
    *Филологический комментарий / Philological commenary* .......... 50

Таддесе Либэн (р. 1930/31)...................................52
Taddese Liben (p. 1930/31) ..................................53
   Ребенок / Child, "September" ............................54
     *Филологический комментарий /Philological commenary*..........59
   Колдунья / Sorceress, "September" .......................60
     *Филологический комментарий /Philological commenary*..........67

Бырхану Зэрихун (1934–1987).................................69
Birhanu Zeriahun (1934–1987) ................................70
   Победа после смерти /The victory after death ...........72
     *Филологический комментарий /Philological commenary*..........89

Абе Губэння (1934–1980) .....................................93
Abe Gubeghna (1934–1980).....................................94
   Я не хочу родиться / I don't want to be born.............95
     *Филологический комментарий /Philological commenary*.........101
   Слезы Теодроса / Tears of the emperor Theodros ......104
     *Филологический комментарий /Philological commenary*.........120

Хаддис Алемайеху (1909–2003).............................127
Haddis Alemayehu (1909–2003).............................128
   Любовь до гроба / Love unto death....................131
     *Филологический комментарий /Philological commenary*.........145

Мэнгысту Гэдаму ...........................................153
Menghistu Gedamu..........................................154
   Лестница / The staits ..................................155
     *Филологический комментарий /Philological commenary*.........166

Бэалю Гырма (1938–1984)........................172
Be'alu Girma (1938–1984)........................173
   За горизонтом / Behind the Horizon ....................175
   *Филологический комментарий / Philological commenary*.........182

Тадделе Гэбре-Хыйот (род. 1947)...........................187
Taddele Gebre Hyiwot ........................188
   Кто ты, эфиоп? / Who are you, the Ethiopian?...........189
   *Филологический комментарий / Philological commenary*.........195

Бырхану Зэрихун. Канун революции. Буря / Birhanu Zeriahun. The eve of the revolutions. The tempest............199
   *Филологический комментарий / Philological commenary*.........207

Бэалю Гырма. Оромай / Be'alu Girma. Oromai...............211

Адам Рета. Краткая биография. Серые колокольчики / Adam Reta. Short biography. Grey bells......................215

Библиография / Bibliography ................................223

www.ingramcontent.com/pod-product-compliance
Lightning Source LLC
Chambersburg PA
CBHW071204240426
43668CB00032B/2074
* 9 7 8 1 9 8 8 3 9 1 0 2 1 *